लेखक परिचय

वोल्गा

समकालीन तेलगू साहित्यात 'वोल्गा' हे एक महत्त्वपूर्ण व्यक्तिमत्त्व समजलं जातं. वोल्गा यांची जवळपास पन्नास पुस्तकं प्रकाशित झाली असून, त्यात कादंबऱ्या, नाटकं, कथासंग्रह, निबंध, कविता आणि अनुवाद यांचा समावेश आहे. *अस्मिता रिसर्च सेंटर फॉर वुमेन* या संस्थेच्या संस्थापिका सदस्य असलेल्या वोल्गा या सध्या या संस्थेच्या 'एक्झिक्युटिव्ह चेअरपर्सन' आहेत. *निली मेघालू* या कविता संग्रहाचं संपादन वोल्गा यांनी केलं असून, *सारीहड्डुलू लेनी संध्यालू* या पुस्तकांचं सहसंपादन केलं आहे. आंध्र प्रदेशातल्या स्त्री-पुरुष समानतेवर आधारित असलेली राजकारणाची रीत हा या पुस्तकाचा विषय आहे. त्यांनी सहसंपादित केलेल्या *सरामसम* या पुस्तकातून 'दारूबंदी' हा विषय वाचकांसमोर येतो. आंध्र प्रदेशाच्या इतिहासात मोलाची भर घालणाऱ्या स्त्रियांच्या कर्तृत्वाचा गौरव करणाऱ्या *महिलावरणम/वुमस्केप* या पुस्तकाच्या त्या सहलेखिका आहेत.

वोल्गा यांना आजवर अनेक पुरस्कार देऊन त्यांच्या साहित्यसेवेचा गौरव करण्यात आलेला आहे. त्यात 'सर्वोत्कृष्ट लेखिका' म्हणून पोट्टी श्रीरामलू तेलगू विद्यापीठाने त्यांना दिलेल्या पुरस्काराचाही समावेश आहे. याशिवाय रागावली मेमोरियल ॲवॉर्ड, रामिनेनी फाउंडेशन ॲवॉर्ड, मालथी चंदूर ॲवॉर्ड, विशाल साहिती पुरस्कारम, सुशीला नारायण रेड्डी ॲवॉर्ड, कंदुकुरी वीरासलिंगम् लिटररी ॲवॉर्ड, लोकनायक फाउंडेशन ॲवॉर्ड, साउथ एशिया लाडली मीडिया अँड ॲडव्हरटायझिंग ॲवॉर्ड फॉर जेंडर सेन्सिटिव्हिटी या पुरस्कारांनीही त्यांना सन्मानित करण्यात आलंय. हार्पर पेरिनियल या प्रकाशन संस्थेतर्फे प्रकाशित झालेल्या वोल्गा यांच्या *द लिबरेशन ऑफ सीता* या इंग्रजी पुस्तकाच्या मूळ तेलगूमध्ये असलेल्या *विमुक्ता* या कादंबरीला २०१५ साली साहित्य अकादमी पुरस्काराचा सन्मान प्राप्त झाला आहे.

D9900567

पी.एस.व्ही. प्रसाद

श्री. पी.एस.व्ही. प्रसाद हे चुंदी रंगनायाकुला डिग्री कॉलेजमध्ये इंग्रजी विभागात असोसिएट प्रोफेसर म्हणून कार्यरत होते आणि २०१३ साली ते याच कॉलेजचे प्राचार्य म्हणून निवृत्त झाले. *समथावणी* या तेलगू कादंबरीचं लेखन त्यांनी केलं असून *मामाश्री* आणि *अस्वनी* या दोन तेलगू चित्रपटांच्या पटकथाही त्यांनी लिहिल्या आहेत. यासाठी त्यांना 'कलासागर बेस्ट फिल्म रायटर' हा पुरस्कारही प्रदान करण्यात आला.

यशोधरा

वोल्गा

अनुवाद : संध्या रानडे

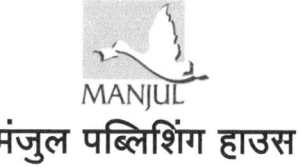

MANJUL
मंजुल पब्लिशिंग हाउस

MANJUL
मंजुल पब्लिशिंग हाउस

पुणे संपादकीय कार्यालय
फ्लॅट नं. 1, पहिला मजला, समर्थ अपार्टमेंट्स,
1031 टिळक रोड, पुणे - 411 002

व्यावसायिक आणि संपादकीय कार्यालय
दुसरा मजला, उषा प्रीत कॉम्प्लेक्स, 42 मालवीय नगर, भोपाळ - 462 003

विक्री आणि विपणन कार्यालय
7/32, अंसारी रोड, दर्यागंज, नवी दिल्ली - 110 002
www.manjulindia.com

वितरण केंद्रे
अहमदाबाद, बंगळुरू, भोपाळ, कोलकाता, चेन्नई,
हैदराबाद, मुंबई, नवी दिल्ली, पुणे

Yashodhara by Volga - Marathi Edition

कॉपीराइट © वोल्गा 2019
सर्वाधिकार सुरक्षित

मूळ पुस्तक यशोबुद्ध या नावाने स्वेच्छा पब्लिशर्स तर्फे 2017 साली प्रकाशित

इंग्लिश अनुवाद © पी.एस.व्ही. प्रसाद

प्रस्तुत मराठी आवृत्ती हार्पर कॉलिन्स पब्लिशर्स इंडिया प्रायव्हेट लिमिटेड
यांच्या सहयोगाने मंजुल पब्लिशिंग हाउस प्रा.लि. तर्फे प्रथम प्रकाशित

प्रस्तुत मराठी आवृत्ती 2020 साली प्रथम प्रकाशित

ISBN : 978-93-89647-71-6

मराठी अनुवाद : संध्या रानडे

मुद्रण व बाइंडिंग : मणिपाल टेक्नॉलॉजीज लिमिटेड, मणिपाल

या पुस्तकात मांडण्यात आलेली मते आणि दृष्टिकोन लेखकाचे स्वतःचे आहेत.
त्यातील तथ्ये त्यांच्या सांगण्यानुसार त्यांनी पर्याप्त स्वरूपात तपासून पाहिली आहेत.
त्यासाठी प्रकाशक कोणत्याही प्रकारे जबाबदार असणार नाही.

थीच न्यात बान यांना
जीवनाकडे करुणार्द्रतेने बघणाऱ्या त्यांच्या कवितेसाठी

मावळतीच्या संधिप्रकाशाने सारा आसमंत उजळून निघालेला होता. टेकड्यांमागे अस्ताला जाणाऱ्या सूर्याच्या प्रकाशाचे रंग हळूहळू बदलत होते. पांढऱ्या ढगांवर एक रंगछटा पसरली होती, तर काळ्या ढगांवर दुसरी! आभाळाच्या त्या विस्तीर्ण पटावर चालू असलेला गडद जांभळ्या आणि किरमिजी रंगाच्या वेगवेगळ्या छटांचा तो मोहक खेळ यशोधरा भान हरपून बघत होती. तिच्या आजूबाजूच्या वृक्षराजींवर अंधाराचं साम्राज्य पसरायला लागलंय, हे लक्षातच आलं नाही तिच्या. रोज संध्याकाळी तिच्या प्रासादाजवळच्या या वाटिकेत येण्याचा परिपाठ होता तिचा. इथे येऊन फुलं तोडायची, जवळच्या मंदिरातल्या देवीला त्यातली काही अर्पण करायची आणि उरलेली फुलं घेऊन प्रासादात परत जायचं! पण त्या दिवशी वाटिकेत पोहोचायला तिला थोडा विलंबच झाला होता. प्रासादात काही अतिथी मंडळी आली होती. त्यांच्या सरबराईत, त्यांच्या आदरातिथ्यात मां विशिष्ठदेवी यांना हातभार लावला होता तिने; पण इथे येण्यासाठी झालेल्या या विलंबाचा तिला थोडाही पश्चाताप झाला नव्हता. कारण, त्यामुळेच तर टेकड्यांमागून मावळतीकडे कलत जाणाऱ्या सूर्याचं इतकं विलोभनीय दर्शन घडलं होतं तिला. ती उभी होती, तिथल्या फांद्याफांद्यांमधून दिसणारा, मनाला भुरळ पाडणारा तो सूर्यास्त पाहण्याचं भाग्य तिला लाभलं होतं.

टेकड्यांमागून पूर्णपणे पश्चिमेकडे झुकून सूर्य दिसेनासा झाला, तरी त्याचे किरण लाल रंगाच्या अगणित छटांनी आभाळ अजूनही रंगवतच होते. हाती लागू न शकणाऱ्या त्या रंगांवरून यशोधराने मग नजर काढून घेतली आणि सहजपणे हाती येणाऱ्या रंगीबेरंगी फुलांकडे वळवली. फुलं

गोळा करणं, हे तिचं अत्यंत आवडीचं काम होतं. वाटिकेतल्या झाडांवरची काही मोजकीच फुलं ती काढून घ्यायची. फुलं तोडता तोडता प्रत्येक झाडाची माफी मागूनच ती दुसऱ्या झाडाकडे वळायची. हे करत असताना त्या झाडांशी तिचा संवाद सुरू असायचा. त्या फुलांच्या रूपाने ती झाडांची मुलंच त्यांच्यापासून दूर करते, या गोष्टीचं तिला वाईट वाटत असल्याचंही ती त्या झाडांना सांगायची. त्यांना ती हेही सांगायची की, या फुलांनी ती मंदिरातल्या देवीलाच सुशोभित करणार आहे.

फुलं गोळा करण्याचं काम आटोपतं घेत यशोधरानं मंदिराच्या प्रांगणात प्रवेश केला; पण दुसऱ्या क्षणी ती तिथेच खिळल्यासारखी उभी राहते. पुढची पावलं टाकायला तिच्या पायांनी नकारच दिला. प्रांगणाच्या डाव्या कोपऱ्यात दगडाच्या फरशीवर बसलेल्या एका कमालीच्या तेजस्वी युवकाने तिचं लक्ष वेधून घेतलं होतं. विश्वास बसू नये इतका तेजस्वी, इतका वैशिष्ट्यपूर्ण होता तो युवक! काही वेळापूर्वी सूर्यास्ताच्या त्या अप्रतिम दृश्याने तिच्या मनावर मोहिनी घातली होती आणि आता या युवकाच्या दर्शनानं अतिशय देखणा असा चंद्रोदयच तिच्या दृष्टीस पडला होता. आनंदानं, एका गूढ, अनाकलनीय भावनेनं तिचा ऊर भरून आला. वयानं तो फारसा मोठा वाटत नव्हता. अनेकदा युवकांच्या चेहऱ्यावर दिसून येणाऱ्या अहंकाराची पुसटशीही रेषा तिला त्याच्या प्रसन्न, तेजःपुंज चेहऱ्यावर दिसली नाही. त्याचा चेहरा फक्त एक प्रकारच्या दिव्य प्रकाशाने उजळून गेला होता आणि ती दिव्य प्रभा अविचल होती. तो कोणत्या गहन विचारात बुडून गेला होता, ते कुणालाही सांगता आलं नसतं. एक गोष्ट मात्र निश्चित होती की, त्या चेहऱ्यावरचे भाव अतिशय सौम्य आणि मृदू होते. तो चेहरा विचारमग्न होता, तरीही त्याच्या ओठांवर एक प्रकारचं शांतचित्त, सुकुमार असं हास्य विलसत होतं. त्याची बसण्याची पद्धत बघून तर यशोधरा अक्षरशः मंत्रमुग्ध झाली. तो पद्मासन घालून बसलेला होता आणि त्याचे तळवे त्यानं त्याच्या मांडीवर ठेवले होते. हळूहळू ती भानावर आली. अतिशय कष्टाने भावनांवर तिने ताबा मिळवला आणि मनाशी कसलातरी निर्धार करून ती मंदिरात गेली. देवीला फुलं वाहून तिनं भक्तिभावानं वाकून नमस्कार केला आणि ती मंदिराच्या गाभाऱ्यातून बाहेर पडली. मंदिराबाहेरच्या पायवाटेवरून चालता चालता परत एकदा तिची नजर त्याच्याकडे वळली आणि तिच्या स्वतःच्याही नकळत तिनं एक खोल निःश्वास सोडला. प्रासादात पोहोचायला

आज आपल्या बराच उशीर झालाय, याची जाणीव झाली तिला आणि तिनं पावलांना गती दिली.

प्रसादात पोहोचल्यावर तिच्या मनात आलं, आपण फक्त देहाने इथे येऊन पोहोचलोय. कारण, तो आपल्या रोजच्या सवयीचाच एक भाग आहे; पण आपलं मन मात्र अजूनही तिथेच रेंगाळतंय. त्या युवकाच्या आसपास! मातापित्यांचं बोलणं, त्यांचे प्रश्न तिच्या कानावर पडत होते. त्यांना उत्तरंही देत होती ती. आजूबाजूला काम करत असलेल्या इतर माणसांचा वावरही तिला जाणवत होता; पण वाटत होतं, बाकीच्या जगात आणि आपल्यात एक धूसर पटल आहे. भोजनाच्या वेळी समोरचे सुग्रास अन्नपदार्थ कसेबसे ढकलले तिने घशाखाली; पण त्यातल्या एकाही पदार्थाचा मनापासून आस्वाद घेता आला नाही तिला. रोजच्या सवयीची तिची शय्या तिला खुणावत होती. तिच्या दमल्या भागल्या देहाला तिच्या कुशीत बोलावत होती! पण तिच्यावर रुसलेली, तिच्या जवळ यायला घाबरणारी निद्रादेवी तिच्या शय्येच्या आसपासही फिरकायला तयार नव्हती. पापण्या तर मिटायलाच तयार नव्हत्या तिच्या! कारण तिच्या नेत्रांसमोरून सायंकालीन संधिप्रकाशात पद्मासन घालून ध्यानधारणा करणारा आणि स्वतःभोवती एक असीम शांती पसरवणारा तो युवक हलायलाच तयार नव्हता.

रात्रीच्या भोजनाच्या वेळी सिद्धार्थ गौतमच्या शेजारीच बसलेल्या त्याच्या मां महाप्रजापती गौतमी वरचेवर त्याला आग्रह करत होत्या. त्याने पोटभर जेवावं म्हणून त्यांच्या चालू असलेल्या आग्रहचा सिद्धार्थ मात्र मान ठेवू शकत नव्हता. त्यांचा आग्रह आणि सिद्धार्थचा नकार यांची जणूकाही जुगलबंदीच सुरू होती आणि दोघंही एकमेकांच्या तोडीस तोड होते. भोजनानंतर काही काळ प्रासादासमोरच्या वाटिकेत जाऊन येत असत ते दोघंही. तिथे बसून शांतपणे संगीताचा आस्वाद घेत. त्या रात्री संगीत ऐकण्याच्या अनावर ऊर्मीमुळे सिद्धार्थने भोजन काहीसं घाईनचं उरकलं. चंद्रप्रकाशाने उजळून निघालेली शांत रात्र होती ती. चंद्राच्या त्या लख्ख प्रकाशात निष्प्रभ होऊन गेलेले तारे स्वतःचं चमकणंही विसरून गेले होते. मात्र इथे धरतीवर त्या मायलेकांचीच प्रभा सर्वत्र पसरली होती. दोघंही रत्नांसारखे तेजस्वी

दिसत होते. त्यांच्या समोर एक शांत तळं होतं! पानोपानी सुगंधी फुलांनी लगडलेल्या तरूवेली त्या तळ्याभोवती होत्या. त्यांच्या फुलांचा दरवळ आसमंत व्यापून उरलेला होता. धरतीवरती उतरलेल्या तारे-तारकांसारखे त्यांच्या आजूबाजूला असलेले प्रज्वलित दीप चमचमत होते.

गाण्यासाठी त्याने खडा आवाज लावला आणि बघता बघता सिद्धार्थला स्वतःचं आणि आजूबाजूच्या परिसराचं संपूर्ण विस्मरण झालं. भान हरपून गाणाऱ्या सिद्धार्थकडे बघणारा आणि आनंदाने न्हाऊन निघत असलेला चंद्र कुठल्याही क्षणी धरतीवर उतरेल की काय असं वाटत होतं. थोड्याच वेळात सिद्धार्थच्या खड्या आवाजाशी मां गौतमींनी स्वतःचेही सूर जुळवले.

मन भरेपर्यंत सुरांच्या दुनियेत रमलेल्या सिद्धार्थने गाणं थांबवल्यावर आजूबाजूला समाधानाने नजर टाकली आणि तो मां गौतमींना म्हणाला, ''संपूर्ण विश्वच लयबद्ध पावलं टाकत नृत्य करतंय, असं नाही वाटत तुम्हाला?''

गौतमीदेवींनी त्याचं बोलणं पटत असल्यासारखा हुंकार दिला. सिद्धार्थचं बोलणं त्यांना नेहमीच आवडायचं! त्याच्या मनातले विचार तो शब्दांमध्ये मांडायचा, त्या वेळी त्याच्यासमोर बसलेल्यांपर्यंत ते शब्द एका वेगळ्याच, अनोख्या अर्थाने पोहोचत असत. एक नवंच सत्य ते त्यांच्यासमोर उलगडून ठेवत. नेहमीचेच शब्द; पण ते सिद्धार्थच्या तोंडून बाहेर पडत, त्या वेळी ऐकणाऱ्याला वाटायचं, आज पहिल्यांदाच हे शब्द आपल्या कानावर पडले आहेत.

त्यांचा आणि सिद्धार्थचा संवाद सुरू असतानाच गौतमीदेवींना महाराज शुद्धोधन यांच्याकडून निरोप आला. महाराजांना त्यांच्याशी काही महत्त्वाचं बोलायचं होतं. त्या उठून आता गेल्यानंतर सिद्धार्थनं तिथे त्या चंद्रप्रकाशाखालीच आणखीन काही काळ आराम करायचं ठरवलं आणि तो तळ्याकाठी जमिनीवरच पहुडला. पूर्ण क्षमतेनं प्रकाश देत असलेल्या चंद्राकडे कितीतरी वेळ टक लावून बघत जागाच होता तो. मनाला तृप्ती लाभेपर्यंत तो आजूबाजूच्या निर्सगाची मनाशीच पूजा बांधत राहिला. खूप उशिरा कधी तरी झोप त्याच्या पापण्यांवर अलगद उतरली.

सकाळी अगदी उजाडता उजाडताच उठणं सिद्धार्थला मनापासून आवडत असे; पण दिवसभरातली त्याच्या मनाविरुद्ध त्याला करावी लागणारी

कामं मात्र त्याला अगदी नकोशी वाटत. आपल्या पित्यासमोर शांतपणे बसून त्याला ते सांगतील, त्या गोष्टी न कंटाळता ऐकून घ्याव्या लागत. शेतीमधून येणारं उत्पन्न आणि त्यातून होणारे खर्च यांच्याबद्दलची अगदी सविस्तर माहिती ते त्याला देत. त्यानंतर तासन्तास एका उत्तम योद्ध्यासाठी आवश्यक ती कौशल्यं त्याला शिकून घ्यावी लागत. तलवारीच्या मदतीने कराव्या लागणाऱ्या लढाया, कुस्त्यांचा सराव, धनुर्विद्या आणि आणखी किती तरी गोष्टी त्याला अनिच्छेने का होईना; पण शिकून घ्याव्याच लागत. दुपारच्या भोजनानंतर त्याला विश्रांती घेण्यासाठी थोडा मोकळा वेळ मिळत असे. विश्रांतीनंतर मात्र त्याची पावलं भिक्षुमंडळींच्या आश्रमाची वाट झपाट्याने चालू लागत. त्याला तिथे जाण्याचे अक्षरशः वेध लागलेले असत, इतकं त्या ठिकाणी त्याचं मन गुंतलेलं होतं. संन्याशांच्या आश्रमातच वास्तव्याला असणारे तपस्वी कलामुनी यांच्याशी तो मनाने सर्वाधिक जवळ होता. त्यांच्या सान्निध्यात त्याच्या बुद्धीला अधिकच धार चढत असे.

कलामुनींच्या सहवासात, त्यांच्या मदतीने तो त्याच्या मनाला गोंधळात टाकणाऱ्या आणि अंतःकरणाला यातना देणाऱ्या प्रश्नांची उत्तरं शोधायचा प्रयत्न करत असे. त्यांच्या बरोबरच्या चर्चा, त्यांच्याशी होणारे संवाद त्याच्या विचारशक्तीला चालना देत. त्याच्या ज्ञानाच्या कक्षा विस्तारत. तो त्यांच्यावर प्रश्नांचा अक्षरशः वर्षाव करत असे. प्रश्नांचा प्रचंड साठा होता त्याच्याजवळ. या विश्वाच्या निर्मितीबद्दलचे, निसर्गाविषयीचे, विश्वात नांदत असलेल्या शक्तीच्या बाबतीतले, किती तरी प्रश्न मनात असायचे त्याच्या! मानवी भावभावना, दैनंदिन जीवनातले विविध अनुभव, मानवी जीवनातले छोटेमोठे आनंद आणि वेगवेगळ्या प्रकारच्या त्यांच्या व्यथा! त्याच्या प्रश्नांना अंतच नसायचा. कलामुनींबरोबर तो असायचा, तो वेळ त्याच्या दृष्टीने अत्यंत मोलाचा असे. त्यांच्याबरोबर रोजच्या रोज घडणाऱ्या चर्चांनंतर तो अतिशय हळवा, भावनाप्रधान होऊन जायचा. मन अस्वस्थ व्हायचं त्याचं. अस्वस्थता आणि यातना यांनी मनाला दिलेल्या डागण्यांमुळे त्याच्या हृदयाचे ठोके जलद गतीने पडत. या साऱ्यांमुळे ढळलेली स्वतःच्या मनाची शांती परत मिळवण्यासाठी कलामुनींच्या आश्रमाजवळच्या मंदिरात जाऊन ध्यानधारणा करण्याचा परिपाठ होता त्याचा. मनात उठलेलं शंकांचं काहूर आणि तनामनाला व्यापून बसलेली अस्वस्थता यांनी झाकोळून गेलेली त्याची चेहरेपट्टी मग एक प्रकारच्या

असीम शांतीनं उजळून जायची. ज्या कुणाला त्याच्या चेहऱ्यावरचं हे तेज आणि ही शांती यांचं दर्शन घडेल, त्यांचं भाग्य थोरच म्हणायला हवं! माणसाच्या रूपातला सर्व सद्गुणांचा मूर्तिमंत पुतळा असल्यासारखा दिसत असे तो त्या वेळी. ध्यानधारणेला बसलेल्या सिद्धार्थची तुलना त्या वेळी कुणाशीही होऊ शकत नसे. अगदी साधुसंत किंवा परमेश्वर यांच्याशीही नाही. तो एकमेवाद्वितीयच असायचा त्याच्या त्या ध्यानधारणेच्या काळात! तो फक्त सिद्धार्थ आणि सिद्धार्थच असायचा!

त्या दिवशी दुपारी सिद्धार्थला विश्रांती घ्यावीशीच वाटत नव्हती, त्यामुळे काळही अगदी कूर्मगतीने पुढे सरकत असल्यासारखं वाटत होतं त्याला. संध्याकाळी रोजच्या ठरलेल्या त्याच्या वेळेआधीच तो तयार होऊन प्रासादाबाहेर पडला. कलामुनींच्या आश्रमाच्या वाटेवर त्याला काही भिक्षू दिसले. ते दृष्टिआड होईपर्यंत सिद्धार्थ त्यांच्याकडे टक लावून पाहत राहिला होता. हे असं संन्यस्त जीवन त्यांनी का स्वीकारलं असावं, ते कळतच नव्हतं त्याला. त्यांच्यातली अगदी धनवान माणसंही त्यांना मिळत असणाऱ्या सर्व भौतिक सुखांकडे पाठ फिरवून संन्याशाचं हे अगदी साधंसुधं आयुष्य स्वीकारत असतील का? की जीवनातल्या अवघड, क्लेशकारक वास्तवाला सामोरं जाण्याचं धाडस यांच्याजवळ नाही म्हणून त्याच्यापासून पळ काढण्यासाठी हा मार्ग शोधलाय त्यांनी? काही कळतच नव्हतं त्याला. दरवेळी या भिक्षूंना पाहिलं की, असे नाना तऱ्हांचे प्रश्न त्याच्या मनात थैमान घालत. त्याला गोंधळात टाकत. त्याचं स्वतःचं आयुष्य तरी दुःखाशिवाय कुठे होतं? आणि एक शोकांतिका होती या दुःखामागे! कधीही, कशानेही भरून न येणारं नुकसान करून गेलेली शोकांतिका! अशी एक भळभळती जखम ती मागे सोडून गेली होती, जी मनावर अश्रूंचा अविरत अभिषेक करूनही शांतवली जाणार नव्हती. ती मनाला देत असणाऱ्या यातना खरं म्हणजे कुणाच्याही सहनशक्तीच्या पलीकडच्याच होत्या; पण त्याला मात्र त्या त्याच्या वयाच्या अवघ्या दहाव्या वर्षीच सहन कराव्या लागल्या.

दहा वर्षांचा होईपर्यंत महाप्रजापती गौतमीच आपली जन्मदात्री, आपली मां आहे, असं सिद्धार्थला वाटत होतं; पण एक दिवस त्याच्याबरोबर कुठल्या तरी खेळात हरल्यामुळे संतप्त झालेल्या देवदत्तानं त्याला 'मातृविहीन' म्हणत हिणवलं. सिद्धार्थला त्याच्या बोलण्याचा अर्थच कळला नाही. आपण मातृविहीन आहोत? त्याने देवदत्ताला त्याच्या या संतापाने उच्चारलेल्या

शब्दांचा अर्थ विचारला. ''गौतमी तुझी सावत्र मां आहे. तू अगदी काही दिवसांचा होतास, तेव्हाच तुझी मां हे जग सोडून गेली.''

घाईघाईत हे सिद्धार्थला सांगून देवदत्ताने तिथून पळ काढला होता.

''सावत्र माता'' म्हणजे नेमकं काय हे कळण्याचं सिद्धार्थचं वय नव्हतं तेव्हा; पण ते शब्द त्याला खोलवर कुठे तरी दुखावून गेले. असं दुःख त्याला देऊन गेले, जे त्याने त्या दिवसापर्यंत कधीच अनुभवलं नव्हतं. खेळताना कधी तो पडला, लागलं, झालेल्या जखमांमधून रक्त आलं, तरी ते सगळं तो अत्यंत खिलाडू वृत्तीनं स्वीकारत असे. दीर्घकाळ चालणारं धनुर्विद्येचं प्रशिक्षण त्याला दमवून टाकत असलं, तरी त्यामुळे त्याच्या मनाला कधी त्रास झाला नव्हता. तलवार हाती घेऊन लढायांचा सराव करताना त्यांच्यामुळे कधी तरी बारीक सारीक जखमा व्हायच्याच; पण त्या जखमांनीही त्याला कधी फारशा वेदना दिल्या नव्हत्या; पण 'मातृविहीन' हा शब्द त्याला जे दुःख देऊन गेला होता, ते त्याच्यासाठी पूर्णपणे अनोळखी होतं. त्याच्या सहनशक्तीच्या पलीकडचं होतं. तिथून तातडीने निघून तो थेट मां गौतमींजवळ गेला. स्वतःच्या या सहन न होणाऱ्या दुःखाबद्दल तो त्यांच्याशी बोलला. या बाबतीतलं सत्य त्यांनी त्याला सांगावं, अशी विनंती केली त्याने त्यांना.

त्याला शांत करण्याचा प्रयत्न करत गौतमीदेवींनी त्याला संपूर्ण सत्य सांगितलं. त्याच्या जन्माविषयी त्या त्याच्याशी बोलल्या. राणी महामाया यांनी त्याला बीजरूपात स्वतःच्या गर्भात कसं रुजवून घेतलं. त्याला मूर्त रूप कसं दिलं, तो गर्भावस्थेत होता, त्या वेळी त्याला स्वतःमधून पोषक पदार्थ देऊन कसं वाढवलं, स्वतःमध्ये खोलवर रुजवलेल्या या बाळाला त्यांनी कसं जपलं आणि त्याची पूर्ण वाढ झाल्यावर नऊ महिन्यांनी त्याला या जगात कसं आणलं... सारं काही सविस्तरपणे सांगितलं त्यांनी त्याला. महामायादेवींचं सौंदर्य, त्यांच्या हालचालींमधली मोहकता, त्यांचं खानदानी वागणं बोलणं, त्यांची निसर्गावर प्रेम करण्याची वृत्ती आणि त्यांचं सौंदर्योपासक मन, यातल्या प्रत्येक गोष्टीचा त्यांनी आवर्जून उल्लेख केला. सिद्धार्थच्या जन्माची घटिका जवळ येत होती, त्या वेळी सौंदर्याच्या या अनावर ओढीमुळेच त्यांची पावलं लुंबिनीमधल्या वाटिकेकडे वळली. फुलांनी बहरलेल्या झाडांच्या ताटव्यांमधून त्या फिरत असतानाच त्यांनी सिद्धार्थला जन्म दिला. सिद्धार्थ! चंद्र आणि सूर्य यांच्यातल्या सर्व

सद्गुणांचा मनोहर मिलाफ म्हणजे सिद्धार्थ! पण महामायादेवींना फक्त सात दिवस त्यांच्या या राजस बाळाला कुशीत घेण्याचं भाग्य लाभलं आणि कुणाच्या ध्यानीमनीही नसताना या मायलेकरांची अकस्मात ताटातूट झाली. कायमची! गौतमी मां सांगत होत्या आणि सिद्धार्थ त्यांचा शब्दन्शब्द कानात साठवून घेत होता. अवघ्या सात दिवसांच्या सिद्धार्थला महामायादेवींच्या मृत्यूनंतर गौतमींनी स्वतःच्या कुशीत घेतलं आणि त्या त्याची माता झाल्या, हे त्यांनी त्याला सांगितलं, त्या वेळी सिद्धार्थ स्वतःच्या जागेवरून उठला आणि त्यांच्याजवळ जाऊन तो त्यांना बिलगला. त्यानंतरच्या कित्येक रात्री स्वतःच्या मातेच्या कायमच्या वियोगामुळे व्यथित झालेल्या सिद्धार्थने जागून काढल्या होत्या. कधीही न पाहिलेल्या आणि आता या जगातच नसणाऱ्या स्वतःच्या मातेला त्याने त्याच्या अश्रूंचा अभिषेक घडवला होता.

आणखी एका दुःखद विचाराने त्याचं चिमुकलं काळीज त्या काळात रात्रंदिवस कुरतडलं जात होतं. त्याच्या मातेच्या अकस्मात मृत्यूला तो स्वतः तर कारणीभूत नव्हता? महाराज शुद्धोधन त्याला शांत करण्यासाठी, समजवण्यासाठी प्रयत्नांची पराकाष्ठा करत होते. त्याच्या मनातलं हे शल्य दूर करण्याचे प्रयत्न करून मां गौतमीही थकून गेल्या होत्या. त्यांनी त्याला हेही सांगून पाहिलं की, प्रत्येकच स्त्री आपल्या अपत्याला जन्म देताना मरणाच्या दारापर्यंत जाऊन परत येते. महामायादेवीही तिथपर्यंत जाऊन परत आल्या होत्या. त्याच्या जन्मानंतर ज्या व्याधीने त्यांना घेरलं, त्याला सिद्धार्थ तीळमात्रही कारणीभूत ठरला नव्हता, हे मां गौतमींनी त्याच्या मनावर बिंबवण्याचा प्रयत्न केला; पण तरीही त्याच्या मनाची टोचणी कमी होईना, त्या वेळी महाराज शुद्धोधन यांनी एका अतिशय विद्वान अशा संताकडे त्याला पाठवलं. त्या संतांनी एक सत्य ठामपणे त्याच्यापुढे ठेवलं. या विश्वात जन्माला येणाऱ्या प्रत्येक व्यक्तीलाच तिच्या मृत्यूची जबाबदारी स्वीकारावी लागते. त्यांच्या या शब्दांनी सिद्धार्थच्या मनातलं शल्य काहीसं बोथट झालं; पण मृत्यू या शब्दाभोवतीच घिरट्या घालणारं त्याचं मन मात्र त्या घिरट्या थांबवायला तयार नव्हतं. आपली जन्मदात्री आता या जगात नाहीय, हे सत्य स्वीकारलं होतं त्याने; पण तरीही मृत्यू या शब्दामागचं शाश्वत सत्य त्याला जाणून घ्यायचं होतं. असं काही सत्य असेलच, तर ते नेमकं काय होतं? मनामध्ये उद्भवलेले हे प्रश्न खोलवर रुजले आणि त्याच्या वाढत्या वयाबरोबर तेही वाढत गेले. आपली जन्मदात्री आता

कधीही परत येणार नाहीय, याविषयी मात्र त्यानंतर त्याच्या मनात कसलाही संदेह उरला नाही. तिचं अस्तित्वच आता उरलं नाहीय, हे त्याला कळून चुकलं होतं आणि या दाहक सत्याच्या सोबतीनेच आपल्याला पुढचं सारं आयुष्य काढायचंय, हेही! पण हे सत्य आता उमजणं आणि त्या कोवळ्या वयात ते समजून घेण्याचा प्रयत्न करणं, यात मोठं अंतर होतं. वाढत्या वयाबरोबर त्याची विचार करण्याची पद्धत बदलत गेली होती. एखादी व्यक्ती अस्तित्वात असणं किंवा अस्तित्व नसणं, या दोन्हीमधला सखोल अर्थ त्याला आता समजत होता आणि तो फक्त त्याच्या जन्मदात्रीपुरताच नाही... फक्त तिच्याच संदर्भात नाही, तर त्याच्या सभोवताली असलेल्या प्रत्येक गोष्टीला तोच अर्थ लागू होतो हे त्यानं जाणून घेतलं होतं. एका वेगळ्या दृष्टिकोनातून या गोष्टींकडे बघायला त्याने सुरुवात केली होती. त्यांच्या समवेत येणारी सुखं आणि दुःख म्हणजे फक्त वेगवेगळे अनुभव आहेत, याची जाणीव झाली होती त्याला. या अनुभवांचा गाभा नेमका कुठे असतो, यावर तो सतत मनन, चिंतन करत असे; पण यश त्याला सतत हुलकावणी देत होतं. कलामुनींबरोबर घडणाऱ्या चर्चांमधून अनेक बाबतीत त्याला नवंच ज्ञान प्राप्त होत असे; पण नव्या ज्ञानापाठोपाठ नवे प्रश्न त्याच्या मनात उभे राहत. त्यांची उत्तरं मिळायलाच हवीत, असा आग्रह त्याचं मन धरायचं. या श्रेष्ठ मुनीवरांकडून तरी आपल्याला आपल्या प्रश्नांची उत्तर मिळू शकतील का? की तेही कायमच या उत्तरांच्या शोधात असतात? तो स्वतःलाच विचारायचा.

या आणि अशाच प्रकारच्या विचारांमध्ये खोलवर बुडालेल्या सिद्धार्थने कलामुनींच्या आश्रमात जाण्याचा विचार मनातून काढून टाकला आणि बराच वेळ निरर्थकपणे वाट तुडवून तो प्रासादात परतला.

रात्री खरं म्हणजे भोजन घेण्याची इच्छाच होत नव्हती त्याला. संगीताचा आस्वाद घेणंसुद्धा नकोसंच वाटत होतं; पण तसं आपण बोलून दाखवलं, तर आपले मातापिता अतिशय अस्वस्थ होतील, याची जाणीव होती त्याला. प्रासादातली इतरही सारी मंडळी चिंतेत पडली असती. त्या सगळ्यांनाच असं काळजीत टाकण्यापेक्षा मां गौतमींच्या सहवासात राहणं आणि रोजच्या सारखंच वागणं, खाणंपिणं आणि संगीतात रमणंच अधिक श्रेयस्कर मानलं त्याने. त्या रात्री निद्रादेवीने तर पाठच फिरवली होती त्याच्याकडे. स्वतःच्या मातेच्या स्मृतींनी, तिच्या चीरवियोगाने पुन्हा

एकदा व्याकूळ करून टाकलं होतं त्याला; पण महामायादेवींना विसरू न शकणं, याचा अर्थ महाप्रजापती गौतमी मातेला आपली माता म्हणून न स्वीकारणं असा होतो, हेही कळत होतं. वाटत होतं, केवळ गौतमी मांच्या पोटी आपला जन्म झालेला नाही म्हणून त्यांनी आपल्यावर केलेल्या पुत्रवत प्रेमावर संशय घेणं शक्य आहे का आपल्याला? आणि तसं नाहीय, तसं अजिबात नाहीय याची खात्री होती सिद्धार्थला.

त्याला ओढ लागली होती, ती फक्त स्पर्शाची! जिनं त्याला जन्म दिला होता, त्या मातेच्या वात्सल्याने ओथंबलेल्या स्पर्शाची! त्याहून अधिक काहीही नको होतं त्याला.

साऱ्या तनमनाला एक विलक्षण पोकळी वेढून बसल्याची भावना त्याला अस्वस्थ करत होती आणि ती पोकळी त्याला त्याच्या मातेच्या त्याने मनाशी जपलेल्या प्रतिमेने भरून काढायची होती, एवढंच! जे जे कुणी महामायादेवींशी परिचित होते, त्यांना सिद्धार्थ ही त्यांची हुबेहूब प्रतिमा आहे, असं वाटत असे; पण त्याच्या दृष्टीने खेदाची बाब ही होती की, मूळ प्रतिमा नष्ट झाली होती. आता अस्तित्वात होती, ती फक्त त्या प्रतिमेची नक्कल! तिचं 'महामाया' असं नामकरण कुणी केलं असेल? महामाया म्हणजे भव्य मोहजाल. हे विराट विश्व या महामायेनेच जन्माला घातलं असेल का? या विश्वाच्या निर्मितीमागचं, या मोहजालामागचं अंतिम सत्य काय आहे? या विश्वाच्या पसाऱ्यात महामायादेवींनी त्याला आणून सोडलं होतं, ते फक्त व्यथा, वियोग आणि कधीही पुरी होऊ न शकणारी एक आस, यांचा अनुभव घेण्यासाठीच? आणि या साऱ्या भावना म्हणजे केवळ भ्रमच असेल, तर मग सत्य काय होतं? आपल्याला कधी जाणून घेता येईल ते? आणि कसं?

सारी रात्र हेच विचार सोबत करत होते त्याला. डोळ्याला डोळा लागला नव्हता. उजाडल्यावर मात्र पहाटेचा रक्तिमा त्याच्या डोळ्यांमध्ये भरून उरला. तो खिडकीजवळ जाऊन उभा राहिला. उगवतीच्या सूर्याचं त्यानं थोडा वेळ दर्शन घेतलं आणि मगच त्याच्या दैनंदिन कामांकडे वळला तो!

कपिलवस्तूच्या आजूबाजूच्या खेड्यांमधली काही ज्येष्ठ मंडळी प्रासादात आली होती आणि त्यांच्याशी चर्चाविनिमय करण्यात महाराज शुद्धोधन गढून गेले होते. एका मोठ्या दिवाणखान्यात सारे जण अगदी

स्वस्थ मनाने बसले होते. दिवाणखान्यात सिद्धार्थनं पाऊल टाकलं, त्या वेळी शांत चित्ताने बसलेल्या त्या सगळ्या माणसांना त्याने बघितलं आणि त्याच्या मनावरचा ताण एकदमच नाहीसा झाला. अशा प्रकारच्या बैठकांना आल्यानंतर ही ज्येष्ठ मंडळी बहुतेक वेळा संतप्त शब्दांची देवाण-घेवाण किंवा कडाक्याची भांडणं यांच्यातच गुंतलेली त्याने पाहिली होती. आजच्यासारखी ही स्तब्धता फारच कमी वेळा दिसत असे, त्यामुळेच महाराजांनी सिद्धार्थला सभेत येण्यासाठी सेवकांजवळ निरोप दिला की, तिथे जाणं टाळण्यासाठी त्याचं मन कुठली न कुठली तरी सबब शोधू लागे; पण खोटं बोलणं ही त्याच्यासाठी अशक्य कोटीतली गोष्ट असल्याने तो निमूटपणे त्या चर्चांमध्ये भाग घेण्यासाठी तिथे जात असे. त्या दिवशीही तो काहीसा अनिच्छेनेच गेला होता तिथे; पण नवल म्हणजे त्या दिवशी ती सारी वयस्कर मंडळी कमालीची शांत बसलेली होती.

तो हंगाम होता शेतीला पाणी देण्याचा आणि काळ होता कपिलवस्तू आणि त्याच्या शेजारच्या राज्यांमधला टोकाच्या वितुष्टाचाही! या दिवसांमध्ये बहुतेक वेळा कपिलवस्तू शेजारच्या राज्यांमधल्या लोकांना शत्रू मानायला लागलेलं असायचं. अत्यंत कडवट शब्दांमध्ये या राज्याराज्यांमधून एकमेकांवर शाब्दिक शरसंधान सुरू झालेलं असायचं. भांडण, मतभेद यांनी टोकाचं स्वरूप धारण केल्याचंच दृश्य कायम बघायला मिळत असे त्या काळात! आणि या साऱ्याचं मूळ होतं रोहिणी नदीच्या पाणीवाटपात! म्हणूनच आजच्या बैठकीतल्या या शांततेचं सिद्धार्थला नवल वाटत होतं. वर्षभरातला हा अत्यंत महत्त्वाचा काळ आणि इथे ही अशी विचित्र शांतता? तो त्याच्या नेहमीच्या जागेवर जाऊन बसला आणि त्याने महाराज शुद्धोधनांना विचारलं, ''तात, तुम्ही सगळेच आज इतके शांत, इतके निवांत कसे?''

''खास असं काहीच कारण नाही सिद्धार्थ... यंदा रोहिणी दुथडी भरून वाहते आहे, त्यामुळे आपल्या वाट्याच्या तिच्या पाण्यासाठी आपली या वर्षी शेजारच्या राज्यांशी भांडणं होण्याचा प्रश्नच उद्‌भवत नाही! त्यामुळे त्या दृष्टीने काही तयारी करण्याचीही गरज नाही.''

''आपण अगदी रास्त निर्णय घेतला आहे तात!'' महाराजांचं बोलणं ऐकून सिद्धार्थचा चेहरा उजळला होता. ''या वर्षी पाणी भरपूर आहे, ही गोष्ट तर उत्तमच आहे; पण माझ्या मनात त्यामुळे एक वेगळाच विचार आलाय.

आपल्याला जर शांतता नांदायला हवी असेल, तर सर्वत्र सगळ्याचीच विपुलता असायला हवी. मग ते पाणी असो, धनधान्य, अन्न असो किंवा दुसऱ्या कुठल्याही प्रकारचं वैभव असो.''

सिद्धार्थला नेमकं काय सांगायचंय, ते बहुतांश वेळा लोकांना कळतच नसे. काही लोकांना कधी त्यातला अर्थ कळलाच, तरी तो अगदी वरवरचाच असायचा! मात्र त्यातल्या सखोल अर्थाचं आकलन ज्यांना होत असे, त्यांना त्याच्या धोरणीपणाचं, दूरदृष्टीचं कौतुक वाटायचं.

त्या ज्येष्ठ मंडळींमधलेच एक जण, देवांश त्याला म्हणाले, ''विपुलता पूर्णपणे मानवी प्रयत्नांवरच अवलंबून नसते सिद्धार्थ. यंदा पाऊस पुरेसा पडला असल्याने शेतीसाठी भरपूर पाणी उपलब्ध झालं; पण हे असं प्रत्येक वर्षी घडत नाही ना? पाऊस किती पडावा, यावर जसं आपलं काही नियंत्रण नसतं. तसंच शांततासुद्धा पूर्णपणे आपल्या हाती नसते. सर्वत्र शांतता नांदावी, या दृष्टीने तू खूप विचार करतोस; पण एक गोष्ट तू ध्यानात घ्यायला हवीस. शांततेसाठी आपण वरचेवर केलेलं आवाहन ही युद्धाच्या बाबतीतली आपली दुर्बलता समजली जाईल म्हणूनच रोहिणी दुथडी भरून वाहत असो किंवा तिची धार जेमतेम करांगुलीएवढी बारीक असो, आपण युद्धासाठी कायमच सज्ज असायला हवं.''

देवांशांच्या बोलण्यानं सिद्धार्थ काहीसा क्षुब्ध झाला; पण थोड्याच अवधीत त्यानं स्वतःला सावरलं. त्याच्या चेहऱ्यावरचे नाराजीचे भाव शुद्धोधन महाराजांनी अचूक टिपले. त्याच्यासाठी त्यांच्या पोटात तुटलं.

''तू अजून लहान आहेस सिद्धार्थ.'' अशा वेळी त्यांच्या पुत्राला ते नेहमी समजवत, त्याच प्रकारे त्यांनी आताही समजावलं त्याला. ''अशा तऱ्हेच्या बैठकांना तू हजर असावंस, असं मला वाटतं, ते या जगाचे व्यवहार तुला जाणून घेता यावेत म्हणून! आणि म्हणूनच तू फक्त शांतपणे हे सगळं ऐकून आणि समजून घेण्याचा प्रयत्न कर. तू आणखी थोडा मोठा झालास, प्रगल्भ झालास की, तुझी मतं मांडायचा अधिकार तुला आपोआपच मिळेल.''

सिद्धार्थ खरं म्हणजे नेहमीच आपल्या पित्याच्या उपदेशाचा, सल्ल्याचा मान राखत असे; पण युद्धासारखे प्रक्षोभक शब्द कानावर पडले की, तो गप्प बसूच शकत नसे. शांतीचं महत्त्व पटवून देण्याचा तो स्वतःकडून निकराचा प्रयत्न करायचा. खरं तर तो त्या सगळ्यांपेक्षाच

वयानं खूप लहान होता; पण त्याच्या तोंडच्या 'शांती' या शब्दाविषयीच्या कल्पना ऐकून त्यांच्यातली युद्धपिपासू माणसं संतापाने अक्षरशः दात-ओठ खात. त्यांच्याशी वितंडवाद सुरू करत. युद्धाच्या फायद्यांची फसवी सत्य त्यांच्यापुढे मांडत; पण मग थोड्याच वेळात त्यांच्या लक्षात येत असे की, सिद्धार्थच्या कल्पनांना सातत्याने विरोध करत राहणं आपल्याला जमणार नाही. त्यांच्या हिरिरीने मांडलेल्या मुद्द्यांमधलं फोलपण त्यांच्याच लक्षात यायचं. स्वतःच्या असमर्थतेमुळे आलेली कडवटपणाची भावना आणि मनात न मावणारा संताप, या दोन्हींमुळे प्रक्षुब्ध झालेली ती माणसं मग ताबडतोब तिथून बाहेर पडत.

त्या दिवशीही युद्ध आणि शांतता यांच्या संकल्पनांवर देवांशांनी झाडलेले ताशेरे ऐकून सिद्धार्थ अस्वस्थ झाला. ''महाराज...'' दोन्ही हात जोडून त्यांना नमस्कार करत त्याने म्हटलं, ''रोहिणीला भरपूर पाणी असतं, त्या वेळी आपण शांततापूर्ण मार्गाने त्या पाण्याची वाटणी जर करून घेऊन शकतो, तर नदीला पाणी कमी असतं, त्या वेळीही आपण याच मार्गाने ते वाटून घेऊ शकतो. आपण सारेच या भूमातेची लेकरं आहोत. आपल्यापैकी कुणीही एक जण दुसऱ्याला बाजूला सारून तिचं दूध एकटाच पिऊ शकत नाही. कारण, तिच्या दुधावर सगळ्यांचाच समान हक्क आहे. माणसं जर या भूमातेचं वैभव आपापसात वाटून घेऊ शकतात, तर तिच्या विपन्नावस्थेचीही त्यांनी समान वाटणी घ्यायला हवी आणि असं घडलं, तर युद्ध आणि दुःख, व्यथा यांना कुठे थाराच मिळणार नाही. धरतीमातेच्या चेहऱ्यावर फक्त शांतीच विलसताना दिसेल आपल्याला.''

देवांश संतापले. अवघ्या वीस वर्षांच्या या तरुणाकडून कोणत्याही शब्दांचे अर्थ शिकून घेणं त्यांना मंजूर नव्हतं.

''शुद्धोधन...,'' कठोर स्वरात त्यांनी म्हटलं, ''पोरासोरांकडून दिल्या गेलेल्या मार्गदर्शनाचा स्वीकार करण्याइतका मूर्ख नाहीय मी. इथून निघून जाण्याची अनुमती हवीय मला आपल्याकडून.''

सभा सोडून देवांश बाहेर पडल्याबरोबर इतर ज्येष्ठ मंडळीही उठून उभी राहिली. उच्च स्वरात त्यांनी सिद्धार्थला तऱ्हातऱ्हांची दूषणं द्यायला सुरुवात केली. त्या सर्वांसमोर शुद्धोधन महाराजांनी आदराने हात जोडले आणि सभा संपली असल्याचं त्यांना सांगितलं. त्यांच्या घरी असताना या सर्व मंडळींना जो त्रास झाला होता, त्याबद्दल त्यांनी त्या सगळ्यांची क्षमा मागितली.

सिद्धार्थही शांतपणे तिथून बाहेर पडला. शांतीऐवजी युद्धाची निवड करणाऱ्या या माणसांच्या बुद्धीची त्याला कीव आली. या माणसांना युद्धंच हवंय, हे लक्षात आलं होतं त्याच्या. किती तरी निष्पाप, निरपराध जीवांचे या युद्धात बळी जाणार होते आणि युद्धात मारल्या गेलेल्या लोकांच्या नातेवाइकांचा आक्रोश, त्यांचा विलाप लयाला जाण्यापूर्वीच दुसऱ्या युद्धाला सुरुवात होणार नाही, याची तरी खात्री कोण देणार होतं?

प्रासादातून बाहेर पडलेला सिद्धार्थ आजूबाजूच्या शेतांमधून चालत निघाला होता. उन्हाची ऊब घेऊन सुखावलेली, पूर्णपणे तरारून वर आलेली ती हिरवीगार पिकं वाऱ्याच्या झुळुकीबरोबर आनंदानं डोलत होती. अचानकच एक कोकरू कुठून तरी धावत येऊन त्याच्यापुढे उभं राहिलं. सिद्धार्थला त्याला उचलून घेण्याचा मोह आवरता आला नाही. गुडघे दुमडून घेऊन तो जमिनीवर बसला आणि त्या कोकराला त्याने मांडीवर घेतलं. त्या कोकराने मान वर करून इतक्या प्रेमाने त्याच्याकडे पाहिलं की, एवढा वेळ त्याच्या मनावर असलेला ताण, त्याची अस्वस्थता सारं काही क्षणार्धात नाहीसं झालं. त्या हिरव्यागार शेतांमध्ये मांडीवर पांढऱ्याशुभ्र कोकराला घेऊन बसलेल्या, मायेनं, प्रेमानं त्याला कुरवाळत असलेल्या सिद्धार्थला त्या वेळी कुणीही बघितलं असतं, तरी ती व्यक्ती हरखूनच गेली असती, इतकं मोहक होतं ते दृश्य!

स्वतःच्या काकांच्या दोन मुलींना घेऊन त्याच वेळी यशोधरा त्या वाटेवरून कुठेतरी निघालेली होती. सिद्धार्थकडे तिचं लक्ष गेलं, आणि स्वतःच्या त्या खोडकर बहिणींना आवरण्याच्या प्रयत्नात असलेली यशोधरा अक्षरशः मंत्रमुग्ध झाली. नेमक्या त्याच वेळी तिच्या त्या दोन्ही बहिणींना कशाची तरी गंमत वाटली आणि त्या खळखळून हसल्या. त्या आवाजाने सिद्धार्थनं मान वळवून त्यांच्याकडे बघितलं. मुलींना त्याच्या मांडीवरच्या त्या पांढऱ्याशुभ्र कोकराने भुरळ घातली. त्या दोघीही धावत सिद्धार्थजवळ गेल्या. त्याच्या मांडीवरच्या कोकराला उचलून घेण्याचा त्यांनी प्रयत्न केल्याबरोबर ते त्यांच्या हातून सुटलं आणि धावत लांबवर निघून गेलं. मुलीही त्याच्यामागे धावल्या.

सिद्धार्थ आणि यशोधरा परस्परांसमोर भारल्यासारखे उभे राहिले होते. दोघांपैकी कुणीही स्वतःच्या जागेवरून हललं नाही. थोड्याच वेळात तिच्या बहिणी तिथे परतल्या. दोघींचेही चेहरे पार उतरले होते. कोकरू हरवल्याची

तक्रार त्यांनी यशोधराजवळ केली. यशोधराने त्यांचे हात धरले आणि
आल्या वाटेनेच परत चालायला सुरुवात केली तिने. आपण माघारी का
निघालो आहोत, हे तिचं तिलाच कळत नव्हतं. अचानक समोर दिसलेल्या
सिद्धार्थला बघून आपण गोंधळलो आहोत, अस्वस्थ झालो आहोत, एवढंच
फक्त जाणवत होतं तिला.

ती तिथून निघून गेल्यावरही सिद्धार्थ किती तरी वेळ त्याच जागी
खिळल्यासारखा उभा होता. माथ्यावरचं ऊन त्याचं सारं अंग भाजून काढत
होतं; पण त्याला कसलंच भान नव्हतं. सुन्न, निर्विकार झाल्यासारखं वाटत
होतं त्याला. मनात कुठल्याही विचारांना थाराच नव्हता. खरं म्हणजे तो
ध्यानधारणेला बसला असताना त्याचे विचार स्वैरपणे इथे तिथे भरकटत
गेले, तर त्याच्या लक्षात येत असे ते! लगेचच त्यांना स्वतःच्या काबूत
आणणंही त्याला जमायचं; पण आज हे काही तरी वेगळंच घडलंय, याची
जाणीव होत होती त्याला आणि ते काय आहे, याचं आकलन मात्र होत
नव्हतं. वाटत होतं, आपल्याला मनच नाहीय. या भौतिक जगातातून आपलं
मन, आपलं शरीर कुठे तरी लुप्त झालं आहे. हा कुठला नवाच अनुभव आहे
की काही अनुभवण्याची आपली शक्तीच आपण हरवून बसलो आहोत?

स्वतःच्या शेताकडे येत असलेल्या शेतकऱ्याने सिद्धार्थला पाहिलं
आणि त्याच्या खांद्याला त्याने हलकेच स्पर्श केला. ''अरे तरुण माणसा!
या तळपत्या उन्हात इथे उभं राहून काय करतो आहेस तू?''

सिद्धार्थनं गोंधळून त्याच्याकडे बघितलं.

''तुझ्या लक्षात येतंय का, तुझा चेहरा किती लालबुंद झालाय ते?
घामाने निथळतो आहेस तू. आता घरी जा. तहानेनं व्याकूळला असशील
तू. तुला पाणी देऊ का प्यायला?''

सिद्धार्थने मानेनेच होकार दिला त्याला. त्यानं दिलेलं पाणी थोडंसं
प्यायला तो आणि कपिलवस्तूच्या दिशेने पावलं वळवत अतिशय कष्टाने
तो हळूहळू चालत राहिला.

───────

यशोधरा बिंबानन यांची कन्या होती. कपिलवस्तूला लागूनच असलेल्या
कोलिया या खेड्याचे मोठे जमीनदार होते बिंबानन. शेती करण्याकडे त्यांचा

फारसा कल नव्हता. वेदांमध्ये, धार्मिक कार्यांमध्ये त्यांना अधिक स्वारस्य होतं. क्षत्रिय कुळात जन्मलेले बिंबानन यज्ञ, याग अशा तऱ्हेचे धार्मिक विधी अनेकदा करत असत. विद्वान ब्राह्मण पंडितांविषयी त्यांच्या मनात अतिशय आदर होता. गहन, तात्त्विक विषयांवर सखोल चर्चा करण्यासाठी ते या पंडितांना स्वतःच्या प्रासादावर पाचारण करत असत. अशा चर्चांच्या वेळी यशोधरा स्वतःच्या पित्याजवळ बसत असे. त्यांच्या बोलण्यातलं फारसं काही तिला कळत नसलं, त्यातले विचार तिच्या आकलनाच्या पलीकडले असले, तरीही ती घरी आलेल्या विद्वान व्यक्तींचा मान राखण्यासाठी शांतपणे त्यांचं बोलणं ऐकत असे.

एकदा यशोधरानं यज्ञानंतर एका प्राण्याचा बळी देण्याचा विधी बघितला आणि ती नखशिखांत हादरली. त्या वेळी ती तशी मोठी होती आणि जगाचे व्यवहार जाणण्याइतपत तिची आकलनशक्तीही परिपक्व झालेली होती. तो विधी बघता बघता तिला भोवळ आली आणि तिची शुद्धच हरपली. प्राण्याच्या बळीचा तो विधी बघण्याची परवानगी यशोधरेला दिली, यासाठी बिंबानन त्यांच्या पत्नीवर, विशिष्टादेवींवर अतिशय संतापले. त्या दिवसापासून यशोधराने मांसाहार वर्ज्य मानला. यज्ञ, यागांचा तिला विलक्षण तिटकारा आला. त्यांच्याविषयी तिच्या मनात घृणाच उत्पन्न झाली. धार्मिक विधींचे गोडवे बिंबाननांजवळ गाणाऱ्या आणि त्यांच महत्त्व सांगून त्यांच्याकडून ते करवून घेणाऱ्या ब्राह्मण पुजाऱ्यांविषयी तिच्या मनात तिरस्कारच भरून आला. तिला वाटलं, धार्मिक विधी आणि व्रतवैकल्यांची शिकवण ते समाजाला देत होते त्यामागे फक्त स्वतःच्या जातीचं महत्त्व टिकवून ठेवणं, लोकांना ते पटवून देणं, एवढाच स्वार्थी हेतू होता. एक दोन वेळा तिनं बिंबाननांशी या विषयावर वादही घातला होता; पण या बाबतीत तिच्याशी काहीही बोलण्याची त्यांची इच्छा नव्हती. तिच्यावर फारसं न चिडता त्यांनी तिला समज दिली होती की, धर्म आणि तत्त्वज्ञान यांच्याबाबतीत काही बोलण्याइतकी स्त्रियांची बौद्धिक कुवतच नसते. स्वतःच्या पित्याचं हे वक्तव्य यशोधराला खोलवर कुठेतरी दुखावून गेलं होतं. स्त्रिया श्रेष्ठ दर्जाचे विचार मांडायला असमर्थ असतात, ही त्यांची कल्पना तिच्या हळव्या मनाला अक्षरशः डागण्या देऊन गेली होती.

स्वतःच्या मातापित्यांचं एकुलतं एक अपत्य असलेली यशोधरा अत्यंत कौतुकात आणि लाडाकोडात लहानाची मोठी झाली होती. समज आली तेव्हापासून तिला जाणवायला लागलं होतं की, तिचं समाजात वावरण्याचं,

तिचं इकडेतिकडे जाण्याचं स्वातंत्र्य अत्यंत मर्यादित आहे. कारण, ती एक मुलगी आहे. पतिगृही गेल्यानंतर तिनं कसं वागायला हवं आणि तिच्या उत्तम वागणुकीमुळे तिच्या मातापित्यांना तिचा किती अभिमान वाटणार आहे, हेच संधी मिळेल त्या वेळी तिची मां तिला सांगत असे. आपल्या मातेचे हे सल्ले यशोधराला कधीच पसंत पडत नसत. लग्न, पती आणि त्याचे मातापिता यांचे नुसते विचारसुद्धा तिला चिंतेत टाकत. घरच्या आणि मंदिरातल्याही देवीची ती मनोभावे प्रार्थना करत असे की, तिचं आयुष्य असं घडावं, ज्यामुळे तिला कायम तिच्या मातापित्यांच्या सान्निध्यात आणि ज्या घरात ती जन्मली, वाढली, त्याच घरात राहता येईल; पण वाढत्या वयाबरोबर तिच्या हेही लक्षात यायला लागलं होतं की, या बाबतीत काही करणं देवीलासुद्धा शक्य नाहीय.

त्या संध्याकाळी तिची नजर पहिल्यांदा सिद्धार्थवर पडली होती, त्या वेळी विवाहाच्याच विचारांनी तिच्या मनात सर्वप्रथम गर्दी केली होती आणि तिला काळजीत पाडलं होतं. त्याचा शांत, प्रसन्न चेहरा तिला विसरताच येत नव्हता. मात्र दुसऱ्यांदा तो तिला शेतात दिसला आणि तिच्या मनानं तिला कौल देऊन टाकला की, तिला त्याच्याशीच विवाह करायचा आहे. स्वतःच्या विवाहाची मग तिला अजिबातच काळजी वाटेनाशी झाली. त्याच्याशी होणाऱ्या तिच्या विवाहाखेरीज मग तिच्या मनात दुसरे कुठले विचार फिरकेनासेच झाले. त्याच्याशी आपण विवाहबद्ध होऊ शकणार आहोत की नाही, हा प्रश्न तिच्या मनात कधी उद्भवलाच नाही. खरं तर त्याच्याविषयी तिला काय माहीत होतं? त्याचं नाव, त्याचे मातापिता, त्याचं वास्तव्य असतं ते ठिकाण... कसल्याच बाबतीत तिला काहीच ठाऊक नव्हतं. त्याच्या वैयक्तिक आयुष्याविषयी ती पूर्णपणे अनभिज्ञ होती, तरीही तिच्या मनानं ठरवून टाकलं होतं की, तिचा पती म्हणून तिच्या आयुष्यात जर कुणी येणार असेल, तर तो हाच तरुण! फक्त हाच! दुसरा कुणीच नाही.

मात्र स्वतःच्या मनातले हे विचार ती दुसऱ्या कुणाजवळही बोलू शकत नव्हती. एवढ्यातच त्याच्याविषयी तिला कुणाला काही सांगायचं नव्हतं आणि त्याच्याविषयी काही विचारायचंही नव्हतं. त्याच्या बाबतीतल्या सगळ्या गोष्टी जाणून घेण्याची तिला गरजही भासत नव्हती. त्या काही दिवसांमध्ये ती फक्त त्याच्याच विचार करत होती. त्यातून मिळणारा आनंदच तिला महत्त्वाचा वाटत होता त्या काळात!

बिंबानन तिच्यासाठी अनुरूप वर शोधण्याच्या कामात गुंतले असल्याचं तिच्या कानावर आलं, त्या वेळी यशोधरा अत्यंत अस्वस्थ झाली. फार उशीर होण्यापूर्वी आपल्याला या बाबतीत काही ठोस पावलं उचलायलाच हवी आहेत, याची जाणीव झाली तिला. त्याला मंदिरात भेटण्याची संधी तिला मिळण्याची शक्यता होती; पण आश्चर्य म्हणजे ती रोज देवळात जात असूनही तो तिला तिथे पुन्हा कधीही दिसला नाही. त्याच्या तिथल्या अनुपस्थितीचं कारण काय असावं, ते तासन्‌तास विचार करूनही तिला शोधून काढता येत नव्हतं.

आणि अचानक एक दिवस एक गोष्ट तिच्या लक्षात आली. ज्या दिवशी तो प्रथमच तिच्या दृष्टीला पडला होता, त्या दिवशी तिला मंदिरात पोहोचायला विलंब झालेला होता. हे लक्षात आलं आणि तिच्या मनातले काळजीची काळी किनार असलेले ढग एका क्षणात नाहीसे झाले. उरलेला सारा दिवस मग तिनं घरात प्रसन्न वृत्तीने घालवला. विशिष्ठदेवींनी कामं सांगितली नाहीत, तरी त्यांना ती मदत करत राहिली. दुसऱ्या दिवशी नेहमीच्या वेळी मंदिरात जाण्याची तयारीही तिने केली नाही. विशिष्ठादेवींना नवलच वाटलं होतं या गोष्टीचं.

''आज तू फुलं आणायला वाटिकेत जाणार नाहीस का? दुसऱ्या कुणाला पाठवू का मी?'' त्यांनी मायेनं यशोधराला विचारलं.

त्यांचा तो प्रश्न कानावर पडल्याबरोबर यशोधराने फुलांची परडी उचलली आणि वाटिकेत जाण्यासाठी ती घराबाहेर पडली.

कोलिया आणि कपिलवस्तू या दोन्ही नगरांच्या सीमेरेषेवरच मंदिर होतं; पण ते कोलियाच्या अधिक जवळ होतं. तिथे जाणं जरा लांब पडायचं, पोहोचायला अवधीही बराच लागायचा म्हणून फारसं कुणी तिथे फिरकत नसे. मात्र निसर्गसौंदर्याची मनाला ओढ असणारे काही जण अधूनमधून तिथे जात. त्यांना माहीत होतं की, सिद्धार्थ नियमितपणे तिथे जाऊन काही काळ ध्यानधारणा करतो. त्याच्या त्या ध्यानधारणेत व्यत्यय नको म्हणून जाणीवपूर्वकच कुणी त्याच्या जवळपास जात नसे.

वाटिकेत पोहोचण्याची घाई यशोधरेला नव्हतीच. ती अगदी रमतगमतच चालत होती; पण इतक्या विलंबाने ती तिथे पोहोचली असूनही सिद्धार्थ तिच्या दृष्टीस पडलाच नाही. काहीशा निराश मनःस्थितीतच तिने हळूहळू हातातली परडी फुलांनी भरून घेतली; पण एवढा काळमध्ये गेला,

तरीही सिद्धार्थची कुठे चाहूलही नव्हती. यशोधरा मग मंदिरात गेली आणि ज्या दगडी फरशीवर सिद्धार्थ ध्यानधारणेसाठी बसलेला प्रथम तिच्या दृष्टीस पडला होता, त्याच्या अगदी समोरच जाऊन बसली; पण मग स्वतःची चूक तिच्या लगेचच लक्षात आली. तो ध्यानधारणा करण्यासाठी असलेल्या जागेसमोरच कुणी तरी बसलेलं त्याला दिसलं, तर तो तरुण तिथून आल्या पावलीच माघारी वळणार नाही का? हा विचार मनात आल्याबरोबर यशोधरा दचकली. सिद्धार्थ बसत असे त्या फरशीच्या बाजूलाच असलेल्या एका खांबाच्या मागे जाऊन ती तिथे बसली, त्यामुळे मंदिरात देवदर्शनासाठी येणाऱ्यांच्याही दृष्टीला ती पडणार नव्हती.

मागे पडणाऱ्या प्रत्येक क्षणाबरोबर यशोधराच्या हृदयाची धडधड वाढत होती. मनावरचा ताण असह्य होत होता तिला. सिद्धार्थची वाट बघून बघून दमली होती ती.

...आणि तो क्षण आला... त्या क्षणाला आपल्या काळजाचा ठोका चुकल्यासारखंच वाटलं तिला. डोळे आनंदानं चमकले तिचे. मंदिराच्या प्रवेशद्वारातून एखाद्या सम्राटासारख्या चालीनं सिद्धार्थ आत येताना दिसला होता तिला.

मंदिराच्या प्रांगणात प्रवेश करून सिद्धार्थ त्याच्या त्या ठरलेल्या दगडी फरशीकडे गेला आणि पद्मासन घालून नेहमीसारखे ध्यानधारणा करण्यासाठी तो डोळे मिटणार, तेवढ्यात त्याला त्याच्या त्या नेहमीच्या परिचयाच्या वातावरणात काही तरी वेगळेपण जाणवलं. त्याच्या अगदी जवळपासच असलेलं कुणी तरी त्याच्याकडे बघतंय, असं वाटलं त्याला. ते कुणी तरी कोण आहे हे बघण्यासाठी त्याने मान वळवली आणि तो अक्षरशः विस्मयचकित झाला.

यशोधराला आता एक क्षणही वाया जाऊ द्यायचा नव्हता. ती चटकन पुढे झाली. ''मला आपलं नाव कळेल का?'' तिनं त्याला विचारलं.

''सिद्धार्थ गौतम.'' त्याच्या स्वतःच्याही नकळत सिद्धार्थच्या तोंडून शब्द निघून गेले. ती कोण आहे, त्याला माहीत नव्हतं. स्वतःचं नाव सांगण्याआधी त्याला तिच्याविषयी काही जाणूनही घ्यावंसं वाटलं नव्हतं.

''आपले मातापिता कोण आहेत? कुठल्या राजवंशाचे आहात आपण?''

"शुद्धोधन महाराज पिता आहेत माझे आणि महाप्रजापती गौतमी माझी माता आहे. शाक्य राजवंशाचे आहोत आम्ही."

त्याची तेवढी माहिती पुरेशी होती यशोधराच्या दृष्टीने. तिथून निघून जाण्यासाठी ती उठली. सिद्धार्थही उठून उभा राहिला. ती कोण आहे, ते त्याला विचारायचं होतं तिला; पण नाहीच विचारू शकला तो.

काही पावलं पुढे जाऊन यशोधरा थबकली. मागे वळून ती परत त्याच्याजवळ आली. त्याचा हात हातात घेतला तिने आणि स्वतःच्या परडीतली काही फुलं तिनं त्याच्या रुंदशा ओंजळीत ठेवली.

"मी यशोधरा आहे. कोलिया राजवंशाचे महाराज बिंबानन आणि विशिष्ठादेवी यांची कन्या!" त्याच्याकडे हसून बघत तिनं म्हटलं आणि मग ती घाईघाईनं तिथून निघून गेली.

तिच्या या कृतीने मंत्रमुग्ध झालेला सिद्धार्थ जरा वेळाने भानावर आला. तिनं त्याच्या ओंजळीत ठेवलेल्या फुलांकडे क्षणभर बघितलं त्याने आणि मग अत्यंत काळजीपूर्वक स्वतःच्या शालीत गुंडाळून घेतली त्यानं ती. त्या संध्याकाळी ध्यानधारणा करण्याचा विचार त्याने मग बाजूलाच ठेवला आणि खांद्यावरच्या शालीत गुंडाळलेल्या फुलांचं ते हलकंस ओझं सांभाळत तोही तिथून बाहेर पडला.

———

घरी परतताना यशोधरेच्या मनात विचार होते, ते फक्त सिद्धार्थचेच. त्याचं नाव, त्याचं रहिवासाचं ठिकाण कळलं होतं तिला. आता जाणून घ्यायचं होतं ते त्याचं व्यक्तिमत्त्व! त्याचं व्यक्तिमत्त्व, त्याचा स्वभाव, त्याचं वागणंबोलणं, हे सगळंच समजून घ्यायचं होतं तिला. अंगापिंडानं मजबूत असलेल्या सिद्धार्थच्या शरीरयष्टीला एक राजस डौल होता. झळाळी होती. करुणेनं, मायेनं ओथंबलेले त्याचे नेत्र त्याच्या संवेदनशील मनाची साक्ष देत होते; पण तरीही अजून खूप काही जाणून घ्यायचं होतं तिला त्याच्याविषयी. अगदी तिच्या स्वतःच्या मनाची खात्री पटेपर्यंत! पण त्यासाठी काय करावं लागेल, ते मात्र उमजत नव्हतं!

प्रासादात पोहोचल्या पोहोचल्या हातातली फुलांची परडी तिनं तिच्या मांच्या स्वाधीन केली आणि तिच्या चुलत बहिणींना तिनं स्वतःजवळ

बोलवून घेतलं. त्यांना तिनं लहान लहान कोकरांची कहाणी ऐकवली. तल्लीन होऊन कहाणी ऐकत असणाऱ्या मुलींना अचानक त्यांच्या हातून निसटून गेलेल्या शेतातल्या त्या कोकराची आठवण झाली.

''परत दिसायला हवं न ते! त्याला पुन्हा उलचून घ्यावंसं वाटतंय मला,'' त्यांच्यातली एक जण आसुसून म्हणाली.

आपण मनाशी आखलेला बेत प्रत्यक्षात येऊ शकतोय, या कल्पनेनं यशोधराला हसू आलं. ''ते कोकरू कुणाचं आहे, ठाऊक आहे तुम्हाला?'' तिनं त्यांना विचारलं.

मुलींनी नकारार्थी माना हलवल्या.

''सिद्धार्थ गौतम यांचं आहे ते. तुमच्या तातांना सांगा आणि त्याच्याकडून आणवून घ्या ते. किती सुंदर, किती गोजिरवाणं आहे न ते? मला तर खात्री आहे की, त्याच्याजवळ काही तरी जादू असावी. नाही तर त्या दिवशी ते असं बघता बघता अदृश्य कसं झालं असतं?''

त्या पांढऱ्याशुभ्र कोकराची ओढ मुलींना स्वस्थ बसू देईना. आपल्या पित्याच्या शोधार्थ त्या ताबडतोब तिथून निघाल्या. त्यांच्या पाठोपाठ यशोधराही तिच्या काकांच्या घरी पोहोचली.

मुली धावत वडिलांजवळ गेल्या. त्यांच्या शेजारी बसून त्यांनी त्यांना सिद्धार्थचं पांढरं कोकरू आम्हाला आणून द्या म्हणून सांगितलं. त्यांच्या वडिलांना हसू आलं. कोकरू आणून देण्याचं आश्वासन त्यांनी आपल्या दोन्ही लेकींना दिलं आणि तिथून त्यांना परत पाठवलं.

काही ज्येष्ठ गावकरी त्यांच्या बरोबर गप्पागोष्टी करत बसलेले होते. कोकराबद्दल ऐकून ते चकितच झाले.

''सिद्धार्थ आता शेळ्यामेंढ्या पाळायला लागलाय की काय?'' त्यांच्यातल्या एकाने विचारलं.

''होय होय... सिद्धार्थ काहीही करू शकतो. त्या दिवशी शुद्धोधन महाराजांनी बोलावलेल्या सभेत तो म्हणत होता, 'आपण सगळ्यांनीच मुक्या प्राण्यांवर प्रेम करायला हवं. आपला हेतू साधण्यासाठी यज्ञात आपण त्यांचा बळी देणं योग्य नाही.' कुणास ठाऊक... उद्या आपल्या सगळ्यांच्याच जनावरांना तो स्वतःच्या पंखांखाली घेईल... बळी द्यायला मग आपल्याजवळ प्राणीच उरणार नाहीत!'' आपल्या भरगच्च मिशांमधून गडगडाटी हास्य करत दुसऱ्यानं म्हटलं.

''एखादा क्षत्रिय, मनाने इतका हळवा कसा असू शकतो, तेच मला कळत नाही. 'युद्ध' हा शब्ध नुसता त्याच्या कानावर पडला, तरी लगेच त्याच्या दुष्परिणामांबद्दल आख्यान सुरू करतो तो. अगदी आपण आपल्या हातांमधले धनुष्य-बाण खाली ठेवेपर्यंत थांबतच नाही मग!''

''वैदिक आचार-विचार आणि धार्मिक विधींबद्दल जराही आदर नाहीय त्याच्या मनात! आणि जे लोक या गोष्टी पाळतात, त्यांच्याविषयीही नाही!''

''आता मला कळतंय, त्याने शेळ्यामेंढ्या पाळायला का सुरुवात केलीय ते. जो माणूस क्षत्रियाच्या कर्तव्यांकडे पाठ फिरवतो, वेदांमधल्या ज्ञानाची उपेक्षा करतो, तो शेळ्या पाळण्यापलीकडे काम तरी कोणतं करू शकणार आहे?''

तिथे बसलेले सगळेच खदखदून हसले!

यशोधरालाही हसू आलं. मनमुराद हसून घेतलं तिनं!

सिद्धार्थचं वागणं नेहमीच सावध असायचं. बेसावधपणा कधी चुकूनही दिसत नसे त्याच्या वागण्याबोलण्यात. योग्य त्या वेळी तो योग्य ते काम करत असे आणि जे काम त्याच्या हाती असे ते अगदी मनापासून करण्याची पद्धत होती त्याची. वेळ पाळणं आणि प्रामाणिकपणा हे दोन गुण जन्मतःच तो घेऊन आला आहे की काय असं वाटवं, इतके ते त्याच्या व्यक्तिमत्त्वाचा भाग झालेले होते. काम साधंसुधं असो किंवा कमालीचं अवघड, तो अगदी तन्मयतेने आणि त्यात स्वतःचा जीव ओतूनच ते पूर्ण करत असे. कामात गुंतून गेलेल्या सिद्धार्थला जे लोक बघत असत, ते त्याच्या कामातल्या निमग्नतेला, नेहमीच दाद देत. त्याचं कौतुक करत. ध्यानधारणेच्या वेळी तर त्याची ही निमग्नता अगदी पराकोटीला पोहोचत असे. आजूबाजूला कितीही लोकांचा वावर सुरू असला, तरी तो अगदी सहजपणे खाली बसून ध्यानधारणेत स्वतःचं चित्त गुंतवू शकत असे.

त्या रात्री जेवणाच्या वेळी सिद्धार्थचं जेवणाकडे अजिबातच लक्ष नाहीय, हे गौतमीदेवींच्या लक्षात आलं होतं. आपण काय खातो आहोत, त्याकडे न बघताच घासांमागून घास गिळत असणाऱ्या सिद्धार्थला बघून त्या चकितच झाल्या होत्या.

"सिद्धार्थ..." त्यांनी मायेनं विचारलं, "आज काय झालंय तुला? तुला अशा भरकटलेल्या मनःस्थितीत आजवर कधीच पाहिलं नाहीय मी. काय होतंय? तुला बरं वाटत नाहीय का?"

स्वतःच्या भावना, मनाला छळणारे विचार मनातच ठेवून सगळं ठीक असल्यासारखं वागत राहणं सिद्धार्थच्या स्वभावातच नव्हतं. मनातले विचार दुसऱ्यांजवळ प्रामाणिकपणे बोलून टाकून तो मोकळा होत असे.

"मां..." अगदी हलक्या आवाजात, कुजबुजत्या स्वरात त्याने म्हटलं, "आज माझ्या संध्याकाळच्या ध्यानधारणेत एका अगदी परक्या, अनोळखी व्यक्तीमुळे व्यत्यय आला..."

गौतमीदेवी जरा काळजीतच पडल्या.

"पण असं भलतंच कुणी तरी येऊन तुझं चित्त का विचलित करावं?"

"ती कोण आहे, मला नाही माहीत मां... काही दिवसांपूर्वी मी एका शेतात पाहिलं होतं तिला आणि आज संध्याकाळी मी मंदिराच्या प्रांगणात माझ्या ध्यानधारणेला बसणार, तेवढ्यातच ती माझ्याजवळ आली. मला माझं नाव, माझ्या घराण्याचं नाव विचारलं तिने. तिने तिचंही नाव सांगितलं मला. ती कोलिया गावचे महाराज बिंबानन आणि विशिष्ठादेवी यांची कन्या आहे. ती परत जात होती, त्या वेळी मागे परतून पुन्हा माझ्याजवळ आली आणि तिच्या परडीतली काही फुलं माझ्या ओंजळीत ठेवून निघून गेली. हे सगळंच मला आश्चर्यजनक वाटतंय. आश्चर्यजनक आणि मनाला आनंद देणारंसुद्धा! पण त्याच वेळी मी सावध राहायला हवं, असा इशाराही माझं मन मला देतंय. मनावर कसलं तरी दडपण आलंय माझ्या. आयुष्यात प्रथमच अशा काही तरी वेगळ्या भावनांचा अनुभव घेतोय मी मां!"

सिद्धार्थचा शब्दन्शब्द गौतमीदेवी लक्षपूर्वक ऐकत होत्या. त्याच्या प्रत्येक शब्दागणिक त्यांचा चेहरा अधिकधिक उजळत गेला. त्यांच्या डोळ्यांत आनंदाश्रू उभे राहिले.

"काळजी नको करूस सिद्धार्थ," आपले ते अश्रू पुसून टाकून गौतमीदेवी म्हणाल्या. "आणि अगदी आनंदात राहा! हे जे काही आज घडलंय न, ते तुझ्या चांगल्यासाठीच आहे. मंदिरात असताना आणि आत्ता, या घडीला, तुझ्या ज्या भावना आहेत न, त्या खऱ्या आहेत. प्रामाणिक आहेत. हे सगळंच खरं आहे आणि म्हणूनच या साऱ्याचा आनंदाने स्वीकार कर."

बोलता बोलता त्यांनी सिद्धार्थच्या मस्तकावरून मायेनं हात फिरवला.

जरा वेळाने सिद्धार्थ झोपायला गेला आणि गौतमीदेवी शुद्धोधन महाराजांना भेटायला गेल्या. सिद्धार्थने मघाशी जे त्यांना सांगितलं होतं, ते सगळं त्यांनी त्यांना सांगितलं.

सारं काही शांतपणे ऐकून घेतल्यावर शुद्धोधन म्हणाले, ''मला तर ही मुलगी विलक्षणच वाटते आहे! एखाद्या परक्या व्यक्तीशी बोलण्याचं धाडस कसं करू शकते ही? हिच्या पिताजींना ओळखतो मी. एका क्षत्रियाने पार पाडायची असतात, ती सर्व कर्तव्य ते निष्ठेने पार पाडतात. विद्वान ब्राह्मण मंडळींना ते अतिशय आदराने वागवतात. यज्ञ-यागांसारखी धार्मिक कृत्यही ते श्रद्धापूर्वक करत असतात.''

ते बोलत असताना गौतमीदेवी त्यांच्या चेहऱ्यावरचे भाव निरखत होत्या. त्यांनी हसून विचारलं, ''आपल्याला नाही वाटत की, ही मुलगी आपल्या सिद्धार्थची पत्नी म्हणून अगदी योग्य आहे? आजवर आपल्या सिद्धार्थचं लक्ष ध्यानधारणेवरून कुणीही कधी विचलित करू शकलं नव्हतं आणि कुठल्या मुलीनेही त्याचं लक्ष कधी इतक्या मोहक पद्धतीने वेधून घेतलं नव्हतं आणि आपण असं बघा न... या मुलीशी सिद्धार्थ विवाहबद्ध झाला, तर आपल्या त्याच्या बाबतीतल्या साऱ्याच काळज्या, चिंता विरून जातील.''

''बरोबर आहे तू म्हणते आहेस ते,'' शुद्धोधन म्हणाले. 'गेले काही दिवस त्याच्या लग्नाचा विषय त्याच्याजवळ काढावा, असा विचार वारंवार मनात येत होता माझ्या; पण त्याच्याशी या बाबतीतलं बोलणं कसं सुरू करावं, तेच कळत नव्हतं मला. आता त्याच्याकडूनच ही संधी आपल्याला मिळाली आहे. थोडाही विलंब न करता आता तिच्या पिताजींना उद्याच आपल्याकडे येण्याचं निमंत्रण दे.''

सिद्धार्थने शेवटी एकदा लग्नासंदर्भात विचार तरी केला, या विचाराने शुद्धोधन आणि गौतमीदेवी दोघांचीही मनं आनंदानं, समाधानानं भरून गेली. सिद्धार्थचा रोजच्या रोज वाढत जाणारा ध्यानधारणेचा ध्यास त्यांना अस्वस्थ करत असे. भिक्षू, साधक यांच्याशी त्याची वाढती मैत्री आणि क्षत्रियांच्या कर्तव्यांविषयीचा त्याच्या मनातला तिटकारा, या गोष्टी त्यांना चिंतेत टाकत असत. लग्नाच्या बाबतीत तो काहीसा उदासीनच असल्याने त्याच्या जवळ लग्नाचा विषय काढणं त्यांच्यासाठी अवघड झालं होतं. तो आसपास असताना ती दोघं आपापसातही या विषयावर बोलणं टाळत असत.

आपल्या पत्नीने सुचवलंय, त्याप्रमाणे बिंबाननांशी या विषयावर बोलून साधकबाधक चर्चा करणंच उचीत ठरेल, असं ठरवून टाकलं होतं शुद्धोधनांनी!

सिद्धार्थही यशोधराच्या बाबतीत काहीसा गंभीरपणे विचार करत होता. प्रेम, दया, आपुलकी, ममता, दयाळू वृत्ती आणि मैत्री या सगळ्या भावनांशी त्याचा अगदी जवळून परिचय होता. या साऱ्या भावना नेहमीच त्याच्या अंतःकरणात जागत असत; पण यशोधराविषयी त्याच्या मनात अलीकडेच जागलेली भावना काही वेगळीच होती. त्याच्या नेहमीच्या भावनांच्या जवळपासही न फिरकणारी! तिचं अनोखेपण त्याला स्पष्टपणे जाणवत होतं. ही एक अशी भावना होती, जिचं वर्णन शब्दांमध्ये करता येणंच शक्य नव्हतं; पण ती सुंदर होती, अद्भुत होती. आजवर कधीही न अनुभवलेली ही भावना त्याला एक वेगळीच हुरहुर लावत होती. एकाच वेळी सुखद आणि तरीही मनाला छळणारा अनुभव त्याला देत होती. प्रेम आणि करुणा या भावना नेहमीच त्याच्या हृदयाला स्पर्श करून जात असत. भावनिकदृष्ट्या त्याला तृप्त, समाधानी करत; पण ही नव्यानेच त्याच्या हृदयात उमललेली भावना त्याच्या देहालाही स्पर्शून जात होती. त्याला हळवं करून टाकत होती. त्याच्या मनात आलं, हे नक्कीच स्त्री आणि पुरुषामधलं नैसर्गिक असं शारीरिक आकर्षण असावं. एकमेकांबद्दल जाणवणारी ओढ असावी. स्वतःच्या मातेबद्दल आणि जगातल्या इतर प्राणिमात्रांबद्दल त्याला वाटणाऱ्या प्रेमापेक्षा यशोधराच्या बाबतीतली ही भावना, हे प्रेम निश्चितच वेगळं होतं. काय फरक होता या दोन्ही प्रेमांमध्ये, हे जाणून घ्यायची त्याला उत्सुकता वाटत होती. नेहमीप्रमाणेच विचारांमध्ये खोल बुडून गेला तो आणि लगेचच एक गोष्ट लक्षात आली त्याच्या. ज्या ज्या वेळी त्याची स्वतःची मां किंवा त्याच्या प्रेमातली इतर माणसं, यांचे विचार त्याच्या मनात येत, त्या वेळी त्याच्या मनात त्यांच्याविषयी फक्त प्रेमच उचंबळून येत असे. त्या बदल्यात त्यांच्याकडून त्याला कसलीही अपेक्षा नसायची; पण आता या तरुणीने काही वेगळ्याच भावना त्याच्या मनात जागवल्या होत्या आणि तिच्याकडूनही तसाच प्रतिसाद मिळावा, अशी तीव्र ओढ लागली होती त्याच्या जीवाला.

आजवरच्या त्याच्या आयुष्यात कुणाकडून तरी काही तरी हवंय, असा हट्ट सिद्धार्थच्या मनाने कधीही धरला नव्हता. हवी ती प्रत्येक गोष्ट

न मागता मिळत गेली होती त्याला, त्याच्या सुखी आयुष्यात म्हणूनच बहुधा कुठल्याही भौतिक गोष्टींसाठी हट्ट धरणं, त्याला माहीतच नव्हतं. त्याचं सारं चित्त अमूर्त, आध्यात्मिक गोष्टींमध्येच कायम गुंतलेलं असायचं. कारण, त्याच्या दृष्टीने त्याच गोष्टीचं मूल्य अधिक होतं. दिवसातला त्याचा जास्तीत जास्त वेळ या विश्वाचा विचार करण्यातच जात असे. हे विश्व, त्याची निर्मिती असलेल्या या भूतलावरच्या सगळ्या गोष्टी आणि त्यांचं मानवी आयुष्याशी असलेलं गहिरं नातं! भिक्षू आणि अध्यात्माची शिकवण देणारे गुरूजन, हे सर्व सामान्यांच्या आयुष्यापेक्षा वेगळं जीवन जगत असत. त्याचच त्याला अधिक आकर्षण वाटत होतं. धीरोदात्तपणे, पूर्णपणे समर्पित वृत्तीने आध्यात्मिक गोष्टींचा शोध घेण्यासाठी आयुष्यातल्या साऱ्या सुखांकडे पाठ फिरवणाऱ्या या मंडळींविषयी त्याच्या मनात पराकोटीचा आदर होता; पण आता यशोधरानं त्याचं चित्त विचलित केलं होतं. आध्यात्मिक पातळीवरून तिनं त्याला शारीर पातळीवर आणलंय असंच वाटत राहिलं त्याला. सतत मनात येत होतं त्याच्या की, या नव्याने मनात उमललेल्या तिच्या विषयीच्या जबरदस्त आकर्षणाने एखाद्या महासागरासारखं स्वतःमध्ये वेढून घेतलंय आपल्याला. तिच्यावरचं आपलं प्रेम तिच्याजवळ व्यक्त करावं, अशी अनिवार ओढ मनाला लागली होती त्याच्या आणि तिचं प्रेम त्याला स्वतःच्या हृदयात भरून घ्यावंसंही वाटत होतं.

यशोधराच्या मनाचं आभाळ मात्र निरभ्र झालं होतं. तिच्या मनातल्या साऱ्या शंका-कुशंकाचे, काळज्या चिंताचे ढग विरून गेले होते. मनाला झालेला हर्ष मनात मावतच नव्हता तिच्या! सिद्धार्थ गौतमबद्दलच्या तिच्या मनातल्या अमर्याद प्रेमानं तिचं हृदय अगदी काठोकाठ भरलं होतं. इतकं की, त्याच्या बरोबरच्या वैवाहिक जीवनाच्या स्वप्नांनासुद्धा तिथे तीळमात्र जागा उरली नव्हती. त्याची पुन्हा भेट होईपर्यंतचा वेळ आपण कसा घालवणार आहोत, तेच कळत नव्हतं तिला. पुढे पुढे सरकणाऱ्या काळाच्या प्रत्येक पावलाची चाहूल आपल्याला जाणवते आहे आणि आपण ती न्याहळतो आहोत असं वाटत होतं. हळूहळू मागे पडत जाणारी रात्र तिने अगदी जागरूकपणे न्याहाळली आणि नंतर येणारी पहाटही अगदी मनापासून निरखली. प्रत्येक

गोष्ट आपल्याला नेत्रसुख देते आहे, असं तिला वाटत राहिलं. सूर्याचे
हवेहवेसे वाटणारे काहीसे उष्ण किरण आणि वाऱ्याची थंडगार झुळूक
जणू काही संगनमत करून फुलांना हसवत होते, त्यांना आनंदाने माना
डोलवायला मदत करत होते. तिच्या सभोवतालच्या साऱ्या जगाला ऊब
आणि ऊर्जा द्यायला सूर्य भराभर वर येत होता. उत्साहानं निथळून जात
सगळ्या माणसांनी त्यांच्या नित्याच्या कामाला सुरुवात केली होती. लोक
बोलत होते, चालत होते, हसत होते आणि आपापली कामंही करत
होते. घामाघूम झालेली ती माणसं वाऱ्याच्या थंडाव्याने शरीराला येणारा
गारवा अनुभवत होती! ती सारी माणसं जेवून खाऊन तृप्त होत होती
आणि परस्परांशी होणाऱ्या संवादांमधून आनंदही घेत होती; पण सूर्याला
जणू काही त्यांचा हा आनंद बघवला नाही म्हणून त्यांन घाईघाईनं त्याचे
सहस्रावधी किरणं निष्प्रभ करून टाकले; पण मग लगेच त्याच्या लक्षात
आलं की, या माणसांसारख्या पृथ्वीवरच्या दुर्बल जीवांना त्रास देण्यासाठी
आपण आपल्या बलाढ्य शक्तीचा वापर करतोय, हे अजिबातच योग्य
नाहीय. आयुष्य म्हणजे काही त्यांच्यासाठी खेळ नाहीय... त्याच्यासाठी तो
असेलही! पण त्यांच्यासाठी आयुष्य म्हणजे उद्यमशीलता आहे... आयुष्य
म्हणजे सतत कामात गुंतून राहणं आहे! मग त्याला दयाच आली माणसांची
आणि तो झपाट्याने मावळतीकडे झुकला. लोकांनीही सुटकेचा निःश्वास
सोडला. आता त्यांना सावलीच्या शोधात इथे तिथे जाण्याची गरज उरली
नव्हती. सावलीच त्यांना शोधत त्यांच्यापर्यंत येऊन पोहोचली. आपापल्या
मातांना बिलगलेली लहान लहान मुलंही त्यांच्या मिठीतून स्वतःची सुटका
करून घेत धावत घराबाहेर पडली... रस्त्यावर खेळण्यासाठी, मस्ती आणि
मौजही करण्यासाठी!

नेहमीसारखाच त्याही दिवशी काळाचा पट असाच मोठ्या चतुराईने
पुढे पुढे सरकताना यशोधरानं न्याहाळला. कमालीचा संयम बाळगून! खरं
म्हणजे तिच्या डोळ्यांवर झोप दाटून आली होती; पण तरीही ती जिद्दीनं
जागी राहिली. कारण, तिन्हीसांज झाल्याशिवाय चंद्र उगवणारच नव्हता,
हे माहीत होतं तिला; पण मग त्याच्या भेटीची वेळ जवळ आली, त्या
वेळी मात्र ती जराशी साशंकच झाली. ''आपण तिथे जाऊन काय करणार
आहोत? त्याच्या ध्यानधारणेत व्यत्यय मात्र येईल आपल्या तिथे जाण्यानं!
त्याने आपल्या भावना जाणून घेतल्या असतील, तर त्यानेच पुढे येऊन

आपल्या दोघांमधलं संभाषण सुरू करायला हवं! आणि खरं म्हणजे त्यानं आधी एक पाऊल पुढे टाकेपर्यंत आपण थांबणंच यथोचित ठरेल.''

या आणि असल्याच विचारांनी आदल्या संध्याकाळी सिद्धार्थला भेटल्यापासून तिच्या मनात येरझाऱ्या घालायला सुरुवात केली होती. खरं म्हणजे त्याला भेटायला ती आतुर झालेली होती; पण या साऱ्या काळज्यांनी तिला हळवं करून टाकलं होतं. तिचे डोळे भरून आले; पण मग लगेचच तिनं स्वतःला सावरलं. ''एवढी का काळजी करतो आहोत आपण?'' तिनं स्वतःलाच विचारलं. अशा काळजीने तिचं मन शांत होण्याऐवजी मनाला त्रासच होणार होता तिच्या. मग तिनं ठरवून टाकलं मंदिरात जायचंच! तिथेच तिची हरवलेली मनःशांती आणि तिला हवंहवंसं वाटणारं मैत्रंही शोधायचं होतं तिला.

नेहमीच्या तिच्या सवयीप्रमाणे ती सरळ मंदिराच्या डाव्या बाजूला असलेल्या वाटिकेतच आधी जाणार होती; पण मग ती जागीच थांबली. सिद्धार्थ मंदिरापाशी उभा होता. जणू काही ती तिथे येणारच आहे, याची खात्री होती त्याला. ती दिसल्याबरोबर त्याच्या ओठांवर प्रसन्न हास्य उमललं. त्याची शांत, तेजस्वी मुद्रा अधिकच उजळून टाकणारं हास्य! काल स्वतःहून पुढे होऊन त्याचा परिचय करून घेण्याचं धाडस दाखवलं होतं यशोधराने; पण आज तो समोर दिसला आणि काहीशी कावरीबावरीच झाली ती. लज्जेनं गोरीमोरी होऊन, खाली मान घालून तिथेच उभी राहिली. मान वर करून त्याच्याकडे बघण्याचा धीरच होत नव्हता तिला. सिद्धार्थच मग तिच्या जवळ आला. तिच्याकडे बघत शांतपणे उभा राहिला.

''यशोधरा...'' ती काहीच बोलत नाहीय हे लक्षात आल्यावर त्यानंच बोलायला सुरुवात केली. हळुवार, मृदू स्वरात त्यानं तिला म्हटलं, ''काल तुला माझं नाव जाणून घ्यायचं होतं. माझे मातापिता, माझं घराणं यांच्याबद्दलचीही माहिती तुला हवी होती आणि माझ्या बाबतीत मात्र तुला काहीच जाणून घ्यावंसं वाटत नाहीय? पण मी आज इथे आलोय, ते माझ्याबद्दलच तुला सारं काही सांगण्यासाठी.''

यशोधरानं नजर वर उचलून त्याच्याकडे पाहिलं. तिच्या डोळ्यांनीच त्याला सांगितलं की, तो कसा आहे, ते तिला जाणून घ्यायचंय.

''तिथे त्या दगडी फरशीवर बस,'' त्यानं म्हटलं. ''मी इथेच उभा राहून बोलतो तुझ्याशी.''

''नको नको... आपण उभेच राहिलात, तर मी कशी बसू...?'' तिनं काहीसं अडखळत म्हटलं.

''काही हरकत नाही. मी उभा असलो तरी तू नीट आरामात बस...'' तो म्हणाला.

हळूहळू पावलं टाकत यशोधरा त्या दगडी फरशीवर जाऊन बसली. वाऱ्याची मंद झुळूक आली आणि तिच्या बरोबरच आला वाटिकेतल्या फुलांचा मधुर दरवळ... जणू काही त्या दोघांना प्रेमानं भेटायला!

''मी क्षत्रिय कुळात जन्माला आलो असलो, तरी मला लढाया आणि शक्ती प्रदर्शनाचे प्रयोग अजिबात आवडत नाहीत. मला आस आहे, ती फक्त माझ्या आजूबाजूच्या जगाचा खोलवर वेध घेण्याची. बाकी कुठल्याही इच्छा, आकांक्षा नाहीत मला. जगात चालू असणाऱ्या कुठल्याही व्यावहारिक बाबींपासून मी कायमच अलिप्त राहतो. कारण, मला खऱ्या जगाची ओळख करून घ्यायची आहे. या जगातलं दुःख जाणून घ्यायचंय मला. ब्राह्मण वर्गाकडून धार्मिक विधींच्या नावाखाली दिल्या जाणाऱ्या मुक्या प्राण्यांच्या बळीच्या प्रथेचा तर मला विलक्षण तिटकारा आहे. सर्व साधारण लोकांच्या मते मी एक विचित्र माणूस आहे.''

बोलता बोलता सिद्धार्थ क्षणभर थांबला. यशोधराकडे त्यानं एक दृष्टिक्षेप टाकला आणि पुन्हा बोलायला सुरुवात केली.

''मला तुझ्याविषयी काहीही माहिती नाहीय. तुझ्या काय इच्छा-आकांक्षा आहेत, तेही मला माहीत नाही. त्या दिवशी तू नेमकं मला का हेरलंस, हेही मला कळत नाहीय. माझ्या स्वभावाचा पुरता परिचय झाल्यानंतर जर तुझी माझ्याबाबतीत निराशा होणार असेल तर, ती आत्ताच झालेली बरी!''

जरा वेळ यशोधरा टक लावून त्याच्याकडे बघत राहिली. तो दिसल्याबरोबर तिच्या मनात उद्भवलेली लज्जा, संकोच यांच्यातून एव्हाना सावरली होती ती.

''आपण जो सन्मान मला दिलाय, तसा आजवर मला कधीच कुणाकडून मिळालेला नाही आणि मला खात्री आहे की, यापुढेही दुसरं कुणी मला तो देणार नाही आणि म्हणूनच मला त्याला पारखं व्हायचं नाहीय. आपल्याला समजून घेण्याची संधी तरी आपण मला द्यावी. त्यानंतर

या जगात आपण शोध घेत आहात, त्याविषयी मलाही जाणून घेता येईल
आणि आपल्याबाबतीत माझा अपेक्षाभंग कधीच होणार नाही, याची मला
खात्री आहे. आपण हे जग जाणून घेण्याचा प्रयत्न करत आहात; पण
मला तशी संधीच आजवर मिळालेली नाही. खरं सांगायचं, तर यज्ञ, याग
आणि त्यांच्यासाठी मुक्या प्राण्यांची दिली जाणारी आहुती या गोष्टींचा
मलाही तिटकाराच आहे. वेदांमध्ये प्रतिपादित केलेली तत्त्वं मला अजिबात
पटत नाहीत. आवडत नाहीत; पण तेवढ्यासाठी मी जगातल्या रीतीभाती,
पद्धतींचा किंवा इतर काही तात्त्विक बाबींचा शोध घ्यायला निघाले नाही.
मला फक्त शांतपणे जगायचं आहे. माझा स्वाभिमान जपायचा आहे. स्त्रीचा
जन्म मला मिळालाय म्हणून कुणाकडून मला हिणवून घ्यायचं नाहीय. माझं
मन मला सांगतंय, आपण दोघं परस्परांच्या आयुष्यात आलो, तर माझी ही
सारी स्वप्नं प्रत्यक्षात आणता येतील मला.''

तिचं बोलणं ऐकून सिद्धार्थ चकित झाला. तिचे स्वच्छ, उदात्त,
प्रगल्भ विचार, तिची अतिशय नम्रपणे बोलण्याची पद्धत, सारंच त्याला थक्क
करणारं होतं. एक गौतमी मां सोडल्या, तर आजवर तो कुठल्याही स्त्रीच्या
इतका निकट कधी आला नव्हता. स्त्रियांबद्दलचे त्याचे विचार चुकीच्या
निकषांवर आधारलेले होते. खरं तर तशा त्याच्या विचारांमुळेच तो भिक्षू
मंडळींच्या सहवासात अधिक रमत होता. ते भिक्षू स्त्रियांच्या बाबतीत
विचित्र विचित्र भाष्य करत असत. अनेकदा त्याने त्यांना बोलताना ऐकलं
होतं की, स्त्रियांना अतिशय घाणेरड्या अशा इच्छा असतात. कुणालाही
सांगता न येण्याजोग्या! त्या पुरुषांना स्वतःच्या जाळ्यात ओढतात आणि
वैवाहिक, कौटुंबिक जीवनाच्या खोल गर्तेत त्यांना लोटतात. त्या गर्तेतून
पुरुषांना कधीही स्वतःची सुटका करून घेता येत नाही. ते असंही म्हणत
की, स्त्रिया स्वार्थी, भांडकुदळ स्वभावाच्या असतात, त्यामुळे त्यांच्यापासून
कायम चार हात दूरच राहणं इष्ट ठरतं. त्यांचं ते बोलणं, स्त्रियांवर त्यांनी
केलेले आरोप सिद्धार्थ फक्त ऐकत असे. त्यातली सत्यासत्यता पडताळून
पाहण्याचा त्याने कधी गांभीर्याने विचारच केला नव्हता; पण यशोधरेचं
बोलणं, तिचे विचार त्याने ऐकले आणि त्याला जाणवलं की, त्या भिक्षूंचं
बोलणं सत्याला कुठेही धरून नाहीय. यशोधरासुद्धा आपल्यासारखीच
वेगळी आहे, अनन्यसाधारण आहे, याचीही त्याला प्रकर्षाने जाणीव झाली.

यशोधराजवळ जाऊन ती बसली होती, त्याच फरशीवर तो बसला.

त्या दोघांचं ते सान्निध्य, त्यांच्यातली ती जवळीक त्या दोघांनाही खूप हवीहवीशी वाटत होती. परस्परांच्या सहवासात ती त्यांना आश्वस्त करणारी होती. दोघांनाही कुठल्याच शब्दांची, काही बोलण्याची गरजच भासत नव्हती. एकमेकांबद्दलच्या प्रेमानं ओतप्रत भरलेली त्यांची मनं परस्परांमध्ये पुरती गुंतून गेली होती. अंधाराचा पडदा हळूहळू पृथ्वीला व्यापून टाकायला निघाला होता.

यशोधराच आधी भानावर आली.

''अगंबाई...'' तिच्या एकदम लक्षात आलं. ''मी अजून फुलंच गोळा केली नाहीत. उशीर झालाय खूप मला परतायला...'' चटकन उठत तिनं म्हटलं आणि ती वाटिकेकडे निघाली. सिद्धार्थही तिच्या मागोमाग गेला. तिच्याप्रमाणेच काही फुलं तोडून घेत त्यानं ती तिच्या परडीत टाकली. दोघंही एकमेकांकडे बघून हसली. एक गोड गुपित त्या दोघांनाही कळलं होतं. कोणतंही काम दोघांनी एकत्रितपणे केलं, तर त्यात जी गोडी, जी लज्जत असते, ती एकट्याने केलेल्या कामात नसते. सिद्धार्थचा निरोप घेऊन स्वतःच्या प्रासादाकडे पावलं वळवणं यशोधराला खूपच जड गेलं; पण त्याला सोडून जाणं तिला भागच होतं. सिद्धार्थ एकटाच उभा राहिला तिथे थोडा वेळ. यशोधराच्या सान्निध्यात घालवलेल्या क्षणांचा विचार करत होता तो! त्या क्षणांचा त्याचा अनुभव परत परत आठवून बघत होता. कसे बसे त्याने स्वतःचे विचार काबूत आणले, त्या वेळी रात्रीच्या भोजनाची वेळ झालेली होती.

त्याला भोजनाला यायला उशीर होणार आहे, हे गौतमीदेवींनी गृहीत धरलं होतं, त्यामुळे त्याला उशीर झाला, तरी काळजी अजिबात वाटली नाही त्यांना. उलट खूपसं समाधानच होतं त्यांच्या मनात. सिद्धार्थनं त्यांच्याकडे पाहिलं आणि आपल्या उशिरा येण्याबद्दल त्यांच्या मनात कोणते विचार चालू असतील, ते लगेचच लक्षात आलं त्याच्या.

शुद्धोधन मात्र खूपच अधीर झाले होते. असं वाटत होतं की, लवकरात लवकर त्यांना त्यांच्या मनावरचं या अत्यंत महत्त्वाच्या बाबतीतल्या कामाचं ओझं उतरवून मोकळं व्हायचं आहे. सिद्धार्थच्या विवाहाच्या बाबतीत त्यांच्या खूप अपेक्षा होत्या, खूप मनोरथ होते; पण त्याचा स्वभाव, त्याच्या मनाचा या बाबतीतला कल यांनी त्यांना काळजीत टाकलं होतं. सिद्धार्थच्या बाबतीतले त्यांचे आजवरचे अनुभव त्यांच्याबरोबर नेहमीच सुख आणि

दुःख यांचा लपंडाव खेळत आले होते. सिद्धार्थच्या जन्माचा आनंद अत्यंत
कौतुकाने आणि वेगवेगळ्या समारंभांनी ते साजरा करत असतानाच पत्नीच्या
मृत्यूच्या दुःखद आणि दाहक वास्तवाला त्यांना सामोरं जावं लागलं होतं.
स्वतःच्या जेमतेम सात दिवसांच्या बाळाला मागे ठेवून महामायादेवींनी
या जगाचा निरोप घेतला. जणू काही शुद्धोधनांना पुत्र देण्यापुरत्याच त्या
या जगात आल्या होत्या. सिद्धार्थवर प्रेमाचा आणि मायेचा वर्षाव करून
पत्नीच्या चिरविरहाच्या दुःखातून बाहेर पडण्याचा प्रयत्न त्यांनी केला आणि
तो बऱ्याच अंशी सफलही झाला. सिद्धार्थला आईच्या मायेनं वाढवणारं
कुणी तरी असावं, या उद्देशाने त्यांनी महामायादेवींच्या बहिणीशीच विवाह
केला. गौतमीदेवींनी ज्या दिवशी तान्ह्या सिद्धार्थला त्याची सावत्र माता
या नात्याने मांडीवर घेतलं, त्याच दिवसापासून त्या त्याची सख्खी माता
झाल्या. मायेच्या आणि प्रेमाच्या रज्जूने एकमेकांशी बांधल्या गेलेल्या त्या
मायलेकरांना पाहिलं की, शुद्धोधनांच्या साऱ्या काळज्या, चिंता विरून जात
असत आणि पुन्हा एकदा त्यांच्या मनाला प्रसन्नता लाभत असे.

पण मग ज्योतिषांनी सिद्धार्थचं जे भविष्य वर्तवलं त्याने परत त्यांना
निराश केलं. त्यांचं धैर्यच खचून गेलं होतं पार त्या वेळी! कुठून आपण
या ज्योतिषांना बोलावलं, असं होऊन गेलं होतं त्यांना. त्यांनी शुद्धोधनांना
सांगितलं होतं की, सिद्धार्थ एकतर सार्वभौम राजा, मोठा सम्राट होईल
किंवा मग साधू, महंत होईल. जगातली सारी सुखं, संपत्ती, ऐशआराम
याचा तो उपभोग तरी घेईल, नाही तर साऱ्या मानवजातीच्या दुःखाचं
निराकरण करण्यासाठी, त्यांचं कल्याण करण्यासाठी तो या साऱ्या गोष्टींचा
कायमचा त्याग करेल. हे भविष्य ऐकल्यापासून शुद्धोधनांनी त्यांचं सारं चित्त
सिद्धार्थच्या वागण्या-बोलण्यावर केंद्रित केलं होतं. मागे सरत जाणाऱ्या
काळाबरोबर सिद्धार्थ कधी मोठा राजा होईल, ही त्यांची आशा मावळत
चालली होती. वाढत्या वयातल्या सिद्धार्थकडे बघताना त्याच्यात त्यांना
एका क्षत्रियामध्ये असणारी गर्वभावना, काहीसा उद्धटपणा यांचा लवलेशही
कधी दिसला नव्हता. त्याच्या चेहऱ्यावरचे भाव अतिशय सौम्य होते.
त्याच्या डोळ्यांत नेहमीच त्यांना प्रेम, दयाळू वृत्ती, करुणा आणि शांती या
भावनांचंच प्रतिबिंब पडलेलं दिसायचं. जीवनोपयोगी अशा सर्व कलांमध्ये
त्याने प्रावीण्य संपादन केलं. अगदी युद्धकलेतही तो निष्णात होता आणि
स्पर्धांमध्ये तर त्याचं यश ठळकपणे दिसून येत असे; पण या सगळ्या गोष्टी

त्याने शिकायच्या म्हणून शिकून घेतल्या होत्या. त्या बाबतीतल्या त्याच्या कर्तृत्वाचं प्रदर्शन करण्यात मात्र त्याला तीळमात्र स्वारस्य नव्हतं.

एक गोष्ट मात्र शुद्धोधनांच्या लक्षात आली होती. सिद्धार्थला शेतात काम करायला मनापासून आवडत असे. इतर कुठल्याही कामांपेक्षा शेतीविषयक कामं करण्यात त्याला जास्त रस होता. ते त्याला स्वतःबरोबर शेतांमध्ये घेऊन जात असत; पण तिथेही शेतात उगवलेल्या पिकांचं सौंदर्य त्याला निरखत राहावंसं वाटत असे. त्यातच रमून जायचा तो. तिथे काम करणाऱ्या माणसांमधलं सळसळणारं चैतन्य त्याला भुरळ पाडायचं. जरा मोठा झाल्यानंतर तो भिक्षूंमध्ये गुंतत गेला आणि शुद्धोधन अधिकच अस्वस्थ झाले. रोहिणी नदीच्या पाणीवाटपाच्या संदर्भात आजूबाजूच्या लोकांशी वैर पत्करणं आणि लढाया करणं, या गोष्टींचा सिद्धार्थला मनापासून तिटकारा होता, त्यामुळे शुद्धोधनांच्या चिंतेत अधिकच भर पडली होती. त्यांना याबाबतीत आपण हवालदिल झालो आहोत, असंच वाटत होतं. गौतमीदेवी त्यांची चिंता दूर करण्याचा, त्यांना धीर देण्याचा प्रयत्न करत राहत. त्या त्यांना समजवून बघत की, सिद्धार्थ त्याच्या मातापित्यांना दुःख होईल, अशी कोणतीही गोष्ट करण्याइतका पाषाणहृदयी नाही. त्यांच्या उतारवयात तो नक्कीच त्यांची काळजी घेईल... त्यांना जपेल. शुद्धोधन आणि गौतमीदेवी, दोघांनाही त्याच्या समोर त्याच्या विवाहाचा विषय काढण्याचा धीरच होत नव्हता. कारण, एका गोष्टीची त्यांना पूर्ण खात्री होती की, एकदा त्याने विवाहाच्या प्रस्तावाला नकार दिला, तर पुन्हा कधी त्याला त्याबाबतीत राजी करणं त्यांना शक्यच झालं नसतं, त्यामुळेच त्या दोघांनीही त्याच्या विवाहाच्या बाबतीतली त्यांची व्याकूळता मनातच दडपून टाकली होती. याबाबतीत मौन पाळणंच त्यांना श्रेयस्कर वाटलं होतं.

पण आता सिद्धार्थच एका मुलीच्या बाबतीत स्वारस्य दाखवत होता. तिच्या बाबतीत गौतमी मांजवळ त्याने त्याचं मनही मोकळं केलं होतं आणि ही गोष्ट शुद्धोधनांना अशीच सोडून द्यायची नव्हती. उलट ती त्यांना अग्रक्रमाने प्राधान्य देण्याइतकी मोठी, महत्त्वाची वाटत होती. कोलियाला जाऊन ताबडतोब बिंबाननांशी या विषयावर बोलायचं होतं त्यांना. तशी तयारीही सुरू केली त्यांनी. बिंबाननांकडे एक दूत पाठवून त्यांनी त्यांच्या आगमनाची वर्दीही त्यांना दिली. स्वतःच्या काही जिवलग माणसांनाही त्यांनी त्यांच्याबरोबर या छोटाशा प्रवासाला चलण्याचा निरोप पाठवला.

बिंबाननांकडे पोहोचल्यावर त्यांनी मनापासून केलेल्या या मंडळींच्या आगत स्वागताने आधी सारेच सुखावले; पण मग नंतर मात्र सिद्धार्थ आणि यशोधराच्या विवाहासंदर्भातलं बिंबाननांचं मौन त्यांना अस्वस्थ करत राहिलं. बराच वेळ मध्ये असा शांततेतच गेला आणि खूप विचारांती बिंबाननांनी त्यांच्या मनातले विचार शुद्धोधन आणि त्यांच्या बरोबरच्या लोकांच्या कानावर घातले.

''माझ्या असं कानावर आलंय की, सिद्धार्थ गौतमला एका क्षत्रियाची कर्तव्य पार पाडणं, ही गोष्ट जराही अभिमानास्पद वाटत नाही. वास्तविक पाहता क्षत्रिय पुरुषाने स्वतःच्या कुटुंबीयांचं रक्षण तर करायलाच हवं; पण त्याच बरोबर स्वतःचे गावकरी, स्वतःचे अनुयायी यांचंही रक्षण करताना त्याने स्वतःच्या प्राणांची बाजी लावायला हवी! आणि यासाठी त्याने युद्धकलेत, तलवार चालवण्यात निष्णात असायला हवं.''

बिंबाननांचं बोलणं ऐकून शुद्धोधनांची चिंता पार विरून गेली आणि त्यांनी सुटकेचा निःश्वास सोडला. त्यांच्या ओठांवर सिद्धार्थविषयीच्या अभिमानाचं हसू पसरलं. ''माझा पुत्र...'' ते बिंबाननांना म्हणाले, ''सर्व प्रकारच्या युद्धांमध्ये निष्णात आहे आणि त्याने या साऱ्या युद्धकला फक्त शिकूनच घेतल्या नाहीत, तर त्यात तो अतिशय निपुण आहे.''

पण त्यांच्या बोलण्यानं बिंबाननांचं समाधान झालं नाही. त्यांच्या चेहऱ्यावर तुच्छतेचे भाव स्पष्टपणे उमटले होते. ''प्रत्येकच पित्याला स्वतःच्या पुत्राच्या शौर्याबद्दल गर्व असतो. माझी कन्याही धनुर्विद्या शिकलेली आहे; पण याचा अर्थ असा नाही की, ती तिच्या लोकांचं संरक्षण करायला समर्थ आहे.''

''मला माझ्या मुलाच्या पराक्रमाची शेखी मिरवण्याची जराही इच्छा नाहीय. तुमचा आमच्यावर विश्वास नसेल, स्वतःच्या डोळ्यांनी बघून याबाबतीत तुम्हाला खात्री करून घ्यायची असेल, तर त्याचं शौर्य सिद्ध करण्यासाठी कोणतीही परीक्षा द्यायला तो सिद्ध असेल,'' स्वतःचा आब राखून शुद्धोधन म्हणाले. कोणत्याही कारणास्तव त्यांना यशोधराला गमवायचं नव्हतं.

''आता तुम्ही एखाद्या क्षत्रियाला शोभेल असं बोललात!'' बिंबानन म्हणाले. ''आपल्या गावांच्या सीमेवर मी एक चढाओढ आयोजित करण्याची व्यवस्था करतो. मी निमंत्रण देईन, त्या वेळी तुम्ही, तुमचा पुत्र

आणि तुमची माणसं यांच्यासह तिथे येऊ शकता. तुमचा पुत्र या युद्धाच्या स्पर्धेत विजयी झाला, तर माझ्या कन्येची... यशोधरेची तुमची स्नुषा म्हणून मी तुमच्याकडे पाठवणी करेन... नाही तर...''

''बस्...!'' शुद्धोधनांनी घाईघाईने त्यांना थांबवलं. ''तुमचं वाक्य पूर्ण करण्याची संधी तुम्हाला मिळणारच नाही!''

बोलता बोलता शुद्धोधन उठले आणि त्यांनी बिंबाननांचा निरोप घेतला.

———

यशोधरेला तलवारीच्या युद्धात विजय मिळवून जिंकून घ्यायचं, या कल्पनेनेच सिद्धार्थ नाराज झाला. त्याच्या कानाला तर ते शब्द कटू लागलेच; पण त्याच्या मनालाही ते पटणारं नव्हतं. शुद्धोधनांचं बोलणं त्याने शांतपणे ऐकून घेतलं आणि त्याच्या मनात काय आहे, याविषयी एका शब्दानंही स्वतःच्या मात्यापित्यांना काही कल्पना न देता तो, त्यांच्यासमोरून उठून गेला. त्याच्या मौनाचा अर्थ त्या दोघांपर्यंत पोहोचला होता. त्यांना कमालीचा धक्का बसला. युद्धाच्या स्पर्धेत भाग घेण्याचंच सिद्धार्थने नाकारलं, तर बिंबाननांपुढे शुद्धोधनांना लज्जेनं मान खाली घालावी लागणार होती. कारण, त्यांनी बिंबाननांना तसं आव्हान दिलं होतं आणि याहूनही मनाला त्रास देणारी गोष्ट होती, ती म्हणजे घरात सून आणण्याच्या त्यांच्या आशेवरही पाणी पडणार होतं.

आपल्या बोलण्यानं सिद्धार्थच्या भावना दुखावल्या गेल्या, याचं शुद्धोधनांना वाईट वाटलं. त्यांच्या मनाची व्याकूळता गौतमीदेवी समजू शकत होत्या. ''सिद्धार्थ खूप हळवा, संवेदनशील आहे,'' त्यांना दिलासा देण्यासाठी गौतमीदेवी म्हणाल्या. ''एखाद्या अथांग जलाशयासारखं मन आहे त्याचं. ठाव घेताच येऊ नये, इतकं खोल! त्याच्या मनात नेमकं काय चालू आहे, ते कधी समजून घेताच येणार नाही आपल्याला. त्याचं मन थोडं कणखर व्हायला हवं आणि हळूहळू ते होईलही. लहान होता, त्या वेळी एखाद्या जखमी हंसाला त्याने पाहिलं, तरी डोळे भरून यायचे त्याचे; पण तो कायम काही तसाच राहणार नाहीय ना? या सध्याच्या घडीला आणि जोपर्यंत त्याला व्यथा, यातना म्हणजे काय हेच माहीत नाहीय,

तोपर्यंत सुखाची चव त्याला स्वतःला कळेपर्यंत आपण त्याला सुखलोलूप जीवनाकडे वळवूच शकणार नाही आहोत. तसा प्रयत्न आपण केला, तरी तो व्यर्थच ठरेल. दुःख म्हणजे काय हे माणसाला कळायलाच हवं. प्रेम आणि तिरस्कार, सुखं आणि दुःखं, हर्ष आणि अश्रू, या जीवनातल्या अटळ गोष्टींना मनाचा समतोल राखून सामोरं कसं जायचं, ते त्याला शिकून घ्यायलाच हवं. त्याला विचार करू द्या, संघर्ष करायला शिकू द्या आणि मुख्य म्हणजे यातना म्हणजे काय, याचा अनुभव त्याला घेऊ द्या. या सगळ्यातून तावून सुलाखून निघेल, त्या वेळीच आपला हा लेक एक प्रगल्भ व्यक्ती, एक समंजस तरुण होईल आणि तेव्हाच त्याच्यातले सर्वोत्तम गुण सगळ्यांसमोर येतील.''

ज्या ज्या प्रसंगी शुद्धोधनांना नैराश्य येत असे, त्या वेळी चार समजुतीच्या, धीराच्या, त्यांना पटतील, अशा गोष्टी सांगून त्यांना त्या निराशेच्या गर्तेतून बाहेर काढणं, हे गौतमीदेवी नेहमीच स्वतःचं कर्तव्य समजत असत. स्वतःचं हे कर्तव्य पार पाडत असताना त्यांच्या स्वतःच्याही विचारांच्या कक्षा रुंदावत. त्यांच्या ज्ञानाला अधिकाधिक सखोलता येत असे. स्वतःच्या पुरुषांना समजवण्याची अशी जबाबदारी घेताना, त्यांचे विचार योग्य त्या दिशेला वळवताना स्त्रियांच्या स्वतःच्या जाणिवाही आपोआपच प्रगल्भ होत जात; पण त्यांची ही विद्वत्ता, त्यांचं हे शहाणपण जगापुढे कधीच येत नसे. त्यांच्यातले हे गुण त्यांच्या कुटुंबीयांपुरतेच सीमित राहत. बऱ्याचदा असंही होत असे की, आपल्या पत्नीने आपल्याला शहाणपणाच्या चार गोष्टी सांगाव्यात, आपल्याला मार्गदर्शन करावं, हे बऱ्याच पुरुषांना आवडत नसे. अशा वेळी स्त्रिया स्वतःमधल्या शहाणपणाचा, स्वतःच्या बुद्धीचा गैरवापर करून आपल्या पतीचं आयुष्य अक्षरशः दयनीय करून टाकत. शुद्धोधनांचं सिद्धार्थवरचं अपार प्रेम, हा त्यांच्या मनाचा मोठाच कमकुवतपणा होऊन बसला होता. गौतमीदेवींना त्यांना समजावण्याचं काम वरचेवर करावं लागत असल्याने त्यांच्या बुद्धीला अधिकाधिक धार चढत होती. काही बाबतींमध्ये त्या शुद्धोधनांपेक्षा वरचढ ठरत होत्या. मात्र सिद्धार्थच्या बुद्धिमत्तेपुढे त्यांचं शहाणपण नगण्यच ठरत असे. त्यांचं ज्ञान हे व्यावहारिक बाबतींमधलं होतं, तर सिद्धार्थ सत्याच्या शोधार्थ निघालेला होता. सत्याच्या दिशेने त्याचा प्रवास नुकताच सुरू झाला होता. समाजाच्या भल्याचा विचार करताना व्यवहार हा गरजेचा असतोच, हे मान्य होतं त्याला; पण फक्त

भौतिक सुखांनाच कवटाळून जगायचं ठरवलं, तर ते समाजासाठी किती घातक ठरू शकतं, यांचं सूक्ष्म निरीक्षण केलं होतं त्याने! त्याच वेळी त्याने काही लोकांनी अंतिम सत्याच्या शोधासाठी निवडलेले वेगवेगळे मार्गही काळजीपूर्वक न्याहाळले होते.

आणि म्हणूनच कोणत्याही बाबतीत शुद्धोधनांना काही गोष्टी पटवून देणं गौतमीदेवींना जेवढं सहजपणे जमत असे, तेवढ्या सहजतेनं सिद्धार्थला काही पटवून देणं, त्यांना शक्य होत नव्हतं, त्यामुळेच सिद्धार्थबरोबर घडलेल्या कुठल्याही चर्चांमध्ये त्या निमूटपणे माघार घेत. जे ज्ञान मिळवण्याची त्याला उत्कट आस होती, त्यातलं तथ्य जाणून घेणं, त्यांच्या आकलनापलीकडचं होतं. स्वतः मिळवलेल्या या ज्ञानाचा उपयोग आपल्याला या ऐहिक जगातली दुःख आणि यातना यांच्यावर मात करण्यासाठी कसा करता येईल, हे जाणून घेण्याचा त्याच्या मनाने ध्यासच घेतला होता.

आज याबाबतीतही सिद्धार्थला समजून घेण्यात, त्याचे विचार जाणून घेण्यात गौतमीदेवी आणि शुद्धोधन कमीच पडत होते. सिद्धार्थ तलवारींच्या लढाईत पारंगत होता, निष्णात, वाकबगार होता, हे त्यांना माहीत होतं; पण या कलेचा, त्याच्यातल्या या गुणांचा वापर तो स्वतःच्या भल्यासाठी, स्वतःच्या फायद्यासाठी करून घ्यायला का तयार नाहीय, किंबहुना त्याला त्याचा तिटकाराच का वाटतोय, याचं आकलनच त्यांना होत नव्हतं. सिद्धार्थवरच्या अपार प्रेमामुळे त्यानं या बाबतीत पाळलेलं मौन शुद्धोधनांच्या चिंतेत भर टाकत होतं; पण गौतमीदेवींचा त्याच्यावर, त्याच्या निर्णय शक्तीवर विश्वास असल्यामुळे त्या त्याच्या बाबतीत काहीशा निश्चिंत होत्या.

बाहेर तापत चाललेला दिवस शुद्धोधनांच्या अस्वस्थतेत अधिकाधिक भर टाकत होता. गौतमीदेवी मात्र त्यांना त्यांच्या दासी पुरवत असलेल्या सेवा-सुविधांनी सुखावल्यासारख्या झाल्या होत्या.

वाटिकेतल्या झाडांवरच्या काही कळ्या त्यांची एकेक पाकळी उमलवत सुंदरशा फुलांमध्ये स्वतःचं रूपांतर करून घेत होत्या, तर काही फुलं आपल्या पाकळ्या हळूहळू मिटून घेत कोमेजण्याच्या बेतात होती. या उमलणाऱ्या आणि कोमेजणाऱ्याही फुलांच्या रंगछटा, त्यांच्या हर्ष खेदांच्या

छटा आलटून पालटून यशोधरेच्या चेहऱ्यावर प्रतिबिंबित होत होत्या. सिद्धार्थच्या सान्निध्यात आपण या बागेत आहोत, ही भावना तिचं मन प्रसन्न करून टाकत होती, तर तलवारीच्या युद्धात विजय मिळवणं सिद्धार्थला जमेल की नाही, ही काळजी मधूनच तिचा चेहरा मलूल करत होती.

"तुझ्याशी लग्न करायला उत्सुक असणाऱ्यांवर मी विजय मिळवायचा आणि तुला जिंकून घ्यायचं, ही कल्पनाच मला पटत नाही यशोधरा!" सिद्धार्थने शांतपणे म्हटलं. "विवाहाच्या मंगल बंधनात अडकून आपण परस्परांच्या आयुष्यात यायचं आणि एक सुखी वैवाहिक जीवन एकत्रितपणे अनुभवयाचं, हा निर्णय फक्त आपला दोघांचाच असायला हवा."

सिद्धार्थचं म्हणणं, त्याचे विचार यशोधराला पूर्णपणे पटत होते; पण सिद्धार्थ फक्त तेवढंच बोलून थांबला नाही. त्याचा याबाबतीतला दृष्टिकोन त्याला यशोधराला सखोलपणे विशद करून सांगायचा होता.

"तुझ्या तातांची अपेक्षा आहे की, मी तुझं रक्षण करावं, माझ्या कुटुंबाचं रक्षण करावं आणि माझ्या गावाचंही मी रक्षण करावं; पण त्यांची मनोधारणाच अशी आहे की, जो कुणी तलवारीने युद्ध करण्यात पारंगत असेल, तोच फक्त सगळ्यांचं रक्षण करण्यास सक्षम असेल. समर्थ असेल. याबाबतीत मी त्यांच्याशी सहमत नाहीय. संरक्षण म्हणजे काय? आणि कुणापासून मी सगळ्यांचं संरक्षण करायचं? शत्रूपासूनच ना? हे शत्रू कोण आहेत? मुळात शत्रुत्वाची भावनाच का अस्तित्वात असावी? आणि एका व्यक्तीच्या मनात दुसऱ्या व्यक्तीबद्दल राग, तिरस्कार किंवा शत्रुत्व उत्पन्नच का व्हावं?"

सिद्धार्थ बोलता बोलता थांबला. त्याच्या बोलण्यातली सखोलता, तीव्रता त्यालाच क्षणभर अबोल करून गेली.

त्याला नेमकं काय म्हणायचंय, ते समजून घेणं यशोधराला खूपच जड जात होतं. प्रत्येकानेच वैरभावनेपासून स्वतःला जपायचं? कसं? तिला अर्थबोधच होत नव्हता या कल्पनेचा! एखाद्या माणसाच्या मनात शत्रुत्वभावना असतीलच, तर त्याच्यापासून आपण स्वतःला सांभाळावं किंवा एखाद्या बलदंड माणसाने दुबळ्या लोकांना या माणसापासून वाचवावं, इतपतच तिला माहीत होतं. या पलीकडे तिच्या विचारांची पोच नव्हतीच. अशा तऱ्हेने कुणी विचार करू शकतं का, हेच तिला कळत नव्हतं. खरं तर हा विचार सिद्धार्थसाठीही तसा नवाच होता. त्याच्या स्वतःच्या तोंडून ते शब्द बाहेर पडेपर्यंत 'संरक्षण' या कल्पनेवर त्याने फारसा खोलात शिरून

विचारच केला नव्हता. तो करायचा होता त्याला. हे कितपत खरंय, कितपत व्यवहारी आहे, याचा शोध घ्यायचा होता. केवळ यशोधरामुळेच या नव्या विचाराचं मंथन आपल्या मनात सुरू झालं आहे, हे लक्षात आलं त्याच्या आणि तिच्याविषयीच्या प्रेमाने त्याचा ऊर भरून आला. त्यानं तिच्याकडे पाहिलं आणि दुसऱ्याच क्षणी त्याच्या मनात तिच्याविषयी कणव दाटून आली. त्याच्या बोलण्याचा नीटसा अर्थबोधच होत नसल्याने तिच्या चेहऱ्यावर एक प्रकारचे हताश झाल्यासारखे भाव उमटले होते. त्याच्या मनातल्या तिच्याबद्दलच्या प्रेमाची जागा तिच्यासाठीच्या करुणेनंच व्यापून टाकली. तिचा तो हताशपणा, तिच्या मनाचा संभ्रम दूर करावासा वाटला त्याला. त्या विचारानेच त्याला भारून टाकलं.

''यशोधरा...'' काहीशा अपराधी स्वरात त्यानं म्हटलं, ''मला माहीत आहे की, माझ्या विचारांनी, माझ्या शब्दांनी तुला गोंधळात टाकलंय; पण खरं तर त्यांचा अर्थ मलाच आधी पूर्णपणे समजून घ्यायचाय. एक मात्र मी तुला खात्रीपूर्वक सांगू शकतो की, हा विचार माझ्या मनात आला, तो तुझ्यामुळेच म्हणूनच मला अगदी मनापासून हे सारं तुला समजवून द्यावंसं वाटतंय. माझी ही जबाबदारी मी आनंदाने पार पाडणार आहे आणि खरंच सांगतो, इतकी हताश होऊ नकोस. मी तुझा संभ्रम नक्कीच दूर करू शकेन.''

यशोधराचा चेहरा त्याच्या आश्वासक शब्दांनी लगेच उजळला.

''याचा अर्थ असाच आहे ना की, माझ्या हताश होण्यापासून आपण माझं संरक्षण करणार आहात?'' तिनं हसून विचारलं. ''माझ्या तातांना आपल्याकडून याचीच तर अपेक्षा आहे! आपले कुटुंबीय किंवा आपल्या राज्याचे नागरिक ज्या ज्या वेळी अगतिक होतील, आपल्या मदतीची त्यांना गरज भासेल, त्या वेळी त्यांना जपण्याची जबाबदारी आपण स्वतःच्या शिरावर घ्यायला हवी, असं वाटतं त्यांना.''

सिद्धार्थ गौतमला अगदी मनापासून हसू आलं. फार क्वचित असं मनमोकळेपणाने हसत असे तो. पौर्णिमेच्या रात्री उगवणाऱ्या चंद्रबिंबाच्या प्रकाशासारखं त्याचं ते प्रसन्न हास्य यशोधरेच्या थेट हृदयालाच स्पर्श करून गेलं. अतीव समाधानाने ऊर भरून आला तिचा आणि तिच्या मनातल्या विचारांची, भावनांची तीव्रता सिद्धार्थला मोहित करून गेली. अचंबित होऊन पाहतच राहिला तो तिच्याकडे.

पण त्या दोघांसमोरचीही समस्या सुटतच नव्हती. त्या समस्येवर कुठलाही उपाय सापडत नव्हता त्यांना. सरळ बिंबाननांनाच जाऊन भेटावं का? त्यांनी घातलेली ही अट त्यांना मागे घ्यायला सांगावं? पण हे करणं तरी योग्य ठरणार होतं? प्रश्न बरेच होते; पण उत्तरं कशाचीच माहीत नव्हती यशोधराला. तिला ती जाणून घ्यायची होती. स्वतःची सहचरिणी म्हणून सिद्धार्थला यशोधराच हवी होती, हे माहीत होतं तिला; पण तिच्याशी विवाह करणाऱ्याची आस मनाशी बाळगून असणाऱ्यांशी लढाई करून, त्यांच्यावर विजय मिळवून यशोधराला स्वतःच्या आयुष्यात आणायचं नव्हतं त्याला. स्पर्धा, आव्हानं, या गोष्टी त्याला नव्या नव्हत्या. आजपर्यंत अनेकदा अनेक स्पर्धांमध्ये सहभागी झाला होता तो आणि अशी एकही स्पर्धा नव्हती, जिच्यात तो विजयी झाला नव्हता. या साऱ्या स्पर्धा म्हणजे पोरखेळ होता त्याच्यासाठी. मात्र आता हा त्याच्या आयुष्यातला सर्वाधिक महत्त्वाचा प्रसंग होता. कारण, विवाह ही त्यांच्यासाठी एखादी साधीसुधी, क्षुल्लक घटना नव्हती. त्याच्या दृष्टीने लग्न म्हणजे दोन प्रगल्भ व्यक्तींनी स्वतःच्या इच्छेने एकत्र येऊन उर्वरित आयुष्य परस्परांच्या सहवासात घालवण्याचा घेतलेला निर्णय! यशोधरा म्हणजे काही एखादं राज्य नव्हतं, जमिनीचा तुकडा नव्हता किंवा नदीचं पाणीही नव्हतं, जे एखाद्या स्पर्धेत भाग घेऊन, जिंकून, प्राप्त करून घ्यावं. युद्ध करून, त्यात विजय मिळवून तिला आपल्या ताब्यात घेण्यासाठी ती काही कुठला प्रांत किंवा मुलूखही नव्हती. विवाह बंधनात अडकायचं, ते परस्परांवरच्या प्रेमाच्या धाग्यांमध्ये गुंतून जाऊनच! कुठल्याही प्रकारच्या स्पर्धांमध्ये भाग घेऊन नाही, अशी मनोधारणा होती त्याची.

सिद्धार्थने त्याचा दृष्टिकोन वेगवेगळ्या पद्धतींनी यशोधराला पटवून देण्याचा प्रयत्न केला. खरं तर ही विचारसरणी तिच्यासाठी अगदी नवीन होती; पण त्यातला सखोल अर्थ तिला लगेच उमगला. तिच्या जाणिवा या विचारांमुळे अधिक परिपक्व झाल्या. आपल्या अंतर्मनातलं सुप्त चैतन्य त्यांच्यामुळे सळसळल्यासारखं वाटत होतं तिला. मंदपणे लुकलुकणाऱ्या दिव्याच्या ज्योतीसारखा एक विचार तिच्या मनात उजळून गेला. तिला वाटलं, स्त्रियासुद्धा हाडामासाच्या जिवंत व्यक्ती आहेत, याची जाणीव पुरुषांना होते, ती केवळ त्या श्वास घेतात, त्यांनाही परमेश्वरानं शरीर दिलंय आणि त्या कामंही करू शकतात, याच कारणांमुळे! बाकी इतर बाबतीत एखादी वस्तू आणि जिचा मालकीहक्क आपल्याकडे असावा, अशी एक

मौल्यवान मालमत्ता एवढ्याच दृष्टींनी पुरुष स्त्रियांकडे बघतात आणि तशीच वागणूकही त्यांना देतात.

त्या दीपज्योतीकडे बघता बघता यशोधरेला तिच्या अधिक समीप जाण्याचा मोह झाला; पण ती अतिशय दूर आणि धूसर वाटली तिला. तिच्याजवळ पोहोचण्यापर्यंतचा प्रवास निश्चितच सोपा नव्हता तिच्यासाठी! सिद्धार्थच्या आणि तिच्या विवाहाबाबत उद्भवलेल्या समस्येवर आधी उपाय शोधणं महत्त्वाचं होतं. त्यानंतरच त्या अवघड प्रवासाला सुरुवात करणार होती ती आणि त्या वाटेवर ती एकटी असणार नव्हती. सिद्धार्थचा हात असणार होता तिच्या हातात त्या वेळी.

स्वतःभोवतीच्या जगाचं आकलन करून घेण्याच्या आपल्या पद्धतींमध्ये खोलवर रुजत जाणारं परिवर्तन घडतंय आणि हा बदल घडतोय, तो केवळ यशोधराच्या सहवासामुळेच, असं सिद्धार्थलाही अलीकडे वाटायला लागलं होतं. स्त्रीसुद्धा एक माणूसच असते की, फक्त एक वस्तू, या विचाराने यशोधरा भेटेपर्यंत त्याच्या मनाला कधी स्पर्शसुद्धा केला नव्हता. समस्त मानवजातीचा तो ज्या ज्या वेळी एकत्रितपणे विचार करत असे, तेव्हा त्याच्या मनात उमटणाऱ्या प्रतिमा फक्त पुरुषाच्यांच असत. त्याला खात्री होती की, व्याधी आणि मृत्यू, या गोष्टी स्त्री आणि पुरुष असा भेद मानत नाहीत किंवा त्यांचं वय, त्यांचा पंथ या गोष्टींचाही विचार करत नाहीत. सर्व मानवजातीच्या बाबतीत या गोष्टी सारख्याच असतात; पण मानवाच्या यातनांचा, त्यांच्या सुखदुःखांचा विचार ज्या ज्या वेळी त्याच्या मनात यायचा, त्या वेळी त्याच्या डोळ्यांपुढे उभी राहणारी चित्रं फक्त पुरुषांचीच असत; पण आता यशोधराला जिंकून घेण्यासाठी तलवारीने लढण्याच्या स्पर्धेत उतरण्याचा प्रश्न समोर आला, त्याच वेळी स्त्रियांची ओळख नेमकी काय, हा प्रश्नही त्याच्या मनात आपोआपच उभा राहिला. हा प्रश्न खूप अर्थपूर्ण होता; पण तो सोडवण्याचं काम कोण करणार होतं? यशोधराच ना? कारण ही जबाबदारी तिची होती.

काहीशा मलूल चेहऱ्यानेच त्याने तिला विचारलं, ''तू तुझ्या तातांना सांगू शकणार नाहीस का यशोधरा की, तुला युद्धात जिंकून घेण्याची कल्पनाच मला सहन होत नाही म्हणून?''

सिद्धार्थच्या या प्रश्नाने यशोधरला पुन्हा एकदा हताश केलं! सिद्धार्थच्या लक्षात आलं ते. स्वतःच्या पित्याशी कोणत्याही मुद्द्यावर वादविवाद करण्याची तिला अजिबातच सवय नसावी.

''यशोधरा, ज्या वेळी आपलं म्हणणं समोरच्या व्यक्तीला पटत नसतं, त्या वेळी तिच्याशी वाद घालणं गरजेचं होऊन बसतं,'' त्यानं म्हटलं. ''आणि आता ही गरज उद्‌भवली आहे, असं नाही वाटत का तुला? या वेळी मागेपुढे बघणं योग्य नाही होणार. मी काही मदत करू शकत असलो तुला याबाबतीत, तर तसं जरूर सांग मला.''

काय करावं, तेच कळत नव्हतं यशोधराला. तिच्या तातांच्या दुराग्रही, हट्टी स्वभावाचा अनुभव घेत घेतच ती लहानाची मोठी झाली होती. प्रत्येक गोष्ट ते स्वतःच्या मनाप्रमाणे करून घेत आणि तेही इतरांवर वर्चस्व गाजवून! शांतपणे, सौम्यपणे, सामोपचाराने वागणं त्यांना माहीतच नव्हतं. त्यांनी आज्ञा केली की, ती दरवेळी निमूटपणे पाळत असे यशोधरा; पण तिला, तिच्या आईला किंवा घरातल्या दासींना हुकूम सोडताना ज्या अरेरावीने ते वागत असत, ते यशोधराला आवडत नसे. दुसऱ्यांच्या भावनांचा ते विचारच करत नसत कधी. त्यांचे हुकूम, त्यांची जुलूम जबरदस्ती, यांच्या शृंखला तोडून बाहेर पडण्याचा प्रयत्न तिच्या मांनी अनेकदा केला होता. वेगवेगळ्या पद्धतींनी स्वतःचा निषेध त्यांनी व्यक्त करून पाहिला होता. कधी कधी त्याही स्वतःचा आवाज चढवत असत. कधी मोठ्याने रडत किंवा मग हाताला येतील त्या वस्तू फेकून किंवा तोडून फोडून टाकत; पण त्यांनी केलेले हे प्रकार, त्यांच्या निषेधाचं त्यांच्या कृतीतून घडणारं दर्शन, हे सारं बघूनही बिंबानननांनी स्वतःचा स्वभाव बदलण्याचा कधी प्रयत्न केला नव्हता. क्वचित कधी तरी, एखाद्या क्षुल्लक किंवा बिनमहत्त्वाच्या बाबतीतच फक्त स्वतःच्या पत्नीचं म्हणणं ते ऐकत. या सगळ्या गोष्टींचा यशोधराला अतिशय मनस्ताप होत असे; पण त्या थांबवणं तिच्या कुवतीपलीकडे होतं. हीच जगरहाटी आहे, हेही तिला मान्य करणं भाग होतं. आता तिच्या आयुष्यातल्या महत्त्वाच्या प्रसंगी तरी तिच्या तातांशी वाद घालण्याचं बळ तिला कुठून मिळणार होतं? तातांसमोर ताठ मानेनं उभं राहणं, त्यांच्या नजरेला नजर देणं कसं जमणार होतं तिला? एवढं धाडस कुठून गोळा करून आणणार होती ती?

मनात याच साऱ्या विचारांची गर्दी झाली आणि यशोधराच्या डोळ्यांत पाणी उभं राहिलं.

सिद्धार्थला पण भरून आलं. आपण तिला तिच्या वडिलांशी बोलायला सांगितलं, हे जरा चुकलंच, असं वाटलं त्याला आणि तो घाईघाईनं तिला

म्हणाला, ''यशोधरा, नको बोलूस तू तुझ्या तातांशी या विषयावर. हे एवढं अवघड काम मी तुझ्यावर सोपवलं, यासाठी क्षमा करशील मला? आपल्या दोघांमध्ये जे घडलंय, त्याला मीही जबाबदार आहे ना? मी बोलेन तुझ्या तातांशी, मी सांगेन त्यांना त्यांची ही अट मागे घ्यायला.''

स्वतःला सावरत यशोधराने डोळ्यांतलं पाणी पुसलं. क्षणभर विचारांमध्ये खोलवर बुडून गेली ती अन् मग तिनं सिद्धार्थला म्हटलं, ''खरं सांगायचं, तर ही जबाबदारी माझीच आहे. मला हे त्यांना पटवून द्यावंच लागेल की, स्पर्धेत कुणी अपरिचित माणसाने मला जिंकून घ्यायला मी एखादं बक्षीस किंवा विजयचिन्ह नाहीय. हे त्यांना सांगण्याचं काम माझ्याऐवजी आपण केलंत, तर मी स्वतंत्र व्यक्तिमत्त्व असलेली स्त्री न ठरता शेवटी एक वस्तू म्हणूनच उरते ना? म्हणूनच मला असं वाटतं की, त्यांना ही गोष्ट पटवून देण्याचं काम मीच करेन. आपण नका स्वतःला यात गुंतवून घेऊ! आणि आता यानंतरची आपली भेट तेव्हाच होईल, जेव्हा माझे ताता त्यांनी आपल्यावर लादलेली ही अट मागे घेतील.''

यशोधराच्या शब्दाशब्दांमधून व्यक्त होत असणारा तिचा स्वाभिमान, तिचा आत्मसन्मान सिद्धार्थला फक्त जाणवलाच नाही, तर तो थेट त्यांच्या अंतःकरणापर्यंत जाऊन पोहोचला.

स्त्रियांचा आत्मसन्मान आणि त्याची त्यांना असलेली गरज, या गोष्टींवर सिद्धार्थनं तोपर्यंत कधी फारसा विचारच केला नव्हता; पण यशोधराने आज त्याला एक नवा दृष्टिकोन दिला होता. जगाचं अवलोकन करताना हा विचार मनाशी जपणं किती महत्त्वाचं आहे, याची जाणीव करून दिली होती तिने त्याला. यशोधरेबरोबरच्या आपल्या वैवाहिक सहजीवनामुळे या जगातल्या अनेक अद्भुत गोष्टींकडे आपल्याला अधिक डोळसपणे बघता येईल, असा विश्वास जागला त्याच्या मनात आणि त्याचं मन निश्चिंत झालं. झाडाखाली त्याच्या फांद्यापानांच्या थंडगार सावलीत बसल्यानंतर शांत वाटतं, तशी मनःशांती या विचारामुळे आपल्या अंतःकरणाला व्यापून बसल्यासारखं वाटत होतं त्याला.

आपापल्या विश्वात, आपापल्या विचारात गढून गेले होते ते दोघंही! शरीरानं एकमेकांच्या समीप, एकमेकांच्या सान्निध्यात असूनही त्या दोघांमध्ये जणू काही प्रचंड अंतर होतं. परस्परांच्या अगदी जवळ असूनही एक प्रकारचा एकटेपणा अनुभवत होते सिद्धार्थ आणि यशोधरा. बऱ्याच

वेळानंतर यशोधरा उठून उभी राहिली. घरी जाण्यासाठी तिथून निघणं भागच होतं तिला. ती आपल्यापासून दूर निघालीय, ही कल्पनाच सहन होत नव्हती सिद्धार्थला; पण त्याच वेळी तिच्या आता होणाऱ्या विरहामुळे आपल्याला दुःख होतंय, ही भावना त्याला खूप सुखावहसुद्धा वाटत होती.

यशोधरा तिथून निघून गेल्यानंतरही विचारात हरवून जाऊन सिद्धार्थ कितीतरी वेळ तिथेच उभा होता. त्या दोघांच्या मिलनाच्या वाटेत येणारे सारे अडथळे ते पार करणार आहेत, या विचारांपाशीच त्याला रेंगाळत राहावंसं वाटत होतं. तिच्याही भावना आपल्यासारख्याच असतील का, हा प्रश्न मनात उभा राहिला त्याच्या आणि त्याने ती पुन्हा भेटेल, त्या वेळी हे तिला विचारायचं ठरवून टाकलं.

रात्रीच्या भोजनाची वेळ टळून गेल्यानंतरही बऱ्याच उशिरा सिद्धार्थ प्रासादात परतल्याचं गौतमीदेवींच्या लक्षात आलं; पण त्यांना त्याची काळजी अजिबात वाटली नाही. प्रासादात पोहोचल्यानंतर सिद्धार्थची पावलं थेट त्याच्या शयनगृहाकडेच वळली. त्याच्यासाठी तिथेच त्यांनी काही फळं आणि दूध पाठवण्याची व्यवस्था केली आणि त्या शांतपणे निद्राधीन झाल्या.

यशोधरानं तिच्या तातांशी बोलण्याचं मनाशी ठरवूनच टाकलं. तिचा निर्णय ती त्यांच्या कानावर घालणार होती. तिला मागणी घालणाऱ्या, तिच्याबरोबरच्या पाणीग्रहणासाठी उत्सुक असणाऱ्या लोकांमध्ये युद्ध घडवून आणण्याची त्यांची कल्पना तिला जराही पसंत नसल्याचं सांगून या गोष्टीला असलेला तिचा विरोध ती त्यांच्यापर्यंत पोहोचवणार होती. सूर्यास्तानंतरच्या तासाभरातच रात्रीचं भोजन घेण्याची बिंबाननांची सवय होती. त्यानंतर शेजाऱ्यांशी थोडा वेळ त्यांच्या गप्पागोष्टी होत. त्या झाल्या की, स्वतःच्या भावांबरोबर दुसऱ्या दिवशीच्या कामांबद्दल ते चर्चा विनिमय करत आणि हे सगळं उरकल्यावरच ते झोपायला जात. त्या दिवशी हे सगळं झाल्यानंतर ते त्यांच्या झोपण्याच्या खोलीकडे वळल्याबरोबर यशोधराने त्यांना थांबवलं.

बिंबाननांना नवल वाटलं. प्रश्नार्थक मुद्रेने त्यांनी यशोधराकडे बघितलं.

''आज सकाळी त्या लोकांवर लादलेली तुमची अट तुम्ही मागे घेत आहात, असा निरोप पाठवा त्यांच्याकडे,'' तिनं म्हटलं.

ती कोणत्या लोकांबद्दल बोलतेय, हे त्यांच्या चटकन ध्यानात आलं नाही.

''कोण लोक यशोधरा? तू कुणाबद्दल बोलते आहेस?'' त्यांनी प्रेमानं तिला विचारलं.

''कोणत्याही प्रकारच्या लढाईच्या स्पर्धेत एखाद्या निष्णात लढवय्याने मला जिंकून घ्यावं, अशी वस्तू होण्याची माझी जराही इच्छा नाहीय तात. सिद्धार्थला विवाहासाठी होकार देण्याची माझ्या मनाची पूर्ण तयारी झाली आहे.''

यशोधरानं सावकाशपणे आणि पूर्ण आत्मविश्वासाने स्वतःचं म्हणणं बिंबाननांच्या कानावर घातलं. सिद्धार्थच्या बाबतीत तिच्या मनाचा निर्धार पक्का आहे, हे त्यांनी जाणून घ्यावं, या इच्छेने!

यशोधराच्या बोलण्याचा मथितार्थ क्षणभरातच बिंबाननांच्या ध्यानात आला. तिची विचारसरणी आणि तिच्या बोलण्यातला ठामपणा त्यांना चकित तर करून गेला होताच; पण त्याचबरोबर त्यांच्या अहंकाराला तिच्या या निर्णयाने जबरदस्त ठेचही लागली होती. त्यांना स्वतःचा संताप आवरता आला नाही.

''याबाबतीतल्या तुझ्या प्रस्तावाला मान्यता द्यायची की नाही, हे ठरवण्याचं काम आम्हा ज्येष्ठांचं आहे यशोधरा. यात लक्ष घालण्याचं तुला काही कारणंच नाही.''

स्वतःचा राग काबूत ठेवण्याचा बिंबाननांनी बराच प्रयत्न केला; पण तरीही त्यांचा स्वर तापलाच. त्यातली कटुता आणि कर्कश्यपण यांना ते आवर घालू शकलेच नाहीत.

''तुमची संमती तर मला हवी आहेच तात आणि इतर कुठल्याही कारणास्तव तुम्ही सिद्धार्थला नाकारलंत, तर चालेल मला मात्र तो तलवारीच्या युद्धाच्या स्पर्धेत जिंकू शकणार नाही, या शंकेखातर तुम्ही त्याला नाकारू शकत नाही आणि आणखीही एक गोष्ट तुम्ही जाणून घ्यावीत, अशी इच्छा आहे माझी. तलवारीच्या युद्धाच्या स्पर्धेत चुकून माकून एखादा वेडा किंवा युद्धपिपासू उमेदवार जिंकलाच ना, तरी मी त्याच्याशी विवाह करणार नाही.''

''पण लग्नासाठी उभ्या असलेल्या वराची कौशल्यं आणि त्याचं शौर्य या गोष्टी पारखून घेणं अत्यंत गरजेचं असतं. क्षत्रियांमध्ये तशी रीतच असते.''

''असल्या रीतीभातींविषयी मला तीळमात्रही आदर नाहीय.''

यशोधरेच्या बोलण्यातलं ते धाडस, तिचा याबाबतीतला हट्ट, या गोष्टी बिंबाननांना रुचणं शक्यच नव्हतं.

''घराण्याच्या परंपरांचा आणि चालीरीतींचा अनादर करणारी ही मुलगी माझ्याच घरात, माझ्या संस्कारांमध्येच लहानाची मोठी झालीय, यावर माझा विश्वासच बसत नाहीय,'' ते म्हणाले.

''तुम्ही म्हणता, ते खरंय तात. ब्राह्मण आणि क्षत्रिय यांची कर्तव्य आणि त्यांच्या पारंपरिक चालीरीती, यांच्याविषयी फारसा आदर नाहीय मला.''

''मग कुणाविषयी आदर आहे तुला?''

''मी आज तुमच्याशी बोलायला इथे आले आहे न तात, ते माझा स्वतःविषयीचा आदर, माझा आत्मसन्मान, या गोष्टींची जाणीव तुम्हाला करून द्यावी, यासाठी! मला तुम्हाला एक गोष्ट सांगायचीय. एकदा आणि अखेरचीच! कुठल्यातरी स्पर्धेत कुणीतरी मला जिंकून घ्यायला मी काही एखादं बक्षीस किंवा विजयचिन्ह नाहीय. मी तुमची कन्या आहे. जिला तुम्ही खूप लाडाकोडात, खूप प्रेमानं वाढवलंय; पण या सत्याचा तुम्हाला विसर पडला असेल आणि तुम्हाला फक्त तुमच्या क्षत्रियांच्या रूढी परंपरांनाच चिकटून बसायचं असेल, तर मीही विसरून जाईन की, मी तुमची लेक आहे!''

स्वतःच्या स्वरातली, स्वतःच्या शब्दांमधली तीव्रता, कठोरता यशोधराला जाणवली आणि ती घाईघाईने तिच्या शयनगृहाकडे निघून गेली.

मती गुंग झाल्यासारखे बिंबानन जागीच खिळून उभे होते. आपली लेक आपल्याशीच अशी मूर्खासारखी कशी बोलू शकते, हेच कळत नव्हतं त्यांना. मध्येच एक विचित्र विचार डोक्यात येऊन गेला त्यांच्या. आपल्या लेकीला एखाद्या दुष्ट आत्म्याने झपाटलं तर नसेल? त्यामुळेच कदाचित ती अशी वेड्यासारखी वागत असावी. आणखीही कुणाजवळ तिने अशी मूर्ख बडबड केली असेल का? ती अशी विवेकशून्यपणे, वेड लागल्यासारखी वागतेय. याचा उद्या चार लोकांमध्ये बभ्रा झाला, तर तिचा विवाह तरी कसा जमवता येईल आपल्याला? आपल्या लेकीचा विवाह झालाच नाही आणि ती जन्मभर आपल्याच घरी राहिली तर? पण ही कल्पनासुद्धा सहन होईना त्यांना. कारण, असं घडलंच, तर त्यांच्यासाठी ते अत्यंत लाजिरवाणं ठरणार

होतं. मनात विचारांची गर्दी झाली त्यांच्या आणि भीतीने त्यांच्या जीवाचा थरकाप झाला अक्षरशः! कमालीचे चिंतातूर झाले ते आणि दरदरून घाम सुटला त्यांच्या सर्वांगाला. या साऱ्यातून बाहेर कसं पडायचं याचा विचार करता करता अचानक एक विचार त्यांच्या मनात उजळून गेला आणि त्याच्या प्रकाशाने त्यांना धीर दिला, आशेचे काही किरण दिसले त्यांना.

दुसऱ्या दिवशी सकाळी शुद्धोधनांना निरोप पाठवायचा, असं बिंबाननांनी मनाशी ठरवून टाकलं. कोणत्याही अटी शुद्धोधनांना न घालता यशोधराचा विवाह सिद्धार्थशी करून देण्याचं त्यांनी ठरवलं आहे, हे या निरोपाद्वारे ते शुद्धोधनांना कळवणार होते. यशोधराच्या वेड्यासारख्या वागण्याची बातमी एका रात्रीत लोकांपर्यंत पोहोचणार नाही, याची त्यांना खात्री होती. त्या विवाहाचा प्रस्ताव नवऱ्यामुलाकडूनच आला असल्याने बिंबाननांनी त्या मंडळींना फसवण्याचा, काहीतरी लपवून ठेवण्याचा प्रश्नच उद्भवणार नव्हता.

त्या रात्री बिंबाननांना निश्चिंत अशी झोप लागलीच नाही. यशोधराचं मानसिक संतुलन ढळलं आहे, हे त्यांच्या पत्नीला सांगण्याची त्यांची इच्छाच नव्हती. 'कदाचित, ही गोष्ट तिच्या आधीच लक्षातही आली असेल! तीही आपल्यासारखीच मनातून घाबरलेली असण्याची शक्यता आहे.' त्यांच्या मनात येत होतं आणि यदाकदाचित तिला याबाबतीत काहीच माहीत नसलं, तर ते तिला सांगून तिला काळजीत टाकण्याचीही त्यांची इच्छा नव्हती. ज्या आपल्या लाडक्या लेकीला आपण इतके उत्तम संस्कार देऊन वाढवलंय, तिच्या मनात असे विचित्र विचार कसे येऊ शकतात, हेच कळत नव्हतं त्यांना.

एका गोष्टीची बिंबाननांना पूर्ण खात्री होती की, शुद्धोधन अतिशय सज्जन आहेत. एक आदरणीय व्यक्ती म्हणून लोक त्यांच्याकडे बघतात. त्यांच्या पत्नी महाप्रजापती गौतमी यांनी सिद्धार्थला जन्म दिला नसला, तरी पोटच्या मुलासारखं मायेनं, कौतुकानं त्यांनी त्याला लहानाचं मोठं केलंय. या उमद्या मनाच्या स्त्रीकडून नक्कीच त्यांच्या लेकीला प्रेम आणि ममता मिळेल, याची ग्वाही त्यांचं मन त्यांना देत होतं; पण तरीही यशोधराच्या सिद्धार्थबरोबरच्या विवाहातून ती काय साध्य करणार होती, ही चिंताही त्यांना लागून राहिली होती. तिच्या सध्याच्या विचित्र मनःस्थितीमुळे तिची कीवही येत होती त्यांना.

दुसऱ्या दिवशी उजाडल्या बरोबरच त्यांच्या पत्नीला त्यांनी ती दोघं कपिलवस्तूला जाणार असल्याचं सांगितलं आणि त्यासाठी तयारी करण्याबद्दलही सूचना दिल्या. यशोधरा आणि सिद्धार्थ यांच्या विवाहाबाबत आपल्या पतींचं आणि शुद्धोधनांचं काय बोलणं झालंय, याची कल्पना विशिष्ठादेवींना होती; पण बिंबाननांचा निर्णय एका रात्रीत अचानक कसा काय बदलला, ते मात्र त्यांना कळत नव्हतं. मात्र बिंबाननांच्या चर्येवरचे भाव बघितले आणि त्यांच्या लक्षात आलं की, त्यांना काही विचारणं, त्यांच्याशी याबाबतीत चर्चा करणं, या गोष्टी अशक्यच आहेत. त्यांनी यशोधराला हाक मारून बोलावून घेतलं आणि ती दोघं कपिलवस्तूला जात असल्याचं तिच्या कानावर घातलं. घरात करायच्या असलेल्या काही कामांची जबाबदारीही त्यांनी तिच्यावर सोपवली.

विशिष्ठादेवींनी तिच्यावर सोपवलेल्या कामांकडे यशोधरा वळली, ती खूपच प्रसन्न चेहऱ्याने आणि उल्हासित मनाने!

यशोधराचं लग्न सिद्धार्थशी ठरवण्यासाठी बिंबानन आणि विशिष्ठा आपल्याकडे येत आहेत, या बातमीने शुद्धोधनांचा सारा प्रासादच आनंदात न्हाऊन निघाला.

''नशिबाची मेहेर नजर तुमच्याकडे वळते, त्या वेळी तुम्हाला अनेक सुखद धक्के बसतात. नशीब तुम्हाला अगदी संतुष्ट करून टाकतं.'' शुद्धोधन आणि गौतमी या दोघांच्याही मनात आलं.

स्वतःची अट मागे घेऊन सिद्धार्थ आणि यशोधराचा विवाह लवकरात लवकर थाटात साजरा करण्याचा आपला मनोदय बिंबाननांनी सगळ्यांच्या कानावर घातला आणि सगळ्यांचेच चेहरे आनंदाने उजळून गेले. त्यांच्या आनंदाला पारावारच उरला नाही. आलेल्या मंडळींचा पाहुणचार स्वतःच्या इभ्रतीला शोभेल, अशाच पद्धतीने करून शुद्धोधनांनी त्यांना अगदी संतुष्ट केलं आणि त्यानंतर सिद्धार्थला बोलवून आणण्यासाठी माणूस पाठवला.

वधूकडच्या बऱ्याचशा लोकांनी तोवर सिद्धार्थविषयी फक्त ऐकलेलं होतं. त्यांच्यापैकी काहींनी त्याला पाहिलंही होतं; पण ते दुरूनच. मात्र सिद्धार्थ ज्या वेळी त्यांच्यासमोर येऊन उभा राहिला, त्या वेळी त्याच्या व्यक्तिमत्त्वाने, त्याच्या रूपाने त्यांना अक्षरशः भुरळ घातली. त्यांचं मन प्रसन्न झालं होतं त्याला पाहून. त्याचा तेजस्वी चेहरा, त्याची नम्र आणि त्याचं उमदेपण दर्शवणारी वागणूक, शांत पण त्याच्या बुद्धीची चुणूक

दर्शवणारे त्याचे डोळे, त्याच्या चेहऱ्यावरचं हास्य, फुलाच्या पाकळ्यांसारखे नाजूक ओठ... सारंच त्यांना भारून टाकणारं होतं. सिद्धार्थच्या बाबतीतला यशोधरेचा आग्रह, तिचा जगावेगळा हट्ट त्यांना आठवला आणि बिंबाननांच्या मनात कुठेतरी एक अपराधी भावना जागून गेली. तिचं म्हणणं ऐकायचं नाही, असं आपण ठरवलं असतं, तर आपल्या हातून आपल्यासमोर उभ्या असलेल्या या निष्पाप, राजस तरुणावर मोठाच अन्याय घडला असता, याची जाणीव झाली त्यांना.

तिथे आलेल्या सर्व मंडळींसमोर अत्यंत आदराने सिद्धार्थ काहीसा खाली झुकला आणि त्याच्या कुटुंबातल्या ज्येष्ठ व्यक्तींनी घेतलेल्या निर्णयाचा तो स्वीकार करत असल्याचं त्याने सगळ्यांना सांगितलं.

वडील मंडळींचा सिद्धार्थने ठेवलेला मान आणि यशोधराने त्यांच्याविरुद्ध केलेला काहीसा बंडखोरपणा, यांची बिंबाननांच्या मनात नकळतच तुलना झाली आणि एक प्रकरच्या खिन्नतेनं त्यांना ग्रासून टाकलं.

गौतमीदेवी आणि विशिष्ठा देवी त्यांच्या मुलांच्या लवकरच थाटामाटात साजऱ्या होणाऱ्या विवाहसोहळ्याचे बेत करण्यात मनापासून रमून गेल्या होत्या. दोघींच्याही मनात एकमेकींविषयीची आपुलकीची भावना होती. सिद्धार्थ किती हळव्या मनाचा आहे, ते गौतमीदेवींनी विशिष्ठादेवींना सांगितलं, तर विशिष्ठादेवींनी यशोधरा कशी गृहकृत्यदक्ष आहे, हे गौतमीदेवींना सांगितलं. यशोधरेला भेटायला त्या किती उत्सुक आहेत, ते गौतमीदेवींनी त्यांना सांगितलं. त्या सगळ्यांनीच त्यांच्याबरोबर गौतमीदेवींनी कोलियाला यावं, असा आग्रह केला. लवकरच एखादा सोयीचा दिवस पाहून त्या कोलियाला येतील, असं आश्वासन गौतमीदेवींनीही त्यांना दिलं.

सिद्धार्थच्या अगदी जवळच्या माणसांना त्याचा लग्न करण्याचा निर्णय खरं तर अगदीच अनपेक्षित होता. त्यांना कळतच नव्हतं की, ज्या सिद्धार्थला ध्यानधारणा, दूरवरचे प्रवास आणि भिक्षूंशी गहन विषयांवरच्या चर्चा, यांच्यापलीकडे कशातच स्वारस्य नव्हतं, त्या सिद्धार्थने विवाहाच्या बंधनात स्वतःला अडकवून घेणं कसं काय स्वीकारलं?

देवदत्त हा सिद्धार्थचा लांबच्या नात्याने भाऊ तर होताच; पण त्याचा मित्रही होता. त्याच्या आणि सिद्धार्थच्या आणखीही काही मित्रांच्या भात्यातून त्या दिवशी प्रश्नांचे धारदार बाण सिद्धार्थच्या दिशेने सटासट सुटत होते.

''आज तू घेतलेला विवाहाच्या निर्णयाचं समर्थन तू कसं करणार आहेस?''

''आणि तुझ्या ज्ञानाच्या तृष्णेचं काय? तिच्याकडे पाठ फिरवणार आहेस तू?''

''ध्यानधारणेचं तुझं वेड तुला तुझ्या पत्नीवर प्रेम करून देईल असं वाटतं तुला?''

''आणि त्या भिक्षूंशी असलेली तुझी मैत्री? विवाहानंतर संपवून टाकशील तू ती मैत्री?''

''तुला वाटतं की, तुझ्या पत्नीसाठी तू एक आदर्श पती होऊ शकणार आहेस?''

वडीलधाऱ्या मंडळींची प्रतिक्रिया मात्र याच्या अगदी उलट होती. सरतेशेवटी त्याने एक उत्तम निर्णय घेतला आहे, असं समाधानाने त्याला सांगत त्यांनी त्याचं अभिनंदन केलं.

सिद्धार्थच्या मित्रांनी त्याच्यावर केलेला टीकेचा भडिमार त्याने त्या वेळी निमूटपणे सोसला होता; पण नंतर मात्र त्या टीकेने त्याला स्वतःच्या या निर्णयावर विचार करणं भाग पाडलं होतं. तो कलामुनींच्या आश्रमात गेला. तिथे तो नेहमीच त्यांच्याशी अनेक गंभीर विषयांवर बोलत असे. तात्त्विकदृष्ट्या निसर्ग, या विश्वात सामावलेलं ज्ञान आणि मानवाच्या मर्यादा यांच्याविषयी तो त्यांच्याशी सखोल चर्चा करत असे. कुठल्या तरी प्रवासाहून कलामुनी नुकतेच आश्रमात परतले होते. तेही त्याला भेटायला उत्सुक होतेच. सिद्धार्थच्या चेहऱ्यावरचे दुर्मुखलेले भाव पाहताच त्यांच्या लक्षात आलं की, कोणत्यातरी कारणामुळे तो अतिशय बेचैन, अस्वस्थ आहे. ते दोघं आपापल्या ठरलेल्या जागांवर बसले, तरी तो गप्प गप्पच होता.

''तुझी समस्या काय आहे, ते तू मला सांगितलंस ना सिद्धार्थ, तर मी तुला सर्वतोपरी मदत करू शकेन तिच्या निराकरणासाठी,'' कलामुनी म्हणाले. त्यांच्या स्वरातला जिव्हाळा सिद्धार्थच्या मनाला भिडला.

नुकत्याच ठरलेल्या त्याच्या आणि यशोधरेच्या विवाहाविषयी त्याने त्यांना सविस्तरपणे सगळं सांगितलं.

''तुला आता घर संसारात रमणारा गृहस्थ व्हावंसं वाटतंय, हे चांगलंच तर आहे ना! मग काळजी कशाची वाटतेय तुला? जे घडावं अशी तुझी

इच्छा होती, तसंच तर घडतंय सगळं आणि याचा खरं तर तुला आनंदच व्हायला हवा...'' कलामुनींनी हळुवार स्वरात त्याला म्हटलं.

''मला संसारात पडण्याची, कुटुंबात रमण्याची इच्छा आहेच मुनीवर; पण तरीही या विश्वाच्या निर्मितीमागचं रहस्य, त्यातलं सत्य जाणून घेण्याची जिज्ञासाही आहे मला. अजूनही मानवी दुःख नाहीसं करण्याचा माझा ध्यास कायम आहे माझ्या मनात. मला खात्री आहे की, माझ्या आयुष्याच ध्येय अंतिम सत्याचा शोध घेणं हेच आहे! पण ते साध्य करायचं असेल, तर मला माझ्या गृहस्थाश्रमाचा त्याग करावा लागेल.''

''मग त्यासाठी एवढी काळजी करण्याचं, इतकं अस्वस्थ होण्याचं काय कारण आहे सिद्धार्थ? ती वेळ जेव्हा तुझ्या आयुष्यात येईल, त्या वेळी तू तुझा गृहस्थधर्म बाजूला ठेवू शकतोस.''

''आपल्या बोलण्यात तथ्य आहेच मुनीवर; पण माझ्या या निर्णयामुळे मनाने पार उद्ध्वस्त झालेल्या यशोधरेचं सांत्वन मला कोणत्याही शब्दांनी करताच येणार नाही आणि हा विचारच मला रात्रंदिवस छळतो आहे.''

''पण तिला समजवण्याचा, तिचं सांत्वन करण्याचा प्रश्नच कुठे येतो? गृहस्थाश्रमाचा त्याग करून संन्यस्त वृत्तीने जगण्याचा अधिकार प्रत्येकच माणसाला आहे. शेवटी तुझी इच्छा काय आहे, हेच महत्त्वाचं आहे. कौटुंबिक आयुष्याकडे पाठ फिरवून तू संन्यासी होऊ नयेस, यासाठी तुला कुणीतरी थांबवण्याचा प्रयत्न करेल; पण तसं करण्याचा हक्क कुणालाही नाही. संन्यासी होण्यापासून तुला कुणीच परावृत्त करू शकत नाही. तुझा निर्णयच शेवटी महत्त्वाचा आहे. सगळ्या शास्त्रांमध्ये हेच सांगितलंय आणि सर्व धर्मांनी ते मान्य केलंय. माणसाच्या आयुष्यातल्या चार उदात्त गोष्टींवर त्याचा हक्क असतोच. म्हणूनच एक पती म्हणून तुझी कर्तव्यं पार न पाडता मानवी आयुष्याचं अंतिम सत्य शोधण्याचा तुझा मनोदय, तुझा ध्यास, तुला जर पूर्ण करायचा असला, तर त्यासाठी जराही अडखळण्याची, संभ्रमात पडण्याची गरज नाहीय.''

''मी जर शास्त्र आणि धर्म, यांना अनुसरूनच निर्णय घ्यायचा, असं ठरवलं, तर मग सत्याच्या शोधात जाण्याची मला गरजच कुठे उरते मुनीवर? पण या सर्व धर्मांपेक्षा अधिक श्रेष्ठ असणारा आणखीही एक धर्म आहे आणि तो मला सांगतो आहे की, माझी सदसद्विवेक बुद्धी मला सांगेल, तसंच मी वागायला हवं. मग ते विवाहाच्या बाबतीत असेल किंवा

संन्यास स्वीकारण्याच्या बाबतीत! माझी सदसद्विवेक बुद्धीच मला योग्य त्या निर्णयाकडे जाण्याची वाट दाखवेल.''

बोलता बोलता पुन्हा एकदा गप्प होऊन गेलेल्या सिद्धार्थकडे कलामुनींनी पाहिलं. एक गोष्ट त्यांना पूर्णपणे माहीत होती की, एखादी व्यक्ती जेव्हा संन्यास घेऊन कौटुंबिक जीवनाकडे पाठ फिरवण्यांच ठरवते, तेव्हा तिला स्वतःच्या मातापित्यांची संमती मिळणं नेहमीच शक्य नसतं. किंबहुना तशी संमती घेण्याची गरज नसतेच. मग आपल्या पत्नीची संमती घेण्याचा विचार तरी त्याने का करावा? खरं म्हणजे स्त्रिया पुरुषांना नको त्या मोहात पाडतात आणि कौटुंबिक आयुष्याशी त्यांना बांधून ठेवतात. आपल्या पुरुषांना त्या त्यांच्याशी असलेल्या नात्यांमधून मोकळे करतच नाहीत. असं असतानाही त्यांची परवानगी घेण्याचा विचार करणं म्हणजे मूर्खपणाच नाही का? आध्यात्मिक बाबतीत स्त्रिया या एक प्रकारचा अडथळाच ठरतात. माणसाला मोक्ष प्राप्त होतो, त्या वेळी त्याच्या आत्म्याला मुक्ती मिळालेली असते; पण स्त्रिया या मोक्षप्राप्तीच्या पात्रतेच्या नसतातच. त्या मूर्ख आणि भांडकुदळ असतात. नैतिकदृष्ट्या दुर्बलच असतात त्या. त्यांची वृत्ती मुळातच हावरट असते. हावरेपणा कसा करायचा आणि पुरुषांना वाईट कृत्य कसं करायला लावायचं हेच फक्त त्यांना उत्तमरीत्या जमतं. पुरुषांना जेव्हा त्यांच्या लैंगिक वासना शमवायच्या असतात, त्या वेळी ते विवाह करतात आणि ज्या वेळी त्यांना त्यांच्या आध्यात्मिक गरजांची पूर्तता करावीशी वाटते, त्या वेळी ते त्यांच्या वैवाहिक नात्यातून बाहेर पडतात म्हणूनच संन्यस्त वृत्तीने त्यांना जगावंसं वाटतं, त्या वेळी त्यांनी पत्नीची संमती घेण्याचा प्रश्नच उद्‌भवत नाही. अगदी त्यांनी मुलांना जन्माला घातलेलं असलं, तरीही!

''आपल्याला तर माहीतच आहे मुनीवर की, ब्राह्मण आणि क्षत्रिय श्रेष्ठ असतात, हा समज मला अजिबात मान्य नाही. शास्त्रांचे सगळे नियम त्यांच्या फायद्याचे ठरतील अशा प्रकारेच ते करतात आणि त्यांच्या आधारे स्वतःचं श्रेष्ठत्व ते टिकवून ठेवतात. धर्म आणि रूढी, परंपरा यांच्या पिंजऱ्यातच लोक कायमचे बंदिस्त होऊन बसतात. मला नेहमीच असं जाणवत की, प्रत्येकच गटाचे लोक दुसऱ्या दुर्बल गटातल्या लोकांवर वर्चस्व गाजवून स्वतःच श्रेष्ठत्व प्रस्थापित करण्याचा प्रयत्न करतात आणि सर्व मानवजातीत असलेल्या समानतेलाच ते बाधा आणतात.''

कलामुनींच्या कपाळावर नापसंतीदर्शक आठ्यांचं जाळं पसरलं. ''ज्ञान हे पवित्र आणि अमूर्त असतं. ते फक्त मानवजातीपुरतंच मर्यादित ठेवणं, फक्त मानवजातीच्या संदर्भातच लागू करणं अयोग्य आहे आणि जोपर्यंत अशा तऱ्हेचा पूर्वदूषित ग्रह तुम्ही तुमच्या मनातून काढून टाकत नाही, तोपर्यंत तुम्ही खऱ्याखुऱ्या ज्ञानाचे साधक होऊच शकत नाही,'' त्यांनी म्हटलं.

''मी स्वतः एक मानव आहे आणि जे ज्ञान मानवी जगाला लागू पडत नाही, त्याचा काहीही उपयोग नाही, असं मला वाटतं.'' सिद्धार्थ म्हणाला.

''ज्ञानाची उपयुक्तता एवढाच फक्त त्याचा हेतू नाहीय.''

''मग जे ज्ञान आपल्यासाठी उपयुक्त नाही, त्याची अभिलाषा तरी मनात का जपायची? आणि त्याच्या साधनेसाठी स्वतःलाच एवढी कठोर शिक्षा तरी का करून घ्यायची?''

''मानवी हितसंबंध आणि मानवाला असणारी त्याची उपयुक्तता यापलीकडेही ज्ञानाला स्वतःची अशी काही मूल्यं आहेत.''

''अशा समजुतीवर माझा विश्वास नाहीय.''

''तर मग तू असं कर सिद्धार्थ, पवित्र समजले जाणारे यज्ञ आणि याग यांच्या माध्यमातून जवळच्या मार्गाने तुला स्वर्गाच्या दिशेने जायला मदत करतील अशा लोकांकडेच जा तू. वैदिक पद्धतीचा अवलंब कर. त्या सर्व पद्धती माणसाला उपयुक्त ठरणाऱ्या आणि त्याच्या हिताचा सांभाळ करण्यावर केंद्रित झालेल्या आहेत.''

''तसं नाहीय मुनीवर... त्या केंद्रित झालेल्या आहेत, त्या फक्त त्यांना पाठीशी घालणाऱ्या काही विशिष्ट गटांचे हितसंबंध जपण्यावर! या जगाची निर्मिती करणारी परमेश्वर नावाची एक शक्ती अस्तित्वात आहे, असं मानायचं ठरवलं, तर तो परमेश्वर अशा स्वार्थी लोकांना स्वतःचे मध्यस्थ म्हणून मान्यता देईल का?''

सिद्धार्थच्या या प्रश्नावरच त्या दोघांची चर्चा थांबली. त्या दोघांचा तसा परिपाठच होता. परस्परांचं मन वळवण्याच्या दृष्टीने संभाषणात काहीच सकारात्मक घडत नसेल, त्यातून पुढे काही प्रगती होण्याची चिन्हं दिसत नसतील, तर त्यांचं संभाषण तिथेच थांबत असे.

वैदिक चालीरीती आणि त्यांच्या अंतर्गत येणारे धार्मिक संस्कार याच्यावर खरंतर कलामुनींचाही विश्वास नव्हताच. देव आणि सामान्य माणसं

यांच्यात मध्यस्थी करणाऱ्याच्या बाबतीतही त्यांच्या मनात अविश्वासाचीच भावना होती. या विश्वात एक श्रेष्ठ असं सत्य दडलेलं आहे, याची त्यांना खात्री होती आणि ते शोधून काढण्याचा प्रयत्न ते सातत्याने करत होते. या जगाचं नियंत्रण करणाऱ्या श्रेष्ठ आणि उदात्त अशा शक्तीविषयीचं परमोच्च ज्ञान आपल्याला प्राप्त व्हावं अशी त्यांची इच्छा होती आणि ते अत्यंत धीराने आणि संयमाने हे घडण्याची प्रतीक्षा करत होते. त्यासाठी ते आत्मपीडन, इंद्रियदमन, अशा यातनादायक पद्धतींचा अवलंब करत असत.

कलामुनींचा निरोप घेऊन सिद्धार्थ तिथून बाहेर पडला. परतीच्या वाटेवर स्त्रियांच्या समस्येवरचे विचार त्याच्या मनात सुरू होते. स्त्रियांच्या बाबतीतली कलामुनींची टोकाची कडवट टीका त्याला सहनच होत नव्हती. स्वतःच्या मनाचा अंदाज घेताना त्याने त्याचे स्वतःचे स्त्री जातीबद्दलचे विचार तपासून पाहिले आणि स्वतःच्या मनालाच प्रश्न केला की, आजवर त्याने स्त्री जातीचा एकत्रितपणे कधी विचार केला होता का? त्याही मानववंशाच्याच एक भाग आहेत, या दृष्टीने कधी त्यांच्याकडे पाहिलं होतं का त्याने? त्याच्या मनातल्या या प्रश्नांचं जे उत्तर त्याला मिळालं, त्याचं त्याला कमालीचं आश्चर्य तर वाटलंच; पण त्याच वेळी ते त्याला तेवढंच अस्वस्थही करून गेलं. कारण, त्या क्षणापर्यंत त्याच्या दृष्टीने मानव जात म्हणजे फक्त पुरुषच होते. यापूर्वी त्याने कधीतरी समस्त मानवजातीचं वेगवेगळ्या गटांमध्ये विभाजन करून पाहिलं होतं; पण ते आधारलेलं होतं फक्त 'जात' या एकाच संकल्पनेवर आणि तिच्या दुष्परिणामांवर! यशोधरा भेटली आणि तिला तलवारीच्या बळावर जिंकून घेण्याचा प्रस्ताव पुढे आला, त्या वेळी त्याची मनोधारणा अशी होती की, जे बरं किंवा वाईट पुरुषांसाठी असतं, तेच बरं किंवा वाईट स्त्रियांनाही लागू पडत; पण आता विचार करता करता त्याला जाणवत गेलं की, स्त्रियांच्या भल्याबुऱ्याचे मापदंड आणि संकल्पनाही पुरुषांच्याच नियंत्रणाखाली आहेत. स्त्रिया आणि त्यांचं वैयक्तीक स्वातंत्र्य, यावर अधिक खोलवर, अधिक गांभीर्याने यापुढे विचार करायला हवा असं त्याने मनाशी ठरवून टाकलं. त्यासाठी त्याला याबाबतीत पुरेसा वेळ हवा होता; बरेच प्रयत्न करावे लागणार होते.

मात्र या घडीला त्याच्यापुढे एक वेगळीच समस्या होती आणि ती सोडवण्यासाठी त्याला यशोधरेशी चर्चा करणं गरजेचं होतं. या वेळी तिच्याशी बोलणं होईल, त्या वेळी ती कदाचित शहाणपणानं तिचा निर्णय

बदलेलही. तिच्या त्या बदललेल्या निर्णयाचं पर्यवसन कदाचित दुःखद, यातनादायक वस्तुस्थिती निर्माण होण्यातही होऊ शकतं; पण पुढच्या काळात ते त्या दोघांच्याही हिताचं ठरणार होतं. मात्र त्यासाठी दोघांनीही परस्परांशी प्रामाणिक राहण गरजेचं होत आणि त्या दोघांनाही एका नव्या नात्याची सुरुवात करायची असेल, तर ही गोष्ट अतिशय महत्त्वाची होती.

त्या रात्री भोजनाच्या वेळी सिद्धार्थच्या चेहऱ्यावरचे भाव बघितले आणि गौतमीदेवींना आश्चर्य वाटलं. त्याच्या सकाळच्या वागण्यात आणि आताच्या वागण्यात बराच फरक जाणवला त्यांना. सकाळी त्यांना त्याचा चेहरा उगवत्या सूर्यासारखा तेजस्वी भासला होता. आता मात्र मलूल भाव होते त्याच्या चेहऱ्यावर. अमावास्येच्या रात्रीच्या थोडे दिवस आधी उतरती कळा लागलेल्या, निस्तेज दिसणाऱ्या चंद्रबिंबासारखे! कोणत्या तरी गहन विषयाचा गंभीर विचार त्याच्या मनात सुरू असावा असं वाटलं त्यांना. त्यांनी त्याबद्दल विचारलं असतं त्याला तर त्याने नक्कीच त्याच्या मनात काय चाललंय, ते त्यांना सांगितल असतं; पण त्याला काही न विचारणंच श्रेयस्कर वाटलं त्यांना. त्याच्या मनात जी काही दुःखं, जे काही सल असतील, त्यांच्यावर त्याच्याकडूनच विचार मंथन व्हावं आणि त्यातून बाहेर येण्यासाठी योग्य ते उपाय त्याने स्वतःच शोधून काढावेत, अशी इच्छा होती त्यांची. भोजनानंतर लगेचच सिद्धार्थ त्याच्या शयनगृहात निघून गेला. त्याच्या मनाची घालमेल गौतमीदेवींना बघवली नाही. डोळ्यांत दाटून आलेले अश्रू त्यांनी पुसून घेतले.

सिद्धार्थ एका निर्णयापर्यंत येऊन पोहोचला होता; पण तो निर्णय त्याने यशोधराच्या कानावर घातल्यानंतर तिला निश्चितच यातना होणार होत्या, हे माहीत होत त्याला आणि म्हणूनच तो कमालीचा अस्वस्थ झाला होता. जाणूनबुजून तर नाहीच; पण अजाणताही कुणाच्या भावना दुखावणं त्याच्या स्वभावातच नव्हतं. जे सत्य त्याला यशोधरेपुढे ठेवायचं होतं, ते निश्चितच तिला दुखावणारं होतं; पण ते दुःख काही काळापुरतंच असेल, याची त्याला खात्री होती. मात्र हे सत्य त्याने तिच्यापासून लपवून ठेवायचं ठरवलं, तर त्याचा अर्थ त्याने तिची फसवणूक केली असा होणार होता आणि या फसवणुकीमुळे यशोधरेच्या हृदयाला झालेली जखम कायमच भळभळती राहणार होती म्हणून त्याला तिला वंचनेचं हे दुःख द्यायच नव्हतं. कुणालाही आणि कुठल्याही कारणास्तव दुखावणं हा त्याच्या लेखी अपराध

होता, त्यामुळे वस्तुस्थिती तो तिला समजावून सांगणार होता. सत्याची
जाणीव तिला करून द्यायचं ठरवलं होतं त्याने. मनाशी हा निर्णय घेऊन
झाला आणि आपली हरवलेली मनःशांती आपल्याला परत मिळाल्यासारख
वाटलं त्याला.

———————

वाटिकेत सिद्धार्थ कुठेही दिसला नाही म्हणून यशोधरेनं मंदिरात जाऊन
पाहिलं. सिद्धार्थ त्याच्या नेहमीच्या ठरलेल्या जागी बसून ध्यानधारणेत
निमग्न झालेला होता. ती आल्याची त्याला जराही चाहूल लागू न देता
यशोधरा त्याच्या समोर जाऊन बसली. ध्यानधारणेत तो तन्मय होऊन गेला
असल्याने त्याच्या तेजस्वी चेहऱ्यावर शाश्वत आनंदाचे भाव उमटलेले होते.
ते सारं दृश्यच इतकं लखलखतं, इतकं विलोभनीय होतं की, यशोधराला
त्याच्यावर खिळलेली तिची दृष्टी काढूनच घ्यावीशी वाटत नव्हती.
त्याच्याकडे बघताना आजूबाजूच्या इतर कुठल्या गोष्टींचं भानच उरलं नाही
तिला. कुठल्या तरी विलक्षण ताणाखाली असल्यासारखा तिचा श्वास जड
झाला होता. आपला तो श्वास पूर्ववत कधी झाला आणि आपल्या पापण्या
कधी मिटल्या, ते लक्षातही आलं नाही तिच्या अन् पुन्हा तिनं डोळे उघडले,
त्या वेळी सिद्धार्थ तिच्याकडे कुतूहल मिश्रित नजरेनं बघत असल्याचं लक्षात
आलं तिच्या. त्याच्याकडे बघून हसली ती आणि त्याच्या शेजारी जाऊन
बसली.

"तू कधी आलीस इथे?" तिच्याकडे बघत त्याने मायेनं विचारलं.

"माहीत नाही; पण बराच वेळ झाला असावा. आपल्याकडे बघता
बघता मीही आपल्यासारखीच ध्यानमग्न होऊन गेले होते," तिनं म्हटलं.

"भविष्यात कधीतरी मी माझ्या ध्यानधारणेत इतका टोकाला जाऊन
निमग्न होऊ शकेन यशोधरा की, तू कदाचित माझ्यापर्यंत पोहोचूच शकणार
नाहीस," विचारमग्न चेहऱ्याने त्यानं तिला म्हटलं.

ज्या पद्धतीने, ज्या स्वरात सिद्धार्थ बोलला, त्याने यशोधरा बेचैन झाली.

"आपल्या या बोलण्याचा काय अर्थ समजू मी? आपण इतके कसे
बदलाल? मी का नाही आपल्या बरोबर असू शकणार?" तिने अबोधपणे
त्याला विचारलं.

''मी या आधीही तुला सांगितलंय यशोधरा की, आध्यात्मिक क्षेत्रातल्या काही गोष्टींचा खोलवर शोध घेण्याच्या कामात मी स्वतःला गुंतवून घेतलंय. या विश्वातल्या रहस्यांचाही वेध मला घ्यायचा आहे, असं मी मागे एकदा तुला म्हटलं होतं, तेव्हा तू मला म्हणाली होतीस की, तुला माझ्या अंतरंगाचा वेध घ्यायचा आहे; पण तशी वेळ येण्याआधी मला तुला माझ्या मनाच्या गाभ्यातल्या इच्छा आकांक्षांविषयी आणि माझ्या स्वतःविषयीही काही गोष्टी स्पष्टपणे सांगायच्या आहेत.''

आपलं बोलणं ऐकून यशोधराची काय प्रतिक्रिया होते आहे, ते बघण्यासाठी सिद्धार्थ बोलता बोलता क्षणभर थांबला. यशोधरानं त्याच्याकडे पाहिलं आणि त्याने पुढे बोलावं असं त्याला सुचवलं.

''एका गोष्टीची तुला पूर्ण कल्पना आहे यशोधरा की, ज्या समाजात आपण राहतो आहोत, त्या समाजाच्या रीतीभाती, वागण्याच्या पद्धती आणि त्यातल्या लोकांची विचारसरणी या गोष्टी मला पूर्णपणे नापसंत आहेत. जग जात आहे त्या मार्गावरून मी जाऊ शकत नाही. कारण, माझी विचारधारा या जगातल्या लोकांपेक्षा पूर्णपणे निराळी आहे, भिन्न आहे. तू म्हणाली होतीस, की तुझे विचार माझ्या विचारांशी मिळतेजुळतेच आहेत; पण मला प्रामाणिकपणे तुला सांगावंसं वाटतं आहे की, मी वेगळ्या वाटेने जाणारा आहे, माझे विचार या समाजातल्या लोकांच्या विचारसरणीपेक्षा भिन्न आहेत, एवढंच फक्त मान्य करणं आणि त्यानंतर माझं या जगातल्या मला अज्ञात असलेल्या गोष्टींचा शोध घेण्याचं काम थांबवणं, एवढ्यावरच मी समाधान मानू शकत नाही. मला या समाजाचं सूक्ष्मपणे निरीक्षण करायचं आहे, या समाजाचा सखोल अभ्यास करायचा आहे आणि या समाजात राहणाऱ्या लोकांच्या हितासाठी प्रयत्न करायचे आहेत.''

क्षणभर थांबून सिद्धार्थने पुन्हा बोलायला सुरुवात केली.

''हे सगळं करत असतानाच मला आणखी एक गोष्ट करायची आहे. मला स्वतःलासुद्धा मला तपासून, पारखून घ्यायचं आहे. शुद्ध, पावन करायचं आहे. माणसाला येणाऱ्या शारीर आणि बौद्धिक पातळीवरच्या अनुभवांच्या पार टोकापर्यंत जायचं आहे मला. विवाह करून गृहस्थाश्रम स्वीकारण्याची माझी इच्छा, ही याच अनुभवांना सामोरं जाण्याच्या माझ्या इच्छेमागची प्रेरणा असावी. होय, असंच आहे हे... हेच सत्य आहे; पण माझ्याशी विवाहबद्ध होऊन जन्मभरासाठी माझी जीवनसखी होण्याची तुझी

मनीषा असेल, तर कदाचित तुझ्या पदरात निराशाच पडू शकते. सत्य आणि
ज्ञान, यांच्या शोधाच्या माझ्या तृष्णेमुळे मला जर कधी माझ्या कुटुंबाला
सोडून कायमचं बाहेर पडावं लागलं, तर तू नैराश्याच्या डोहात खोलवर
बुडून जाशील.

विरहाचं दुःख किती जीवघेणं असतं, याची कल्पना मला आहे
यशोधरा. माझ्या मातापित्यांच्या संदर्भात या गोष्टी वेगळ्या पद्धतीने सामोऱ्या
येतील. त्यांच्या बाबतीत काहीही करणं माझ्या हाती असणार नाही. आमचं
नातं, आमच्यातले बंध, या माझ्या जन्माबरोबरच जन्माला आलेल्या गोष्टी
आहेत. आमच्यातले हे बंध तोडताना त्या पाठोपाठ येणारं दुःख तर अटळच
आहे; पण आपली गोष्ट वेगळी आहे. आपल्यात एक नवं नातं आकाराला
येणार आहे. जन्मभरासाठी एकत्र येण्याचा विचार आपण करतो आहोत;
पण आपण याबाबतीत जर आत्ताच पाऊल मागे घेतलं, तर विरह आणि
त्या पाठोपाठ येणारं दुःख या गोष्टी उद्भवणारच नाहीत आणि या साऱ्याची
जाणीव तुला करून देण्याची जबाबदारी माझीच आहे, असं मला वाटतं...
खरंय ना? आत्ता, या घटकेला आपल्यातलं हे नातं, आपले हे बंध मला
खूप प्रिय आहेत यशोधरा; पण भविष्यात हे चित्र बदलू शकतं.''

इतका वेळ त्याचं बोलणं लक्षपूर्वक ऐकणारी यशोधरा चमकली.
तिच्या चेहऱ्यावर बघता बघता काळजीचे भाव दाटून आहे.

''आपल्यात नव्यानं उमलू पाहणारं हे नातं, आपलं परस्परांवरचं
प्रेम... बदलेल कसं हे सारं?''

''बदल अटळ आहे यशोधरा... नव्याने येणारा प्रत्येक क्षण आधीच्या
क्षणाहून वेगळा असतो. आपण प्रथम एकमेकांना भेटलो, त्यापेक्षा आताची
ही आपली भेट तुला वेगळी नाही वाटत? नीट विचार करून बघ ना...''

''वेगळी आहे!....; पण या बदलातून आपल्याला आनंदच मिळाला
ना?''

''होय; पण हा आनंद शाश्वत असणार नाहीय. सत्य आणि आनंदाच्या
शोधार्थ जाताना मी समाधानी असेन; पण ही गोष्ट तुझ्यासाठी दुःखद असू
शकते.''

''आपलं बोलणं मला यातना देतंय; पण तरी मला आपले हे सर्व
विचार सविस्तरपणे ऐकून घ्यायचे आहेत.''

''आपण आपलं आयुष्य परस्परांबरोबर घालवायचं ठरवलं, तर माझ्या या निर्णयाने तुला जे दुःख होईल, ते सोसण्याचं बळ तुझ्यात उरणार नाही यशोधरा.''

''चालेल मला! मलाही स्वतःची सत्त्वपरीक्षा घेऊन बघायची आहे. आपण राहतो आहोत, त्या समाजातले दोष मलाही जाणवतातच ना? त्यांची मतं, त्यांची जीवनमूल्यं मलाही पटत नाहीत. आपला या समाजाच्या बाबतीतला टीकात्मक दृष्टिकोन आपल्याला कोणत्या निष्कर्षाकडे नेतो आणि मला कोणता मार्ग दाखवतो, त्याचा मलाही शोध घ्यायचा आहे. 'सत्य' या शब्दाच्या बाबतीत मीसुद्धा सजग आहे; पण मला त्याचा माहीत असलेला अर्थ अगदी वरवरचा आहे. मात्र आपल्याला अभिप्रेत असलेला अर्थ मला माहीत असलेल्या अर्थापेक्षा पूर्णपणे निराळा आहे. त्याच्या शोधासाठी आपण जे प्रयत्न करणार आहात, त्यात मलाही सहभागी व्हायचंय.''

''पण त्याच्या शोधार्थ जाण्याच्या प्रक्रियेत कदाचित मी तुझ्याबरोबर असणार नाही. ...किंबहुना नसेनच मी तिथे.''

एक दीर्घ निःश्वास यशोधरेच्या तोंडून बाहेर पडला.

''ठीक आहे..., पाहू या आपण, आपलं आयुष्य कसं कसं उलगडत जातंय ते. कुठल्या तरी संपूर्ण नव्या, अनोळखी अशा गोष्टींशी आपल्यामुळे माझा परिचय होतोय. हा मार्ग मला कुठे घेऊन जाणार आहे, मला नाही माहीत; पण तरीही हा प्रवास मला करायचा आहे. आज आपल्या आयुष्याविषयीच्या साऱ्या कल्पना, सारी सत्यं आपण माझ्यासमोर ठेवली आहेत. जगात या पूर्वीही असं कुणाच्या बाबतीत घडलं असेल का, याविषयी मला जरा शंकाच आहे; पण तरीही माझं मन मला सांगतं आहे, की असं या आधी कधीही घडलेलं नाही, तरीही या प्रकारचे अनुभव मला घ्यायचे आहेत. ते फार काळ टिकले नाहीत, क्षणभंगुर असले तरीही! आपण ज्या वेळी आपल्या सभोवतीच्या समाजाचं परीक्षण करण्यात गुंतलेले असाल त्या वेळी मी आपल्या नात्याची पारख करण्यात स्वतःला गुंतवून घेईन आणि मला खात्री आहे, माझ्या स्वतःच्या स्वभावाशी, माझ्या वृत्तीशी जुळेल असंच ज्ञान मला मिळेल.''

यापूर्वी घडलं होतं, तसंच पुन्हा एकदा घडत होतं. यशोधराच्या बोलण्याने आणखी एका अनोळखी, त्याने आजवर शोध घेण्याचा प्रयत्न केला नसलेल्या विश्वाचा परिचय सिद्धार्थला करून दिला. विचार करण्याजोगं,

समजून घेण्याजोगं आणखीही बरंच काही जगात आहे, याची जाणीव झाली त्याला. त्यानं म्हटलं, ''आत्तापर्यंत मी जे बोललो ना यशोधरा, ते बोलणं मी ठरवल्याप्रमाणे वागल्यानंतर मला येणाऱ्या अपराधी भावनेपासून स्वतःची सुटका करून घेण्यासाठी नक्कीच नव्हतं. मला फक्त तुला एका गोष्टीची कल्पना द्यायची होती की, पुढेमागे आपण एकमेकांपासून दूर जाऊ शकतो आणि तुला याची कल्पना असणं मला महत्त्वाचं वाटलं. कालच संध्याकाळी कलामुनींनी स्त्रियांबद्दलची त्यांची अत्यंत कडवट आणि स्त्रियांविषयीचा अनादर व्यक्त करणारी मतं मला ऐकवली. तुला त्याबद्दल काय वाटतं, ते समजून घ्यायचंय मला.''

''आता या घटकेला, या सुंदर वेळी आपण एकमेकांच्या सहवासात असताना ते कडवट उद्गार मला ऐकायचे नाहीत! आपलं हे सान्निध्य जीवनातला सारा कडवटपणा पुसून टाकू शकतं. हे सारे क्षण मला निवांतपणे, आनंदाने घालवायचे आहेत.''

तिचं बोलणं ऐकून सिद्धार्थला भरून आलं. पुन्हा एकदा यशोधराचं निर्व्याज मन आणि तिचं अनन्यसाधारण व्यक्तिमत्त्व यांचा प्रत्यय आला त्याला. एक गोष्ट त्याला प्रकर्षाने जाणवली की, तिच्या बरोबरचं जे सहजीवन त्याला हवंहवंसं वाटत होतं, ते निश्चितच अतिशय मौल्यवान असणार होतं. तिची विचारीवृत्ती, काही बाबतीमधलं तिला उपजतच असलेलं ज्ञान आणि जग जाणून घेण्याचा तिचा वेगळाच दृष्टिकोन, याची त्याला फार गरज होती. त्याला मदत करण्याची तिची सहजवृत्ती त्याच्या मनाला स्पर्शून गेली. त्याच्या मनातल्या साऱ्या शंकाकुशंकांचं जाळ फिटलं आणि त्याच्या मनाचं आभाळ स्वच्छ झालं. यशोधराच्या रूपानं शुक्राची चांदणी त्यात चमचमत राहिली.

त्यानंतर तिच्या बालपणातल्या अनेक आठवणी सांगण्यात यशोधरा रमून गेली आणि तिच्या शब्दांमधून आणि हास्यातून ओसंडून वाहणाऱ्या निरागस आनंदात सिद्धार्थ चिंब भिजून गेला.

बुद्धिमत्ता आणि निरागसता यांचं इतक्या विलोभनीय पद्धतीने एकत्र नांदणं सिद्धार्थ प्रथमच अनुभवत होता.

'आपण इतके निरागस आहोत का?' त्याने मनातल्या मनात स्वतःलाच प्रश्न विचारला. 'आणि जर नसू, तर आपला स्वभाव इतरांपेक्षा इतका वेगळा कसा घडला?'

प्रासादाकडे परत जाताना हे आणि असेच काहीसे विचार त्याच्या मनात सुरू होते.

आयुष्यातला एक नवाच अनुभव घेण्यासाठी त्याच्या मनाची पूर्ण तयारी झाली होती. यशोधराविषयीच्या असीम प्रेमात तो आकंठ बुडाला होता. तिनं त्याचं सारं आयुष्यच प्रेम, जिव्हाळा या भावनांनी भरून टाकलंय, असं वाटत होत त्याला.

आदल्या दिवशीच्या संध्याकाळचे त्याच्या चेहऱ्यावरचे दुःखद भाव आणि आजचा त्याचा प्रसन्न चेहरा यातली तफावत गौतमीदेवींना स्पष्टपणे जाणवली आणि त्यांच्या चेहऱ्यावर समाधान पसरलं.

यशोधरेला भेटायला जायला गौतमीदेवी कमालीच्या उत्सुक झाल्या. कोलियाला जाण्यासाठी त्यांनी जरूर ती सर्व तयारी करून घेतली. त्यांच्या सुनेसाठी मौल्यवान वस्तूंचा नजराणा त्यांनी बरोबर घेतला आणि दुसऱ्याच दिवशी सकाळी त्या कोलियाच्या प्रवासाला निघाल्या.

———

यशोधरा भेटल्याबरोबर त्यांनी मायेने तिला जवळ घेतलं. तिच्याबद्दल एक प्रकारची जवळीक निर्माण झाली होती त्यांच्या मनात. सिद्धार्थच्या व्यक्तिमत्त्वात त्यांना हवासा वाटणारा बदल घडवण्याचं काम यशोधरेनं अगदी आश्चर्य वाटावं, इतक्या सहजतेनं केलंय, असं वाटत होतं त्यांना. एक प्रकारची कृतज्ञतेची भावना मिसळलेली होती त्यांच्या या विचारात! स्वतःबरोबर त्या घेऊन आल्या होत्या, ते मौल्यवान दागिने त्यांनी त्यांच्या सुनेला दिले. ते बघताना विशिष्ठादेवींनी हसून म्हटलं, ''हे सगळे दागिने घालून माझी यशो कधी नटणार आहे? अशा गोष्टींमध्ये तिला जराही स्वारस्यच नाहीय. तुम्ही तिला फुलं, पक्षी, बकऱ्या वगैरे गोष्टी दिल्या असत्या ना तर एव्हाना ती बाहेर जाऊन त्यांच्याशी खेळत बसली असती.''

गौतमीदेवींना नवल तर वाटलंच; पण एक स्त्री असूनही यशोधराला दागदागिन्यांची आवड नाहीय, हेसुद्धा त्यांना जरा विचित्रच वाटलं; पण मग त्यांना लगेचच हेही जाणवून गेलं की, यशोधरा सिद्धार्थला अगदी अनुरूप आहे. या दोघांचा विवाह झाल्यानंतर काय करणार आहेत हे? मग स्वतःच्या या विचाराची त्यांनाच मजा वाटली आणि हसूही आलं त्यांना.

''आपल्या कपिलवस्तूमधली बाग तुझी फुलांची हौस पूर्ण करेल आणि पक्ष्यांचा तर एवढा अखंड किलबिलाट सुरू असतो आजूबाजूला की, तू अगदी वैतागून जाशील. बकऱ्यांबद्दल काही फारशी माहिती नाही मला; पण तुझे सासरे सांगतील तुला त्यांच्याबद्दल,'' त्यांनी यशोधराला म्हटलं.

यशोधराही त्यांच्याकडे बघून हसली. तिनं त्या दागिन्यांमधली एक माळ घेऊन स्वतःच्या गळ्यात घातली.

''तुम्ही आणलेल्या दागिन्यांचं किती अप्रूप वाटतंय बघा तिला,'' आपल्या लेकीला कौतुकानं न्याहाळत विशिष्ठादेवी म्हणाल्या. ''हीच माळ मी दिली असती न तिला, तर लगेच कुठे तरी टाकून दिली असती तिने!''

''तुझं सौदर्य वाढण्यासाठी या दागिन्यांची काहीही गरज नाहीये यशोधरा. तू जशी आहेस, तशीच कायम राहा. तशीच आवडशील तू सिद्धार्थला,'' कौतुकानं गौतमीदेवी तिला म्हणाल्या.

विशिष्ठादेवींनासुद्धा हसू आलं.

''हो ना... अगदी अनुरूप जोडा आहे या दोघांचा!'' त्या म्हणाल्या.

सिद्धार्थच्या कुमारवयातल्या सगळ्या आठवणी गौतमीदेवींनी आपल्याला सांगाव्यात, असं यशोधराला वाटत होतं. त्यांनीही अगदी आनंदाने ते मान्य केलं. लहानपणापासूनच तो किती दयाळू वृत्तीचा होता, त्याच्याच वयाच्या इतर मुलांपेक्षा तो किती वेगळा होता, हे त्यांनी तिला सांगितलं. कुठल्याही जीवाच्या, मग तो जीव मनुष्यप्राणी असेल किंवा इतर कुठला प्राणी असेल, यातना कमी करण्यासाठी तो प्रयत्नांची कशी शर्थ करतो, तेही त्यांनी तिला सांगितलं.

यशोधरा लक्षपूर्वक गौतमीदेवींचं बोलणं ऐकत होती. यातना भोगणाऱ्या, वेदना सोसणाऱ्या साऱ्या जीवांसाठी तिच्या मनात कमालीची करुणा दाटून आली. त्या सगळ्यांना प्रेमानं, आस्थेनं आपल्या कुशीत घ्यावंसं वाटलं तिला. हृदयात खोलवर कुठेतरी वेगळ्याच भावनांची दाटी झाली. प्रेम आणि आनंद यांच्या शिवाय जगात दुसरी कुठलीच भावना नाहीय आणि तशी ती असायलाच नको, असंच वाटत राहिलं तिला.

या विचारांचं प्रतिबिंब तिच्या चेहऱ्यावरही पडलं आणि तिची चर्या उजळून गेली. गौतमीदेवींचं लक्ष तिच्या चेहऱ्याकडे गेलं, तेव्हा एक विचित्र, गूढ, काहीशी भीतिदायक भावना क्षणभर त्यांच्या मनात उमटून

गेली. ती लगेच विरूनही गेली; पण त्या पार गोंधळून गेल्या होत्या थोड्या वेळासाठी! सिद्धार्थनं जसं असावं, जसं व्हावं, असं आपल्याला नेहमी वाटतं, तशा पद्धतीने त्याला घडवण्याची क्षमता असेल का यशोधरामध्ये, अशी शंका आली होती त्यांना; पण त्यांना चंद्रप्रकाशापेक्षाही अधिक आल्हाददायक वाटणाऱ्या यशोधराने त्यांच्या मनातल्या साऱ्या शंका दूर केल्या होत्या.

भोजनाच्या वेळी ज्या पद्धतीने यशोधरा त्यांना वाढत होती, ज्या कुशलतेनं ती तिथे वावरत होती, त्यातून गौतमीदेवींना सहजच जाणवून गेलं की, त्यांच्या घरातलं त्यांचं स्थान घ्यायला यशोधरा अगदी योग्य ठरणार आहे; पण त्या पाठोपाठच आणखीही एक गोष्ट त्यांच्या मनात डोकावून गेली आणि त्यांना थोडं उदासही करून गेली. आता फार काळ त्या त्यांच्या लेकाला त्यांच्या हातानं जेवू घालू शकणार नव्हत्या.

''आत्ताचं तुझं हे वागणं पाहिलं न यशोधरा आणि मनात आलं, माझ्या लेकाला माझ्या हातानं खाऊपिऊ घालण्याचं सुख फार काळ मिळणार नाहीय मला,'' त्यांनी यशोधराला काहीसं हताशपणे म्हटलं.

''तसं वाटत असेल तुम्हाला, तर तुम्ही मला खाऊपिऊ घाला ना!'' यशोधराने लगेच त्यांच्या पुढे पर्याय ठेवला.

ती निरागसपणे हे बोलली की ती जरा चलाखच आहे, या संभ्रमातच पडल्या गौतमीदेवी. ''तुम्हाला दोघादोघांना भरवण्याइतकी ताकद नाहीय माझ्यात आता,'' त्यांनी म्हटलं.

''मग तुम्ही फक्त माझीच काळजी घ्या. तुमच्या मुलाची काळजी मी घेईन आणि माझा तुम्हाला त्रास होईल, असं अजिबात वागणार नाही मी. उलट तुम्हाला तुमच्या कामात मदतच करेन.''

त्यांना न दुखवता यशोधराने साध्या, सुंदर पद्धतीने त्यांना सुचवलं होतं की, इथून पुढे सिद्धार्थ तिच्या हक्काचं, तिला प्रिय असणारं माणूस असणार होतं. त्यांच्या चेहऱ्यावर समाधान पसरलं.

''ही तर माझ्यासाठी खूपच आनंदाची गोष्ट असेल. आपल्याला पुत्र असावा, ही माझी इच्छा होती आणि ती पूर्णही झाली; पण लेकीच्या बाबतीत ती अपूर्णच राहिली होती; पण आता मला ती चिंता उरली नाहीय.''

यशोधरेला मायेनं जवळ घेत गौतमी मां म्हणाल्या.

काही वेळ यशोधरा त्यांना बिलगून तशीच उभी राहिली. खूप शांत, आश्वस्त वाटत होतं तिला. कारण, तिला जवळ घेणाऱ्या या हातांनीच सिद्धार्थचे तो अगदी लहान असल्यापासून लाड केले होते. सिद्धार्थला प्रेमानं लहानाचं मोठ केलं होतं.

त्या दोघींकडे बघता बघता विशिष्ठादेवींचे डोळे भरून आले. ज्या पद्धतीने यशोधरा त्यांच्या कुशीत शिरत असे, अगदी त्याच पद्धतीने त्यांच्यासमोर ती आज दुसऱ्या कुणाच्या तरी कुशीत विसावली होती. तिला तसं बघणं एकीकडे त्यांना आनंद देत होतं, तर एकीकडे ते दृश्य त्यांना अस्वस्थही करत होतं. काहीतरी महत्त्वाचं काम निघाल्यासारख्या त्या घाईघाईने तिथून निघून गेल्या.

यशोधरा आणि सिद्धार्थ यांच्या पहिल्या दोन भेटींबद्दल गौतमीदेवींना सिद्धार्थने सारं काही सविस्तरपणे सांगितलं होतं; पण गौतमीदेवींना वाटलं, त्या दोघांच्या नंतरच्या भेटीबद्दलही यशोधराकडून सारं काही जाणून घ्यावं; पण या विचारापासून त्यांनी स्वतःलाच परावृत्त केलं. या गोष्टी तिला विचारण्यासाठी ही ना योग्य वेळ होती, ना योग्य जागा, हे लक्षात आलं त्यांच्या. सिद्धार्थची पत्नी म्हणून यशोधरा एकदा कपिलवस्तूत आली की, तिच्याकडून सारं काही कळेलच, याची त्यांना खात्री होती. ज्या हेतूने त्या कोलियाला आल्या होत्या, तो पूर्ण झाला होता, त्यामुळे आता इथून निघणंच श्रेयस्कर ठरेल, असा विचार केला त्यांनी. खरंतर त्यांचा पाय तिथून निघायला तयारच नव्हता. यशोधराच्या सहवासात आणखी थोडा वेळ तरी काढावा, असं वाटत होतं त्यांना. त्याच वेळी त्यांना हेही जाणवून गेलं की, यशोधरापासून दूर राहणं सिद्धार्थला किती जड जात असेल! त्या दोघांच्या विवाहासाठी योग्य तो शुभ दिवस ठरवावा आणि तोही जवळचाच मुहूर्त शोधून, असं सांगितलं त्यांनी विशिष्ठादेवींना!

पण याबाबतीत त्यांच्या हाती काहीच नसल्याचं सांगितलं त्यांनी. कारण, सारं काही त्यांच्या पतीच्या निर्णयावरच अवलंबून होतं. यशोधराला मात्र विशिष्ठादेवींचं बोलणं पटतच नव्हतं आणि ते तिला आवडलंही नव्हतं.

"असं का म्हणतेस मां?" त्या दोघींच्या संभाषणात भाग घेत तिनं विशिष्ठादेवींना विचारलं. "या पूर्वीसुद्धा तू मला बऱ्याचदा सांगितलं आहेस की, माझ्या विवाहाच्या बाबतीत अंतिम निर्णय नेहमीच माझ्या तातांचा

असेल; पण आता तू स्वतःच पाहिलं आहेस की, त्यांचा तो अधिकार डावलून मी सिद्धार्थशी विवाह करण्याचं ठरवलं आहे. पुरुषांच्या मतांपलीकडे जाऊन आपल्यालाही काही अधिकार आहेत ना मां? आपणही त्यांचा वापर करू शकतो. मात्र आपल्याला अधिकार आहेत, हे आपण समजून घेण्याची गरज आहे, इतकंच!''

बोलता बोलता यशोधरा गौतमीदेवींजवळ गेली आणि तिनं त्यांना म्हटलं, ''तुम्ही अजिबात काळजी करू नका माते... आमच्या विवाहासाठी शक्य तेवढ्या जवळचा दिवस ठरवला जाईल.''

पुन्हा एकदा गौतमीदेवी संभ्रमात पडल्या. त्यांना वाटलं, वरवर पाहता यशोधरा साधीभोळी वाटली, तरी तेवढी साधी ती नाहीय. तिचे विचार रास्त आहेत. तिच्या व्यक्तिमत्त्वात एक प्रकारची सखोलता आहे. तिच्या वागण्यातला खानदानीपणा, तिची निरागसता, तिचा शांत स्वभाव, ही तिच्या व्यक्तिमत्त्वातली काही सहज लक्षात येणारी वैशिष्ट्य असली, तरी तिचा खराखुरा स्वभाव मागे पडत जाणाऱ्या काळाबरोबरच आपल्यासमोर उलगडला जाईल. सिद्धार्थची सहधर्मचारिणी होण्यासाठी लागणारे सारे गुण तिच्यात आहेत. सिद्धार्थचा लहरी स्वभाव आणि जगावेगळी मतं, यांनी वरचेवर अस्वस्थ होणार नाही ती. उलट योग्य त्याच गोष्टींची निवड करण्याचं मानसिक बळ ती त्याला देईल.

'यशोधरा आणि सिद्धार्थ यांचं मिलन, ही नक्कीच एक अद्वितीय घटना असणार आहे,' त्यांच्या मनात आलं.

यशोधराबद्दल आपण सारं काही शुद्धोधनांना सांगितलं, तर त्यांना खूप बरं वाटेल, याची खात्री होती गौतमीदेवींना. त्यांना तिच्याविषयी वाटणारं कौतुक आणि कोलियात घडलेल्या साऱ्या गोष्टी शुद्धोधनांच्या कानावर घालायला त्या अधीर झाल्या होत्या आणि त्यामुळेच तिथून निघणं त्यांना शक्य झालं. यशोधराचा निरोप घेता आला. परतीच्या प्रवासात डोळ्यांत जमा झालेले आनंदाश्रू त्या वरचेवर पुसत राहिल्या. अगदी काल परवापर्यंतसुद्धा सिद्धार्थचा विवाह होणं, हे त्या दोघांचं हवंहवंसं वाटणारं एक स्वप्न होतं. आता मात्र प्रत्यक्षात उतरणार होतं ते!

———

एखाद्या मोठ्या सणासारखाच यशोधरा आणि सिद्धार्थ यांचा विवाहसमारंभ दोन्ही कुटुंबीयांनी थाटात पार पाडला. शुद्धोधनांना एका गोष्टीची पूर्णपणे जाणीव होती की, सिद्धार्थ विवाहसमारंभातल्या धार्मिक विधींच्या अगदी विरुद्ध आहे, त्यामुळे अगदी कमीत कमी विधी होतील, यावर त्यांचा कटाक्ष होता.

मात्र बिंबाननांना वैदिक चालीरीतींबद्दल खूपच आदर होता. त्यामुळे ब्राह्मण भटजींच्या मताला मान देऊन त्यांनी शक्यतो सगळे विधी यथासांग पार पाडले. त्या सगळ्याचा सिद्धार्थला अतिशय मनस्ताप होतोय, हे यशोधराच्या लक्षात आलं होतं. त्याने या गोष्टींचा त्रास करून घेण्याऐवजी या मूर्ख धार्मिक रीतीरिवाजांमधून स्वतःची करमणूक घ्यावी, ती स्वतःही तेच करतेय, असं तिनं कुजबुजत्या स्वरात सिद्धार्थला सांगितलं. ते विधी बघत आणि करत असताना खरं तर कुणालाही हसू आवरता येणं कठीण होतं. यशोधराही आपलं हसू बाहेर पडू न देण्याची शिकस्त करत होती.

यशोधराचं सांगणं आणि तसं वागणं, या दोन्ही गोष्टींचं सिद्धार्थला नवल वाटत होतं. तिनं सांगितलं तसंच वागत त्यानेही सारे धार्मिक विधी उरकले आणि बघता बघता त्याच्या मनस्तापाची जागा मनोरंजनाने कधी घेतली, त्याच मन आपोआप शांत कधी झालं, ते त्याच त्यालाच कळलं नाही. यशोधराला आणि हसू आवरण्याच्या तिच्या प्रयत्नांना कुणाच्या लक्षात येणार नाही, अशा पद्धतीने तो न्याहाळत होता; पण प्रत्येक गोष्टीचा नेहमी खोलात जाऊन विचार करायचा, तिचं सर्व तऱ्हेने विश्लेषण करायचं, या गोष्टी त्याच्या इतक्या अंगवळणी पडल्या होत्या की, थोड्याच वेळात त्याने यशोधराच्या बोलण्यातला मथितार्थ शोधायला सुरुवात केली. ज्या गोष्टींनी मनस्ताप होतो, त्यांच्याकडे हसून दुर्लक्ष करण्याचं किंवा त्याच्यातूनच स्वतःचं मनोरंजन करून घेण्याचं शहाणपण माणसाला साधारण कोणत्या वयात येत असावं, या विचारात गढून गेला होता तो.

''संताप आणि मनःस्ताप या गोष्टी माणसाच्या मनात तिरस्काराला जागा देतात,'' त्याच्या मनात आलं. वैदिक परंपरा आणि त्यांच्यापाठोपाठ ओघानेच येणारे धार्मिक विधी आणि रीतीरिवाज त्याला अजिबात पसंत नव्हते. त्याच्यासाठी या सगळ्या गोष्टींमध्ये त्याला हवे तसे बदल होतील, असं त्याने कधी गृहीतही धरलं नव्हतं. अशा गोष्टी हसण्यावारी नेऊन सोडून द्याव्यात, असं यशोधरा त्याला सांगत होती, त्यामागे तिला नेमका

कोणता अर्थ अभिप्रेत होता? त्यातलं फोलपण लक्षात आल्यानंतर त्यांचा मनात आदर न बाळगता एखादी व्यक्ती मजा म्हणून त्या सोडून देते, त्या वेळी त्यांचा तिरस्कार वाटण्याऐवजी तिचं मनोरंजन होतं. तिच्या मनावरचा भार हलका होतो. तिरस्काराच्याही पलीकडची आखणी एक उच्च प्रतीची भावना असते का? कुणी जर माणसांच्या या मूर्खासारख्या वागण्याला फक्त हसून सोडून द्यायचं, त्यांच्यावर अविश्वास दाखवायचा, तर त्यांच्यात बदल घडवणं कसं शक्य होईल? यशोधरा आपल्याला नेमकं काय सुचवतेय? त्यांना हसून सोडून द्यावं असं तिचं म्हणणं होतं की आधी त्यांची हसून चेष्टा करायची आणि नंतर त्यांच्यात बदल घडवायचे, असं तिला म्हणायचं आहे? शहाणपणाच्या नेमक्या कोणत्या टप्प्यापर्यंत पोहोचलीय ती? तिच्यात एक निष्पाप असं लहान मूल दडलंय की ती एक प्रगल्भ व्यक्ती आहे?

स्वतःच्या या अशा विचारमंथनातून सिद्धार्थ बाहेर पडला, तोवर विवाहसमारंभाचे उरलेले सगळे धार्मिक विधी उरकले होते आणि ज्येष्ठ, वडिलधारी मंडळी त्या दोघांना आशीर्वाद देण्यासाठी त्यांच्या दिशेने यायला लागली होती.

ज्या गावात यशोधरा जन्मली, लहानाची मोठी झाली, त्या गावातून विवाहसमारंभ उरकल्यानंतर संध्याकाळी ती बाहेर पडली. तिचे मातापिता, आप्तस्वकीय आणि तिच्या सख्या, या सगळ्यांचा तिने निरोप घेतला. स्वतःच्या भावी आयुष्यात पाऊल टाकण्यासाठी तिने स्वतःचा हात सिद्धार्थच्या हाती दिला. तिच्या विरहाच्या कल्पनेनं डोळ्यांत पाणी उभं राहिलेल्या तिच्या मातेचे, तातांचे डोळे पुसले तिनं आणि त्यांच्या व्याकूळलेल्या मनाचं सांत्वन केलं. ज्या घरात लेक जन्म घेते, ते तिच्या मातापित्यांचं घर एक ना एक दिवस तिला सोडायचंच असतं, हे ती लहान असल्यापासून त्यांनी तिच्या मनावर बिंबवलं होतं, तरीही आज त्यांच्या डोळ्यात पाणी का उभं राहिलंय, असं किंचित दटावणीच्या; पण प्रेमळ स्वरात तिनं त्यांना विचारलं. तिच्या त्या शब्दांनी त्या दोघांच्या डोळ्यांना अधिकच पूर आला.

हे सारं बघणं सिद्धार्थला जरा जडच जात होतं. यशोधराचा आणि तिच्या मातापित्याचा विचार करताना त्याच्या मनात आलं, त्याच्याशी विवाह झाल्यामुळे यशोधरा आज त्याच्या घरी जाण्यासाठी निघाली होती. ती आता दुसऱ्या घरातच कायमची राहणार, या कल्पनेनं तिचे आईवडील व्यथित झाले होते. त्यांच्या इतकी यशोधरा हळवी नव्हती झाली; पण

तरीही तिलाही याचा त्रास होत असणारच. या सगळ्याला काय म्हणायचं? तिचा विरह इथून पुढे कायमच सहन करायचा आहे, याची पूर्णपणे जाणीव असूनही त्यांनी विवाहसमारंभ थाटात पार पाडला होता. पुढे येणाऱ्या दुःखाची कल्पना असतानाही! या माणसांनी जी गोष्ट स्वेच्छेनं केली आहे, तिचा जर त्यांना एवढा त्रास होत असेल, तर इच्छेविरुद्ध कराव्या लागणाऱ्या गोष्टींचा माणसाला किती मोठ्या प्रमाणावर त्रास होईल?

लवकर निघावं, आपापल्या वाहनांमध्ये बसावं, यासाठी यशोधराच्या माहेरच्या माणसांना घाई करणं शुद्धोधन आणि गौतमीदेवींना अवघड वाटत होतं. स्वतःच्या रथात बसल्यानंतर सिद्धार्थने यशोधरेचा हात हातात घेऊन तिला विचारलं, ''तुला वाईट वाटतंय यशू?'' डोळ्यांत पाणी जमलेलं असतानाही यशोधरानं हसून म्हटलं, ''मला वाईट वाटत नाहीय असं नाही म्हणता येणार मला; पण त्याच वेळी मी खूप सुखातही आहे. कदाचित, माझा आनंदच अधिक असेल... कदाचित नाही... नक्कीच तो जास्त आहे.''

प्रेमानं, जिव्हाळ्यानं त्यानं तिचा हात हळुवारपणे दाबला आणि मग हृदयापाशी धरला.

''तुझं सासरी जाणं आणि त्या पाठोपाठ येणारा विरह सोसणं तुझ्या मातापित्यांना कठीण जातंय खूप,'' त्याने म्हटलं.

''माझा जन्म झाला, त्या दिवसापासूनच माझा विवाह हे त्यांचं स्वप्न होतं. या दिवसाची त्यांनी आतुरतेनं वाट पाहिली आहे. या गोष्टी खरंतर आयुष्याचा एक भागच असतात. एव्हाना कदाचित मां तिचं दुःख विसरलीही असेल. माझा विवाह आणि त्याचे सगळे समारंभ, या साऱ्या गोष्टींमुळे विस्कटलेल्या आमच्या घराची घडी परत नीट बसवण्यात ती गुंतूनही जाईल. त्यांच्या घरासमोर जमलेल्या सगळ्या लोकांना, स्वतःच्या लेकीचा विवाह त्यांनी किती थाटामाटात पार पाडला, ते अभिमानाने सांगण्यात माझे ताता व्यग्र होऊन जातील. सारं घरदारच आपल्या विवाहाबद्दल बोलण्यात रंगून गेलेलं असेल.''

या क्षणी असलेल्या माहेरच्या साऱ्या परिस्थितीची ज्या पद्धतीने त्याला यशोधराने कल्पना दिली, त्याने सिद्धार्थच्या चेहऱ्यावर समाधानाचं हसू उमटलं.

''त्यांचं सगळं ठीक चालू असेल यशोधरा! पण तुझं काय? तुझ्या मनात काय काय चाललंय?''

'माझं गाव मागे सोडून आपण निघालो ना सिद्धार्थ, तेव्हापासून माझंही मन हलकं झालंय. समाधान दाटून आलंय माझ्या मनात. आज मी माझ्या नव्या आयुष्यात पाऊल टाकलंय. आपल्या रूपाने मला असा जीवनसाथी लाभलाय, ज्याच्याशी मनात कोणतीही गोष्ट लपवून न ठेवता मोकळेपणाने मी बोलू शकते. आपल्या प्रेमाचा अनुभव घेण्यासाठी मी खूप अधीर झाले आहे.''

तिचा समाधानाने उजळलेला चेहरा बघितला आणि सिद्धार्थच्या मनात तिच्या विषयीचं अपार प्रेम दाटून आलं. तिचं ते निकट सान्निध्य त्याला हवंहवंसं वाटत होतं. तिच्याबरोबरचा हा एकांत कायम असाच राहावा, अशी तीव्र ऊर्मी दाटून आली त्याच्या मनात. रथाला अधूनमधून बसणारे छोटे छोटे धक्के त्यांना परस्परांच्या अधिक जवळ आणत होते.

एखादी घोषणा करावी, तशी एक गोष्ट गौतमीदेवींनी प्रासादात पोहोचल्यानंतर लगेचच सगळ्यांच्या कानावर घातली. त्या दिवसापासून ते घर आणि गौतमीदेवींचा संसार त्यांनी यशोधरेच्या स्वाधीन केला असल्याचं त्यांनी सगळ्यांना सांगून टाकलं. वृद्धत्वामुळे किंवा काही शारीरिक व्याधींमुळे विवाहसमारंभाला जाऊ न शकलेली मंडळी यशोधराच्या आगमनाची वाटच बघत होती. यशोधराला प्रासादात जाऊन त्यांनी पाहिलं. तिला आशीर्वाद दिले. काही भेटवस्तू त्यांनी यशोधराला दिल्या आणि काही त्यांनाही सिद्धार्थच्या विवाहानिमित्त देण्यात आल्या. त्यांच्यासाठी आयोजित केलेल्या भोजनाचा आस्वाद घेऊन ते सारे समाधानाने परत गेले. यशोधरा सगळा वेळ गौतमीदेवींच्या बरोबरच वावरत होती. प्रत्येक कामात त्यांना मदत करत होती. साऱ्यांना असंच वाटत होतं की, वर्षानुवर्ष यशोधरा त्याच घरात राहते आहे आणि इथल्या रीतीभातींशी, इथल्या पद्धतींशी ती पूर्णपणे परिचित आहे.

''तू आता खूप थकली आहेस यशोधरा. आता माझं ऐक. आत जा आणि विश्रांती घे. लोकांना असं म्हणायला लावू नकोस की, तू इथे पाऊल टाकल्या टाकल्या मी तुला कामाला जुंपलं.''

मनात ओतप्रोत भरलेल्या जिव्हाळ्याने आणि प्रेमाने गौतमीदेवींनी तिला थोडंसं रागावल्यासारखं करत म्हटलं आणि तिला सिद्धार्थच्या शयनगृहात पाठवलं.

तिनं शयनगृहात पाऊल टाकलं, त्या वेळी सिद्धार्थला गाढ झोप लागली होती. तो इतका थकला होता की, ती येईपर्यंतही जागं राहणं त्याला शक्य झालं नव्हतं. त्याची झोपमोड करणं यशोधरालाही नकोसंच वाटलं

आणि त्याला जाग येणार नाही, इतक्या हळुवारपणे ती त्याच्या शेजारी शांतपणे झोपून गेली.

दुसऱ्या दिवशी पहाटे सिद्धार्थ खूप लवकर जागा झाला. त्याच्या शेजारी शांतपणे झोपलेल्या यशोधराकडे त्याची नजर गेली आणि तो अनिमिष नेत्रांनी तिच्याकडे बघतच राहिला. एखाद्या निष्पाप, नवजात बाळाच्या चेहऱ्यावर असावं, तसं मंद आणि निर्व्याज, प्रसन्न हसू पसरलेलं होतं तिच्या चेहऱ्यावर. अंगावरची सारी आभूषणं तिनं उतरून ठेवलेली होती. तिच्या लांब, काळ्याभोर केसांनी तिची पाठ पूर्णपणे झाकून टाकली होती. तिचे केस काल पांढऱ्या फुलांच्या माळांनी सुशोभित केले गेले होते. अंगावरच्या मऊसूत रेशमी वस्त्रांमध्ये कमालीची सुंदर आणि आकर्षक दिसत होती यशोधरा. सारी रात्र ती आपल्या शेजारी झोपली होती, हा विचारच सिद्धार्थला एक अनाकलनीय आनंद देऊन गेला. दिवस उजाडेपर्यंत तो तिला तसंच न्याहाळत बसून राहिला.

जाग आल्याबरोबर यशोधराला सिद्धार्थ दिसला आणि डोळे तृप्त झाल्यासारखा आनंद पसरला तिच्या चेहऱ्यावर. गोडसं हसून ती शय्येवरून उतरली. स्वतःची वस्त्र तिनं सावरली आणि मोकळे केस बांधून टाकले. केसांमध्ये माळलेली फुलांची माळही काढली तिने आणि ती सिद्धार्थच्या गळ्यात घालून ती खोलीबाहेर पडली.

भान हरपल्यासारखा सिद्धार्थ अजूनही फक्त तिच्या हालचालींकडे बघत होता. तिला कोणताही प्रतिसाद देणंसुद्धा त्याला जमलं नाही.

यशोधरा शयनगृहातून निघून गेली, तरी तिच्या शरीराचा त्याला हवाहवासा वाटणारा मधुर गंध अजूनही मागे रेंगाळत होता. त्या गंधाचा मऊ मुलायम स्पर्श आपल्या सर्वांगाला होतोय, असं वाटलं त्याला अन् त्याच्या मनात आलं की, आजचा आपला दिवस अधिक सुंदर झालाय. यशोधराबद्दलच्या विचारांनी भारलेलं त्याचं मन कितीतरी वेळ थाऱ्यावर यायलाच तयार नव्हतं आणि ते थाऱ्यावर आलं, त्यानंतर परत तो एका वेगळ्याच विचारात गढून गेला. आपण यशोधरात इतकं गुंतून गेलोय? किती वेगळ्या भावना आज आपल्या मनात उचंबळून आल्या आहेत!

यशोधराच्या परत येण्याची त्यानं थोडा वेळ वाट पाहिली आणि शेवटी तो स्वतःच त्याच्या दैनंदिन कामांसाठी शयनगृहाच्या बाहेर पडला.

———

यशोधरा या घराण्याची सून म्हणून, सिद्धार्थची पत्नी म्हणून प्रासादात आल्यापासून सारा प्रासाद उजळून गेलाय, त्याला अधिकच शोभा आलीय, हे सगळ्यांनीच मान्य करून टाकलं होतं.

तिचा या प्रासादातला हसतमुखानं होणारा वावर, प्रासाद फुलांनी सजवणं आणि सिद्धार्थच्या बाबतीतली सगळी कर्तव्य नेटकेपणानं पार पाडतानाच तिच्या कौटुंबिक कामांमध्येही तिचं तत्पर असणं, या सगळ्यांमुळेच प्रासादाचं देखणेपण वाढल्यासारखं वाटत होतं सगळ्यांनाच!

यशोधराच्या सहवासात सिद्धार्थ खूप आनंदी आहे, समाधानी आहे, हे त्याच्याकडे बघणाऱ्या कुणाच्याही लगेचच लक्षात येत होतं. सारा दिवस आपण दोघांनी एकत्र असावं, असं वाटत असे त्याला; पण तरीही त्याने त्याचा काही काळ ध्यानधारणेसाठी राखून ठेवला होता आणि काही वेळ भिक्षूंशी चर्चा करण्यासाठी! अगदी थोड्या कालावधीतच त्याचं आयुष्य यशोधरेच्या आयुष्यात इतक्या सहजपणे विरघळून गेलं की, त्यासाठी कुठल्याही प्रकारच्या तडजोडीची त्याला गरज भासली नाही, त्यासाठी कुठल्या चिंतेनंही त्याला ग्रासून टाकलं नाही. त्याला याचं श्रेय यशोधरालाच द्यावंसं वाटत असे. स्वतःच्या आयुष्यात आधी तिनं त्याला सामावून घेतलं आणि नंतर त्याच्या आयुष्याशी ती एकरूप होऊन गेली. इतर कुणाच्या लक्षात हे आलं की नाही, हे त्यांना माहीत नव्हतं; पण गौतमीदेवी आणि सिद्धार्थ या दोघांनाही जाणवली होती ही गोष्ट. गौतमीदेवींना याचं खूप समाधान होतं; पण याबाबतीत त्या यशोधराशी काहीच बोलल्या नाहीत. सिद्धार्थला मात्र यशोधराला हे विचारल्याशिवाय राहावलं नाही.

''हे सगळं कसं घडलं यशू?'' तिच्या वागण्याने भारावून गेलेल्या सिद्धार्थने एक दिवस तिला विचारलं.

''आपल्याला असं नाही वाटत की, ही सगळी माझी किमया आहे?'' यशोधरानं त्यालाच उलटा प्रश्न विचारला. तिच्या चेहऱ्यावर हसू आणि आनंदाचा एक मनोहारी मिलाफ झाला होता.

''मी जाणून घेण्याचा प्रयत्न करतोय यशोधरा की, हे सारं अशाच पद्धतीने का घडलं असावं?'' विचारात गुंतून जात त्यानं विचारलं.

''ही आपली झोपेची वेळ आहे! उद्या आपण यावर आपल्या सवडीने विचार करू शकता,'' यशोधराने म्हटलं. बोलता बोलता तिने स्वतःच्या मृदू तळव्यांनी त्याच्या पापण्या अलगदपणे मिटून टाकल्या.

पण डोळे मिटले, तरी सिद्धार्थचं मन जागं होतं. विचारात गुंतून पडलं होतं ते!

आपण आनंदात आहोत, समाधानी आहोत, याची खात्री होती त्याला; पण त्याच वेळी त्याला हेही माहीत होतं की, हा आनंद फार काळ टिकणार नाहीय. 'वियोग आणि त्याच्या पाठोपाठ येणाऱ्या यातना, हे अटळ होतं. प्रेम, मिलन, ताटातूट आणि त्यानंतर येणारं नैराश्य, हे सारे मानवी नात्याबरोबर येणारे बंध आहेत. माणसं या बंधामध्ये स्वतःला गुंतवून घेतात आणि त्यामुळे या यातनांमधून त्यांना स्वतःची सुटका करून घेता येत नाही. या बंधांचा उगम नेमका कुठून होत असावा? त्यांच्यामुळे सोसावी लागणारी दुःख टाळण्यासाठी काय करता येईल? ही दुःख नाहीशी करण्याचा काही मार्ग असेल का?' त्याच्या मनात विचारांचं मोहोळ उठलं होतं अक्षरशः!

सिद्धार्थने आजवर बऱ्याचदा विद्वान मंडळी, संन्यासी आणि भिक्षूंना पाहिलं होतं. तो त्यांना भेटलाही होता; पण त्यांच्यापैकी कुणीही दुःख नाहीशी करणाऱ्या मार्गांचा शोध घेताना त्याला आढळलं नव्हतं. कदाचित, अशा प्रश्नांची उत्तरं शोधण्याचा ध्यास त्यांच्या मनाने घेतलाच नसावा आणि याबाबतीतला ज्ञानाचा शोध, हेच त्याने स्वतःच्या जीवनाचं ध्येय ठरवलं होतं, तरी तो स्वतःच प्रेम आणि जिव्हाळा यांच्या पाशात गुंतला गेला होता. त्या बंधांमध्ये जखडला गेला होता तो. आत्ता या टप्प्यावर त्याचं आयुष्य आणि ज्ञानाचा शोध घेण्याची त्याची तृष्णा, यांच्यातला अडसर यशोधरा कदाचित ठरलीही नसती; पण भविष्यात कधी तरी तिच्यात गुंतलेलं त्याचं मन त्याला अशा तऱ्हेचं दुःख देण्याची शक्यता नाकारता येत नव्हती.

''कसला एवढा विचार करत आहात? मला नाही सांगणार?'' विचारात गढून गेलेल्या सिद्धार्थला यशोधरानं विचारलं.

''मला एकाच गोष्टीचं भय वाटतंय यशोधरा की, तुझं माझ्यावरचं प्रेम हे भविष्यात कधीतरी मला अडवणारा बंध ठरेल आणि त्यामुळे आपल्याला दोघांनाही खूप दुःख होईल,'' सिद्धार्थने म्हटलं.

थोडंसं हसून यशोधरा म्हणाली, ''नाही... तसं कधीच घडणार नाही.''

''पण ज्या दिवशी माझं मन मला ज्ञानाचा, सत्याचा शोध घेण्यासाठी माझ्या कुटुंबातून बाहेर पडण्याचा आदेश देईल, त्या दिवसाचं काय यशोधरा? कसं पेलू शकशील तू माझं निघून जाणं?''

''तसा आदेश आपल्याला मिळेपर्यंत आपल्या मनातला विचारांच्या लाटा मला स्पर्शू देत! ती वेळ येईल, तोपर्यंत तसा आदेश मीच आपल्याला देऊ शकेन, एवढी सक्षम मी नक्कीच झालेली असेन.''

त्याचे विचार, त्याच्या भावना यांच्याशी इतकी एकरूप झालेली यशोधरा सिद्धार्थला विस्मयचकित करून गेली.

''आपल्या मनाला छळणाऱ्या प्रश्नांबद्दल आपण मला वेळोवेळी सांगत आला आहात. मीही खूप विचार करते त्यांच्यावर; पण विद्वान मंडळी किंवा भिक्षू यांच्याबरोबर आपल्या होणाऱ्या चर्चांबद्दल आपण मला कधीही काही सांगत नाही,'' त्याला बरं वाटावं म्हणून तिनं म्हटलं.

''तुला कदाचित त्यातलं काही कळणार नाही असं वाटलं मला.''

''मग ते मला समजावून देणं ही आपली जबाबदारी आहे. या यातनामय जगापासून मुक्ती मिळवून देणाऱ्या प्रामाणिक आणि तत्त्वनिष्ठ मार्गाच्या शोधात आहात आपण. आपल्याला तो सापडेल आणि इतरांनाही त्या बाबतीत सज्ञान करावं असं आपल्याला वाटेल, त्या वेळी माझ्यासारख्या सर्वसामान्य लोकांना तो समजवून देण्याची जबाबदारी आपलीच नाहीय का?''

क्षणभर अवाक् होऊन सिद्धार्थ तिच्याकडे पाहत राहिला अन् मग त्याने म्हटलं, ''मला एक गोष्ट नेहमीच जाणवत आलीय की, तू जेवढं मला समजून घेतलं आहेस ना, तेवढं मी तुला नाही समजून घेऊ शकलो अजून.''

''बरोबर आहे आपलं म्हणणं! कारण मी फक्त आपल्यालाच बघत असते आणि विचारही फक्त आपलाच करत असते; पण आपल्याला साऱ्या जगाचा विचार करायचा आहे. त्या जगात अत्यंत घाणेरडं, दरिद्री जीवन जगणारी असंख्य माणसं आपल्याला दिसत असतात. आपण सगळे इतके दुर्दैवी का आहोत, हेच त्यांना कळत नसतं आणि त्यांचेच विचार सदैव आपल्या मनात सुरू असल्यामुळे मला समजून घेण्यासाठी फार थोडा वेळ आपल्या जवळ असतो,'' त्याच्याकडे बघून थोडंसं हसत तिनं म्हटलं.

त्याच क्षणी सिद्धार्थने एक निर्णय घेऊन टाकला. शाश्वत सत्याच्या त्याच्या शोधाच्या कामात तो यशोधरेला यापुढे सहभागी करून घेणार होता. त्यानंतर त्याने त्याच्या संध्याकाळचा वेळसुद्धा तिच्याच सहवासात व्यतीत करायला सुरुवात केली.

सिद्धार्थमधल्या या बदलामुळे गौतमीदेवी आणि शुद्धोधन या दोघांनाही एक प्रकारचं समाधान मिळत होतं. मात्र यशोधरामध्ये होणारा बदल त्यांना समजू शकत नव्हता. तिच्या चेहऱ्यावरचं तेज आणि शांती सिद्धार्थच्या ती आता अधिक जवळ गेल्यामुळे, त्यांच्यातल्या परस्पर जिव्हाळ्यामुळे असेल, असं वाटत होतं त्यांना आणि ते खरंही होतं; पण त्यांना हे जाणवलंच नव्हतं की, त्या दोघांमधल्या या जिव्हाळ्याने, जवळकीनेच त्या दोघांमध्ये हा बदल घडवून आणलाय आणि त्यातूनच त्यांच्यातला हा जिव्हाळा अधिक बळकट होतोय.

अलीकडे तो यशोधराबरोबर घालवत असलेल्या अशाच एका संध्याकाळी त्याने कलामुनींची स्त्रियांबद्दलची मतं तिच्या कानावर घातली.

यशोधरानं ती ऐकून घेतली. थोडंसं हसूही आलं तिला; पण ती गप्पच राहिली.

''अगदी अलीकडच्या काळापर्यंत मी समाजातला एक वेगळा वर्ग या दृष्टीने स्त्रियांकडे कधी बघितलंच नव्हतं; पण सर्व स्त्रिया सारख्याच असतात आणि त्यांची विचारसरणी, वागण्याची तऱ्हाही एकाच प्रकारची असते, असं मानणं म्हणजे मूर्खपणाच आहे ना!'' सिद्धार्थनं वैतागून म्हटलं.

''नक्कीच आहे! पण अशी मतं बाळगणाऱ्या लोकांना जोपर्यंत हा मूर्खपणा आहे, हे कुणी सांगत नाही, तोपर्यंत त्यांना लोक विद्वानच समजतील!''

''खरंय तुझं! अशा गैरसमजुतींना कुणी विरोधच केला नाहीय आजवर, त्यामुळे बऱ्याचशा गोष्टी ग्राह्य समजूनच समाज पुढे चालत राहतो आणि समाजातला कोणता वर्ग कोणतं काम करतो, यावर आधारित असलेली समाजाची विभागणीही या मूर्खपणातून जन्माला आली आहे. त्यातूनच काही लोकांना खालच्या जातीचं, हलक्या दर्जाचं मानलं जातंय. हा त्यांच्यावर झालेला अन्याय आहे, असं मत कुणी मांडलंच, तर त्याची या मूर्ख लोकांकडून जराही दखल घेतली जात नाही. सत्याकडे डोळेझाक करण्याकडेच त्यांचा कल असल्याने स्वतःची मतं ते कधी पारखूनच बघत नाहीत.''

''होय... यज्ञ आणि याग यांच्याबाबतीतही हेच घडतंय!''

''धर्मगुरूंना सर्वसामान्य लोक आणि देव यांच्यातले मध्यस्थ मानणं, हेसुद्धा किती हास्यास्पद आहे. माझ्या सदसद्विवेक बुद्धीला देव

ही संकल्पनाच चुकीची वाटते. या विश्वातला सर्व सचेतन आणि अचेतन गोष्टींची निर्मिती देवानं केली आहे, हेही पटत नाही मला.''

''सदसद्विवेक बुद्धी नेहमीच बरोबर असते असं नाही. आपल्याकडे या गोष्टीचा पुरावा आहे का? असला तर दाखवा ना!'' यशोधरानं त्याला आव्हान दिलं.

''जे अस्तित्वात आहे, त्याचा पुरावा देता येतो यशोधरा. ज्याचं काही अस्तित्वच नाहीय, ते पुढे येऊन तुम्हाला कसं सांगेल की, मी अस्तित्वात नाहीय,'' सिद्धार्थनं काहीसं हताश होऊन म्हटलं.

यशोधराला तिचं हसू आवरताच आलं नाही आणि मग सिद्धार्थलाही हसू आलं.

त्यांचं हास्य ज्यांच्या कानावर पडलं, त्यांना या विनोदामागच्या गंभीर चर्चेची काहीच कल्पना नव्हती. ते एकमेकांकडे बघून मिश्कीलपणे हसले.

''स्त्रियांना नेहमी घरातच डांबून ठेवलं जात असल्याने त्यांच्या बुद्धीची वाढ आपोआपच खुंटते. त्यांना जर आपल्यासारख्या लोकांशी बोलण्याची संधी दिली गेली, तर त्यांनाही नव्या नव्या कल्पना सुचतील. त्यांची बौद्धिक क्षमता अधिक बहरेल; पण अशा संधी त्यांना दिल्याच जात नाहीत, तरीही त्यांच्यातल्या काही जणी अशा बंधनांमध्ये राहूनही स्वतःची थोडीफार उन्नती करून घेतात. जमेल ते शिकण्याचा प्रयत्न करतात. आता गौतमी मांचंच उदाहरण घ्यायचं झालं, तरी ते सिद्ध होतं. आपल्यासारख्या त्यांच्या पुत्राला त्यांनी उत्तम तऱ्हेचे संस्कार देत लहानचं मोठं केलंय. आपल्या बुद्धीची योग्य त्या तऱ्हेनं वाढ होईल, अशा तऱ्हेचं वातावरण त्यांनी आपल्याभोवती सतत ठेवलं. त्या कधी आपल्याला हट्टी, असमंजस समजल्या नाहीत. आपण इतरांपेक्षा निराळे आहात, हे जाणून घेतलं होतं त्यांनी. ते आपलं निराळेपण आपलं वैशिष्ट्य समजून त्यांनी कायम जपलं. आपण एक गोष्ट लक्षात घ्यावी की, हे समजण्याची कुवत जिच्यात आहे, ती स्त्री किती बुद्धिमान असेल! अशा किती सक्षम, समर्थ स्त्रिया जगात असतील; पण त्या कधीच पुढे येऊन त्यांच्यातल्या क्षमतांचं जगापुढे प्रदर्शन करणार नाहीत. कदाचित, आपण कुणीतरी खास आहोत, जगातल्या समस्त स्त्रीजातीसमोर आपला आदर्श ठेवला जावा, असं वाटतही नसेल त्यांना.''

''पण तुला वाटतं ना तसं? मला असं वाटतं यशोधरा की, झालं ते खूप झालं. पुष्कळ सहन केलं स्त्रियांनी. यात बदल घडवायला आता सुरुवात करायलाच हवी आपण. कारण, तेव्हाच स्त्रियांच्या बाबतीत सत्य काय आहे आणि असत्य काय आहे, हे जगापुढे येईल.''

''सत्य काय आहे, ते आपल्याकडूनच जगापुढे येईल. कारण, या जगातल्या लहानसहान सजीवांवरसुद्धा आपण प्रेम करता. सहानुभूतीने, जिव्हाळ्याने त्यांचा विचार करता.''

तिच्यापुढे आपलं म्हणणं मांडावं की नाही, या संभ्रमात सिद्धार्थ थोडा वेळ पडला; पण मग त्यानं म्हटलंच तिला, ''झाडांवरची फुलं तोडून तू त्यांचं आयुष्य कमी करतेस न यशोधरा, त्या वेळी खूप दुखावला जातो मी!''

''खरं? मग आपण असं करा. बागेतली फुलं तोडून आणून मी आपला प्रासाद सजवते ना, त्यानंतर आपण बागेत जाऊन आपल्या तिथे काय दिसतं, ते बघून यावं,'' त्याच्या बोलण्याचा विषाद वाटल्यासारख्या स्वरात यशोधराने त्याला म्हटलं.

''नक्कीच जाईन मी; पण मला तिथे काय दिसेल, ते आधी सांगणार नाहीस का तू?''

''नाही... नाही सांगणार मी. काही गोष्टी या ऐकून जाणून घ्यायच्या असतात, तर काही प्रत्यक्ष पाहून जाणून घ्यायला हव्यात.''

''असं आहे का? तू नाहीच सांगणार मला, तर ठीक आहे. नको सांगूस; पण तू मला सांगितलं नाहीस आणि मी स्वतःही बागेत जाऊन प्रत्यक्ष पाहिलं नाही, तरीही सत्य काय आहे ते मला कळलंय,'' बोलता बोलता सिद्धार्थाच्या ओठांवर एक प्रकारचं विजयी हसू उमटलं.

''आपल्याला सत्य माहीत आहे? काय आहे सत्य? लगेच सांगा ना मला.''

''माझ्या चेहऱ्याकडे बघूनही तुझ्या लक्षात येत नाहीय? मी सांगायलाच हवं का तुला?''

''जाणून घेता येईल ते मला; पण तेवढा धीर धरवत नाहीय आता मला. थांबण्याइतका, विचार करण्याएवढा वेळसुद्धा वाया घालवायचा नाहीय मला. सांगा ना, आपल्याला काय कळलंय?''

"सत्य हे आहे यशोधरा की, तू ही फुलं झाडांवरून तोडून आणत नाहीस. फक्त जमिनीवर गळून पडलेली फुलंच तू गोळा करून आणतेस. तू त्यांचं आयुष्य कमी करत नाहीस, तर जी फुलं एरव्ही सुकून वाया गेली असती, त्यांच्यात नवीन जीवन भरतेस तू. असंच आहे ना?"

यशोधरा थक्क होऊन पाहतच राहिली. तिच्या डोळ्यांतून सिद्धार्थविषयीचं कौतुक ओसंडून वाहत होतं.

आणि तिच्या सुंदर डोळ्यांचं कौतुक केल्याशिवाय सिद्धार्थलासुद्धा राहावलं नाही. त्यानं म्हटलं, "पण तू तळ्यातली कमळाची फुलं तोडतेस आणि त्याच्या पाकळ्या खुडून स्वतःच्या डोळ्यांवर चिकटवतेस न यशोधरा, ते मात्र मला अजिबात आवडत नाही."

सिद्धार्थ इतक्या गंभीरपणे हे बोलला की, त्यातला गर्भितार्थ कितीतरी वेळ यशोधराच्या लक्षातच आला नाही. मात्र, जेव्हा लक्षात आला, तेव्हा ती अगदी खळखळून हसली.

"मला आजकाल वाटायला लागलंय की, तत्त्वज्ञानापेक्षाही काव्य अधिक जास्त कळलंय आपल्याला. मग काव्य करण्याचाच का प्रयत्न करत नाही आपण?" तिनं त्याला चिडवलं.

"काव्य काय किंवा तत्त्वज्ञान काय, दोन्हींचा उगम शेवटी माणसाच्या भावभावनांमधूनच होतो ना? त्यामुळे कधी ना कधीतरी ते दोन्ही एकरूप होणारच; पण दुर्दैवाने काव्याचा वापर भ्रामक समजुती पसरवण्यासाठी आणि विषयसुखाच्या कल्पनांसाठी केला जातो. खरं म्हणजे यावरही गंभीरपणे विचारमंथन होणं गरजेचं आहे," सिद्धार्थ म्हणाला.

एका अगदी लहानशा विनोदाची सांगड सिद्धार्थने इतक्या सविस्तरपणे असं तत्त्वज्ञान सांगण्याशी घातलेली बघून यशोधरा थक्कच झाली.

"या विश्वात तुम्हाला असं काहीही आढळणार नाही, जे तुमच्या दृष्टिकोनाशी, तुमच्या आकलनशक्तीशी विसंगत असेल. हे सारं तुम्ही तुमच्या मनात साठवून घेऊ शकता. याचा अर्थच हा आहे की, तुमचं मन खूप मोठं आहे. तुमच्या आकलनशक्तीच्या कक्षा केवढ्या तरी विस्तारलेल्या आहेत."

सिद्धार्थबद्दलची, त्याच्या बुद्धिमत्तेची प्रशंसा, कौतुक यशोधराच्या शब्दाशब्दांमधून व्यक्त होत होतं.

"त्या कितीही विस्तारलेल्या असल्या ना यशोधरा, तरी त्यांचा काहीही उपयोग नाहीय. अलीकडच्या काळात त्यांच्यात काही शिरूच शकत नाहीय. कारण, त्यांच्यातली संपूर्ण जागा एकाच व्यक्तीने व्यापून टाकलीय.''

अगदी खालच्या, उदासवाण्या स्वरात सिद्धार्थ बोलला होता, तरी त्यातली थट्टा यशोधरेच्या लगेच लक्षात आली.

"खूप गोड आणि खूप प्रसन्न आहे आपलं बोलणं; पण इतकी प्रचंड अतिशयोक्ती आहे त्यात की, ते खोटंच वाटावं! निदान आपल्या तोंडी तरी ते अजिबात शोभत नाही!'' रागवल्यासारखं करत यशोधरानं म्हटलं. "आणि चला, निघू या आता आपण. याहून अधिक महत्त्वाचं काही तरी करता येईल आपल्याला. आज रात्री आपल्या मनातले सारे विचार ऐकवा आपण मला.''

———

प्रासादातल्या एका दासीकडून यशोधराला एक विलक्षण आणि विचित्र बातमी कळली. पतीकडून वरचेवर छळ आणि मारझोड होत असल्यामुळे गावातल्या एका स्त्रीने रोहिणी नदीत उडी मारून जीव दिला होता. बातमी ऐकून यशोधराला जितकं वाईट वाटलं, तितकाच संतापही आला. पतीकडून होणाऱ्या छळाबद्दल ती काही हे प्रथमच ऐकत नव्हती. अगदी बालवयात असताना तिच्या तातांनी तिच्या माला मारलेलं तिने दोन वेळा पाहिलं होतं. दोन्ही वेळा तिला अनावर रडू आलं होतं. अजूनही त्या कटू आठवणींनी तिचा पिच्छा सोडलेला नव्हता. वाढत्या वयाबरोबर मैत्रिणी किंवा दासींकडून ऐकलेल्या बायकांना होणाऱ्या मारझोडीच्या कहाण्या तिला अधिकाधिक उदास करून टाकत असत म्हणूनच स्वतःच्या विवाहाची कल्पनाही तिला नकोशी वाटायला लागली होती.

त्या काळात या विषयावर मोकळेपणाने बोलता येईल, असं तिच्या आजूबाजूला कुणीही नव्हतं. संसार म्हटला की, हे सगळं असंच असतं, हे सगळ्यांनी मान्य करून टाकलं होतं. हा स्त्रियांवर होणारा अन्याय आहे, याची कुणालाच जाणीवही नव्हती.

आणि आता तिच्या आयुष्यात सिद्धार्थ आला होता.

यशोधरानं जे सगळं त्याच्या कानावर घातलं, ते त्याच्यासाठी काही नवं नव्हतं.

ज्या ज्या वेळी त्याने या विषयावर कोणी वडीलधारी माणसं, शिक्षक मंडळी किंवा साधुसंत, यांच्याशी चर्चा करण्याचा प्रयत्न केला होता, त्या वेळी त्याला एकाच प्रकारचे उद्गार ऐकायला मिळाले होते.

'स्त्रिया दुष्ट, कुटील आणि निर्बुद्ध असतात. त्यांना या प्रकारचीच वागणूक द्यायला हवी.'

त्यांचे हे अत्यंत कडवट शेरे, ताशेरे ऐकून सिद्धार्थ कमालीचा प्रक्षुब्ध होत असे. त्यांच्या बोलण्याला त्याचा असलेला कडवा विरोध त्यांना दर्शवून देऊन तो त्यांच्यासमोरून उठून जात असे.

अशा तऱ्हेच्या काही घटनांबद्दल त्याने यशोधराला सांगितलं, त्या वेळी तिनं ताडकन म्हटलं, ''स्त्रिया जर इतक्या निर्बुद्ध आणि दुष्ट असतील, तर त्यांच्याशी अधिक सहानुभूतीने वागायला नको का?''

तिच्या बोलण्याचं समर्थन करण्याऐवजी, त्यातली तर्कशुद्धता ताडून पाहण्याऐवजी सिद्धार्थनं म्हटलं, ''मुळात आधी त्या लोकांनी हे समजून घ्यायला हवं की, स्त्रिया निर्बुद्ध आणि दुष्ट नसतातच!

ती दोघं मग बराच वेळ बोलत राहिली. गुराढोरांना मारणं, निष्पाप पशुपक्ष्यांची शिकार करणं आणि स्त्रियांना छळणं, त्यांना यातना देणं, या गोष्टी करणाऱ्यांबद्दलच त्यांची चर्चा चालू होती.

या चर्चेच्या ओघातच त्याने एकदा एका जखमी हंसाचे प्राण कसे वाचवले होते, ते तिला सांगितलं. यशोधराला ते सगळं सविस्तरपणे जाणून घ्यावंसं वाटलं. सिद्धार्थला तर तो दिवस आजवर कधीही विसरताच आला नव्हता.

त्या जखमी पक्ष्याला पाहता क्षणीच त्याचं मन करुणेनं, मायेनं कसं भरून आलं होतं, ते अजूनही त्याच्या लक्षात होतं. त्याच्यावर उपचार करून त्याला नवजीवन देताना त्याला जे समाधान वाटलं, त्याची आठवण अजूनही त्याच्या मनात ताजी होती.

त्या दिवशी सिद्धार्थचा चुलत भाऊ देवदत्त याने नेम धरून सोडलेला एक बाण आकाशात उडणाऱ्या एका हंसाच्या जिव्हारी लागला आणि तो हंस तडफडतच जमिनीवर पडला. खोलवर जखमी झाला होता तो. त्याच्या

जखमेतून भळाभळा रक्त वाहत होतं आणि तरी पुन्हा एकदा उडण्यासाठी त्याची धडपड चालू होती; पण उडू शकत नव्हता तो हंस. त्याची ती जखम आणि त्यातून होणारा रक्तस्राव बघून सिद्धार्थ कासावीस झाला. त्या हंसाच्या काळजीने आणि तो मरणार तर नाही ना या भीतीने तो अक्षरशः थरथरत होता. वेगळे वेगळे खेळ खेळताना झालेल्या छोट्या मोठ्या जखमा दुखण्यापलीकडे फारसं तीव्र दुःख सिद्धार्थने तोपर्यंत अनुभवलं नव्हतं; पण त्या वेळी त्या हंसाच्या तडफडण्याकडे, त्याला होणाऱ्या यातनांकडे बघताना सिद्धार्थला जाणवलं होतं की, त्याच्या या यातना साध्यासुध्या नाहीत. यांचा त्याच्या अस्तित्वाशी, त्याच्या जीवनमरणाशी खूप जवळचा संबंध आहे.

त्या घायाळ पाखराने त्याच्याकडे पाहिलं. सिद्धार्थला त्याच्या डोळ्यांमध्ये पराकोटीची भीती आणि त्याचं त्याला न सोसणारं दुःख दिसलं आणि त्याच क्षणी त्याच्या मनातली भीती कमी झाली. त्याच्यावर कसे उपचार करता येतील, याचीच चिंता त्याला वाटायला लागली. त्याच्या आर्त चीत्कारातून तो जणू काही त्याला, 'मला वाचवा... मला वाचवा' असं सांगत होता असं वाटलं सिद्धार्थला आणि आपण काय करायला हवं, तेही लगेच लक्षात आलं त्याच्या.

सिद्धार्थ खाली वाकला आणि अतिशय काळजीपूर्वक त्याने त्या हंसाला उचलून घेतलं. त्याच्या चिमुकल्या हृदयाची वाढलेली धडधड सिद्धार्थला जाणवत होती. त्याच्या त्या खोल जखमेतून रक्ताची धार लागली होती. त्याच्या अंगावरून सिद्धार्थने हलकेच हात फिरवला आणि त्याला हळुवारपणे कुरुवाळत त्याने तिथून जवळ असलेल्या एका तळ्याजवळ त्याला नेलं. डाव्या हातानं त्याने त्याला आधार देऊन स्वतःजवळ धरलं होतं आणि त्याचा उजवा हात त्याच्या पाठीवरून मायेने फिरत होता.

सिद्धार्थ तळ्यापाशी पोहोचला तोपर्यंत त्या हंसाच्या हृदयाची धडधड थोडी कमी झाली होती. आपल्यावर या चिमुकल्या पाखराने विश्वास टाकलाय आणि आपण त्याला खूप जवळचं कुणीतरी वाटतोय, त्याला आपल्या कुशीत आश्वस्त वाटतंय, हे लक्षात आलं होतं सिद्धार्थच्या. 'आपल्यावर विश्वास टाकून कुणाला इतकं शांत, इतकं सुरक्षित वाटतं की, ते आपल्याला त्याच्या एखादा जवळचा सुहृद मानायला लागतं?' त्याच्या मनात विचार येऊन गेला.

तळातल्या स्वच्छ, थंडगार पाण्याने सिद्धार्थने त्या हंसाची जखम धुतली. त्या वेळी दुःखाने तो परत एकदा तडफडला. थोड्याच वेळात जखमेतून वाहणारं रक्त थांबलं. सिद्धार्थ घाईघाईने प्रासादात गेला आणि त्याने त्या हंसाच्या जखमेवर बांधता येईल, असं एक कापड शोधून काढलं, त्याच्या जखमेवर ते बांधलं आणि एका मऊशा गादीवर त्याने त्या हंसाला झोपवलं.

थकल्याभागलेल्या, शक्तिपात झालेल्या त्या हंसाने डोळे मिटून घेतले. बहुधा सिद्धार्थच्या सहवासात निश्चिंत, सुरक्षित वाटत होतं त्याला म्हणून त्याने थोडी विश्रांती घेण्याचं ठरवलं असावं. सिद्धार्थ त्याच्या शेजारी बसला. हळुवार हातांनी त्याला थोपटत राहिला. त्याच्या हृदयाचे ठोके आता आधीपेक्षा मंद आणि स्थिर झाल्यासारखे वाटले त्याला. काही तासांनी त्याला पुष्कळ बरं वाटेल, याचीही खात्री सिद्धार्थला वाटली. जरा वेळाने त्या पाखराने डोळे उघडले. त्याच्यासमोर सिद्धार्थने थोडंसं अन्न आणि पाणी ठेवलं. त्याच्या नजरेत सिद्धार्थविषयीची कृतज्ञता भरली होती.

त्याचं प्रेम, त्याचा जिव्हाळा स्वतःची चोच हळुवारपणे सिद्धार्थच्या तळव्यावर घासत त्याने व्यक्त केलं. सिद्धार्थचं मन आनंदाने भरून गेलं होतं त्या वेळी. एक गोष्ट अगदी तीव्रतेनं त्याला जाणवून गेली की, दुबळ्या आणि गरजू जीवांना केलेल्या मदतीतूनच आपल्याला खरा आनंद आणि समाधान मिळतं.

भूक आणि तहान, दोन्ही शमलं आणि त्या हंसाच्या डोळ्यांत एक प्रकारची चमक, चैतन्य पुन्हा आल्याचं दिसलं सिद्धार्थला. त्याच्या मनात आलं, अवघ्या दोन तासांमध्ये सगळं चित्रच किती बदलून गेलंय! भूक आणि यातना या गोष्टी सजीवांच्या बाबतीत शारीर पातळीवर जाणवणाऱ्या असतात आणि भीती आणि शंका त्यांच्या मनात खोलवर रुतून बसतात, हे वास्तवही अनुभलं त्याने त्या वेळी; पण त्या पाखराच्या शरीरात आणि मनातही नवचैतन्य भरल्यासारखं झालं होतं आता. त्याने सिद्धार्थकडे पाहिलं. त्याच्या कमी झालेल्या यातना सहन करण्याइतपत शक्ती आता त्याच्यात आलीय, हे त्याच्या डोळ्यांत स्पष्ट वाचता आलं सिद्धार्थला.

त्याच्या जखमेवर बांधलेली कापडाची पट्टी सिद्धार्थने हलकेच सोडवली आणि त्या जखमेवर त्याने अगदी हलक्या हाताने मलम लावलं. त्यानेही त्याच्या बाजूने पूर्ण सहकार्य केलं. तितपत दुःख सहन करण्याचं बळ आता आलं होतं त्याच्या शरीरात.

एक गोष्ट सिद्धार्थला त्या वेळी जाणवून गेली होती. शारीरिक दुःख हे भीती आणि शंका यांचं मनातलं काहूर सोसण्यापेक्षा किती तरी पटीने अधिक सुसह्य असतं. या दोन्ही गोष्टी मनातून दूर झाल्या आणि कुणाचातरी प्रेमाचा स्पर्श लाभला की, कोणतीही जखम अगदी अल्पावधीतच भरून येते.

सिद्धार्थ त्या पाखरावर रोज न चुकता उपचार करत होता आणि तेही रोजच्या रोज अधिक बरं होत होतं. त्याच्यात घडत जाणारा बदल सिद्धार्थला फक्त दिसतच नव्हता, तर जाणवतही होता. त्या पक्ष्याचं सिद्धार्थकडे प्रेमानं बघणं आणि जवळकीच्या भावनेनं सिद्धार्थला स्पर्श करणं सिद्धार्थला खूप आनंद आणि समाधान देत होतं. त्याला खाण भरवणं, त्याच्या जखमेला औषध लावणं, त्याची हरवलेली शक्ती त्याला परत मिळत असलेली बघणं, पुन्हा एकदा त्याने स्वतःहून चालायला सुरुवात केल्यानंतर त्याला न्याहाळणं, हे सारंच त्याला पराकोटीचा आनंद आणि समाधान देत होतं. असा आनंद, हे अशा प्रकारचं सुख अनुभवण्याऐवजी काही लोक दुसऱ्या जीवांची हत्या करण्यात का समाधान मानतात, त्यातून कोणतं सुख ते मिळवतात, तेच त्याला कळतच नव्हतं.

देवदत्त आणि त्याची मित्रमंडळी सशांसारख्या छोट्या, गरीब प्राण्यांची आणि पक्ष्यांचीही शिकार करताना त्याने पाहिलं होतं. त्या जखमी प्राण्यांना ते उचलून घेत, मोठ्या गर्वाने आणि समाधानाने त्यांच्याकडे बघत आणि ते प्राणी भीतीने आणि यातनांनी तडफडत असताना ते मोठमोठ्याने हसत. त्यातून त्यांना मिळणारं सुखही खरंच होतं, यात प्रश्नच नव्हता; पण या हंसाला अभय देण्यातून, त्याच्या यातना आणि त्याची भीती यांच्यातून त्याची सुटका करण्यातून सिद्धार्थलाही सुख आणि समाधानच मिळालं होतं. या दोन्ही प्रकारच्या सुखांमध्ये फरक होता का? आणि समजा असलाच, तर तो नेमका कसा होता?

या दोन्ही प्रश्नांची उत्तरं प्रयत्न करूनही सिद्धार्थला मिळाली नव्हती म्हणून तो गौतमीदेवींकडे गेला होता. त्याचे प्रश्न ऐकून प्रथम त्या जरा गोंधळल्या. त्यांच्या मनात आलं, सिद्धार्थसारख्या इतक्या लहान मुलाला इतके गहन आणि गंभीर प्रश्न कसे काय पडू शकतात? त्यांना स्वतःलासुद्धा सिद्धार्थने उल्लेख केलेल्या दोन प्रकारच्या सुखांमधला फरक माहीत नव्हता; पण सिद्धार्थला त्यांच्याकडून नक्कीच उत्तर मिळेल, अशी अपेक्षा होती.

"त्यांचा आनंद म्हणजे निव्वळ खोडसाळपणा आहे सिद्धार्थ. तुझ्या आनंदाची सर त्याला कधीच येणार नाही. तुझा आनंद त्यांच्या आनंदापेक्षा कितीतरी श्रेष्ठ आहे,'' त्यांनी म्हटलं.

सिद्धार्थचं या उत्तरानं अजिबातच समाधान झालं नव्हतं. त्याच्या लक्षात आलं होतं की, योग्य ते उत्तर देणं त्यांच्यासाठी फार कठीण होतं. त्यांना अधिक त्रास द्यायला नको म्हणून त्याने म्हटलं, ''तुझं म्हणणं बरोबर आहे माते. मी अशी मदत कुणाला करू शकलो की, मला खूपच बरं वाटतं!''

त्यानंतर त्याने हाच प्रश्न त्याच्या गुरूंनाही विचारला. त्याच्या गुरूंचा तो अतिशय आवडता होता.

सिद्धार्थला त्यांनी आपल्या मांडीवर बसवून घेतलं आणि त्याच्या मस्तकावर हलकेच थोपटलं.

''तुझ्या मनातल्या शंका मला दूर करता येतील की नाही, मला माहीत नाही सिद्धार्थ; पण याबाबतीतले माझे काही विचार तुला सांगावेत असं मला वाटतंय. मी जे तुला सांगणार आहे, ते तू नीट ऐकून घे आणि त्यावर विचार करत राहा. कदाचित, भविष्यकाळच तुला तुझ्या या प्रश्नांचं अचूक उत्तर देईल. ते तुला मिळालं आणि त्या वेळी मी जर हयात असलो, तर तू माझ्याकडे येऊन मला ते सांग! याबाबतीतला माझ्या अज्ञानावर प्रकाश टाक. एक गोष्ट तुला इथे लक्षात घ्यायला हवी. आपण सगळे जन्मतःच भिन्न भिन्न स्वभाव घेऊन या जगात येतो. ज्या परिस्थितीत आपण वाढतो, ज्या प्रकारचे अनुभव आपल्या वाट्याला येतात, त्यानुसार आपल्या आवडीनिवडी तयार होत जातात. आवडीनिवडींमधले, स्वभावांमधले हे फरक का घडत जातात आणि ते नाहीसे करण्यासाठी आपल्याला काय करता येईल, हे मला माहीत नाही. मात्र, एक गोष्ट खरी आहे की, या भिन्न प्रकारच्या स्वभावांमध्ये काही वेळा सौंदर्य आढळून येतं, तर काही वेळा कुरूपता! जगातल्या बहुतांश लोकांना दुसऱ्यांना यातना देण्यातच आनंद मिळतो. आजपर्यंत जगात अशी माणसं मी खूप पाहिली आहेत. मात्र, तू पहिलाच आहेस, ज्याचा स्वभाव याच्या अगदी उलट आहे. सगळीच माणसं तुझ्यासारखी वागली, तुझ्यासारखेच विचार मनात ठेवून जगली, तर हे जग किती सुंदर होईल! पण तसं घडणं ही अशक्य कोटीतली गोष्ट आहे. माझ्या लक्षात आलंय की, हिंसेतूनच आनंद मिळवण्याची सवय

मनुष्य जातीला जडली आहे. जगात तुझ्यासारखे विचार मनात जपणाऱ्या माणसांची संख्या जर वाढत गेली, यातनांमध्ये अडकलेल्या जीवांची सुटका करून त्यांना अंतःकरणापासून प्रेम आणि माया देण्याचं महत्त्व त्यांना पटलं, तर आपलं जगणं नक्कीच अधिक सुखी आणि अधिक अर्थपूर्ण होईल.''

सिद्धार्थचं बोलणं इतका वेळ यशोधरा भान हरपून ऐकत होती; पण त्याच्या गुरूंचं एक वाक्य ऐकून ती चमकली. तिने चटकन विचारलं, ''काय? मनुष्य जातीला हिंसाचाराची सवय जडलीय?''

बोलता बोलता तिचे ओठ थरथरायला लागले. शब्द अडखळल्यासारखे झाले. ती सिद्धार्थच्या अधिक जवळ गेली आणि त्याचा हात हाती घेण्याचा प्रयत्न केला तिने. सिद्धार्थने हळुवारपणे तिचा हात हातात घेतला. हळुवारपणे; पण आश्वासक पद्धतीने! तिच्या व्याकूळलेल्या मनाला दिलासा देण्यासाठी त्याने म्हटलं, ''असंच एकूण चित्र दिसतंय ना यशू!''

हे तो अगदी हलक्या स्वरात बोलला. इतक्या हलक्या स्वरात की, जणू काही तो स्वतःशीच बोलत होता.

''माणसाच्या या सवयीला, या वागण्याला पायबंद घालायचा असेल, तर सर्वप्रथम मनुष्याच्या स्वभावात आपल्याला बदल घडवून आणायला हवा. हिंसेतून मिळणारं सुख, हे खरं सुख नाहीय, हे त्यांना पटवून द्यायला हवं आपण. हा सुखाचा फक्त आभास आहे, आनंदाचं अत्यंत चुकीचं असं प्रतीक आहे. माणसाची अस्थिर, चंचलवृत्ती, हेच कारण आहे याचं. नजर टाकावी, तिथे मला लोक हिंसाचाराच्या व्यसनात बुडाल्यासारखे दिसतात. हिंसेच्या व्यसनाच्या आधीन झालेल्यांची संख्या रोजच्या रोज वाढते आहे. या व्यसनाच्या विळख्यात सापडली आहेत ही माणसं आणि हिंसक वृत्तीच्या या दलदलीतून त्यांना बाहेर पडणंच अशक्य झालंय. त्यांना कुणीतरी हे समजावून सांगणं गरजेचं आहे की, हिंसक कृत्य किती घाणेरडी, किती घृणास्पद असतात. दुबळ्या आणि यातना सोसणाऱ्या जीवांसाठी मनात प्रेम आणि करुणा बाळगणं हा मनावी स्वभावाचा अत्यंत उदात्त असा गुण आहे, याची कुणीतरी अशा हिंसक प्रवृत्तीच्या लोकांना जाणीव करून द्यायला हवी. क्षुधा, यातना आणि विपन्नावस्था या इतक्या दुःखद गोष्टी आहेत की, त्या नजरेला पडल्या नंतर आपल्या मनात ही दयाबुद्धी आणि सहानभूती जागृत व्हायलाच हवी. दुसऱ्यांच्या यातना पाहूनही आपल्याला त्यांची दखलच घ्यावीशी वाटली नाही, तर ती आपल्या व्यक्तिमत्त्वातली फार मोठी

उणीव समजायला हवी आपण. शारीरिक व्याधींसाठी आपल्याला जशी औषधं आणि उपचारांची गरज भासते, तसंच मनाच्या आजाराचं निराकरण करण्यासाठी माणसाजवळ आध्यात्मिक विचारांचं पाठबळ असणं गरजेचं असतं; पण दुर्दैव असं आहे की, आध्यात्मिक प्रवृत्तीचा अर्थ फक्त देवपूजा आणि मुक्ती मिळवण्याचं साधन, असाच नेहमी घेतला जातो आणि नेमका हाच समज जगाला चुकीच्या दिशेने नेतो आहे. माझ्या दृष्टीने आध्यात्मिक विचार मनात बाळगणं म्हणजेच प्रेम, दयाबुद्धी आणि सहानुभूती, या गोष्टी लोकांच्या मनावर बिंबवणं! दुसऱ्यांच्या बाबतीत सहनशील असणं आणि त्यांना सहकार्य देण्यासाठी तत्पर असणं, हीच खरीखुरी आध्यात्मिक मूल्यं आहेत. खरं म्हणजे आध्यात्मिक गरजा सगळ्यांनाच असतात यशोधरा; पण त्यांना ते माहीतच नसतं. त्या त्यांनी जाणून घेण्याआधीच त्यांचा परिचय अर्थशून्य धार्मिक कृत्यांशी करून दिला गेलेला असतो. भ्रामक आणि वेडगळ समजुतींवर आधारित असलेल्या प्रथा पाळणं हा अध्यात्माकडे नेणारा मार्ग असतो, यावर विश्वास ठेवायलाच त्यांना शिकवलं जातं.''

''पण हे चुकीचं आहे यशोधरा. धार्मिक कृत्यांच्या नावाखाली निष्पाप प्राण्यांचे बळी देता देता माणसं मानवी यातनांच्याही बाबतीत अत्यंत असंवेदनशील होत चालली आहेत. अशा लोकांचा परिचय आपण प्रेम, दया आणि सहानुभूती या भावनांशी करून द्यायला हवा. या उदात्त अशा गुणांचं माधुर्य चाखायला आपण त्यांना प्रवृत्त करायला हवं आणि यासाठी फार मोठ्या प्रमाणावर कष्ट तर करावे लागणारच आहेत; पण त्याच बरोबर अनेक माणसांनी एकाच वेळी हे कार्य हाती घेणं गरजेचं आहे!''

''पण अशा कितीशा लोकांना याचं महत्त्व पटणार आहे?'' यशोधरानं हताश होऊन विचारलं.

''आपल्या दोघांना पटलंय न यशोधरा? पूर्वी मला वाटत असे की, मी एकटाच आहे; पण तूसुद्धा माझ्याबरोबर आहेस याची आता मला खात्री पटलीय!... मला खूप बळ मिळाल्यासारखं वाटतंय आता. हे काम हाती घेण्यासाठी खूप उत्सुक झालो आहे मी!''

सिद्धार्थचे ते अगदी मनःपूर्वक उच्चारलेले शब्द ऐकले आणि यशोधराचं हृदय उचंबळून आलं.

ते दोघं मग तिथे कितीतरी वेळ निःशब्दपणे बसलेले होते. त्यांच्या डोळ्यांपुढे एकच स्वप्न तरळत होतं. त्या जगाचं स्वप्न, जिथे वसलेलं

होतं फक्त प्रेम आणि करुणा! दोघांचंही मन अगदी काठोकाठ भरेपर्यंत परस्परांच्या सान्निध्याचा आनंद ते घेत राहिले.

त्या दोघांच्या बोलण्यातली, एकमेकांबरोबर होणाऱ्या संवादातली गंमत, एकमेकांची ते करत असलेली थट्टामस्करी नंतरच्या काळात हळूहळू कमी होत गेली आणि त्यांची जागा त्यांच्या विचारांमधल्या सखोलतेने, परिपक्वतेने, गांभीर्याने घेतली. सायंकाळी लावल्या गेलेल्या सगळ्या दिव्यांमधला अगदी शेवटचा दिवा विझेपर्यंत कधी कधी यशोधरा सिद्धार्थबरोबर बसलेली असे. ती स्वतःच्या घरगुती कामांमध्ये गुंतून गेली, तरी तिचं चित्त कुठेतरी दुसरीकडेच असायचं. तिचं ते गंभीरपणाने वागणं बोलणं लक्षात आल्यापासून प्रासादातल्या इतर स्त्रिया तिच्याशी काहीसं अंतर राखूनच वागायला लागल्या होत्या. गौतमीदेवीही तिचं वागणं अगदी बारकाईने न्याहाळत असत. सिद्धार्थची तिच्या बाबतीतली थंड आणि अलिप्त वागणूक कदाचित तिला सलत असावी, निराश करत असावी, असं वाटायचं त्यांना. त्यांचं मन मग चिंताग्रस्त होत असे. यशोधरा सिद्धार्थच्या आयुष्यात कशा प्रकारे आली आणि त्यानंतर तिने त्याच्या हृदयात प्रीतीची ज्योत कशी प्रज्वलित केली, ते त्यांनी अनुभवलं होतं, त्यामुळे एका गोष्टीची त्यांना मनोमन खात्री होती की, एक ना एक दिवस त्या दोघांच्या प्रीतीतून एक नवा जीव इवल्याशा बाळाच्या रूपाने जन्माला येईल आणि सिद्धार्थचं चित्त सध्या यशोधरात गुंतलंय, त्यापेक्षा कितीतरी अधिक त्या बाळात गुंतेल. काळाच्या ओघात त्या दोघांमधल्या वैवाहिक जीवनातलं प्रेम कदाचित थोडं थोडं आटतही जाईल; पण सिद्धार्थच्या मनातलं त्याच्या पुत्राच्या बाबतीतलं प्रेम वृद्धिंगतच होत राहील. त्यातलं नावीन्य कधी ओसणार नाही. ते कायम ताजं, टवटवीत असेल. एकदा सिद्धार्थचं मन अपत्य प्रेमानं ओतप्रत भरलं की, ते सगळे आनंदात, सुखात राहतील; पण हे घडणार कधी याच विचारात पडल्या होत्या त्या.

या विषयावर एकदा यशोधराशीच बोलायचं ठरवलं गौतमीदेवींनी. ''बिचारी!'' त्यांच्या मनात आलं. ''तिच्या स्वतःच्याच दुःखाचं ओझं तिच्या मनावर आहे सध्या. ते आधी दूर व्हायला हवं. तिच्या मनावरचा ताण कमी व्हायला हवा; पण तिची वैयक्तिक दुःख, तिच्या वैवाहिक जीवनातल्या समस्या यांच्याबद्दल आपल्याशी बोलणं तिला जमेल? की तिला अवघडल्यासारखंच वाटेल या विषयावर बोलताना?'' त्यांना नक्की

आपण काय करावं, तेच कळत नव्हतं. आपल्या पतीविषयीच्या तक्रारी त्याच्या मातेजवळ करणं उत्तम संस्कारांमध्ये वाढलेल्या कुठल्याही स्त्रीला रुचणार नाही, हे माहीत होतं त्यांना. यशोधरानं जर तिची सिद्धार्थच्या बाबतीतली चिंता तिच्या स्वतःच्या मातेजवळ व्यक्त केली, तर त्यांच्याकडून गौतमीदेवींना काहीतरी कळू शकलं असतं; पण सिद्धार्थबरोबर या प्रासादात गृहप्रवेश केल्यापासून यशोधराने आजवर एकदाही तिच्या मातापित्यांना भेटायला जाण्याची इच्छा कधी व्यक्त केली नव्हती. त्यांना जणू काही पूर्णपणे विसरूनच गेली होती ती. "अशा परिस्थितीत मलाच तिला कोलियाला पाठवण्यासाठी काहीतरी निमित्त शोधून काढायला हवं," त्यांनी मनाशी ठरवून टाकलं. या समस्येवर आपल्याला अगदी योग्य तो उपाय सुचलाय, या विचारामुळे त्यांचं मन काहीसं निश्चिंत झालं आणि त्यांनी सुटकेचा निःश्वास सोडला.

————

चंद्रबिंब आकाशात चांगलं वर आलं. यशोधरानं भोजनाची सर्व तयारी केली आणि ती सिद्धार्थच्या येण्याची वाट बघत राहिली.

दासींपैकी एक जण तिथे आली आणि तिने गौतमीदेवींचा निरोप यशोधराला दिला. गौतमीदेवींना तिला भेटायचं होतं. 'काहीतरी महत्त्वाचं सांगायचं असेल त्यांना आपल्याला, नाही तर या वेळी त्या आपल्याला कधीच बोलवून घेणार नाहीत,' तिच्या मनात आलं. घाईघाईनं ती त्यांना भेटायला गेली. काहीशी अधीरतेनेच!

गौतमीदेवींनी तिचं प्रेमाने स्वागत केलं आणि तिला स्वतःजवळ बसवून घेतलं, त्या वेळी यशोधरा जराशी निश्चिंत झाली.

इकडचं तिकडचं बोलण्यात वेळ वाया घालवण्यापेक्षा थेट मुद्द्यालाच हात घालत संभाषण सुरू करण्याची कला गौतमीदेवी सिद्धार्थकडून शिकल्या होत्या.

"यशोधरा," त्यांनी मृदू स्वरात तिला म्हटलं, "तू माझी सून नाहीस. लेकच आहेस तू माझी आणि यात काहीच शंका नाही. एक माता म्हणून मी दुसऱ्या एका मातेची मनःस्थिती जाणून घेऊ शकते. स्वतःची लांब राहणारी लेक कधी परत आपल्याला भेटायला येईल, याची ती आतुरतेनं वाट बघत

असते. तुझी माताही तुझी वाट बघत असेल, याची कल्पना आहे मला. तू एकदा तरी तिच्याकडे जाऊन तिला भेटून का येत नाहीस?''

यशोधराला भरूनच आलं, त्यांचं बोलणं ऐकून. तिचा चेहरा उतरला. डोळ्यांत जमलेलं पाणी तिच्या गालांवरून ओघळलं.

गौतमीदेवींनीच टिपून घेतलं ते.

''तुझ्या मातेला भेटायला तुला जावसं वाटतंय, असं एकदाही का नाही सांगितलंस मला? मनातच सगळ्या भावना दडपून ठेवून कुढत का बरं राहिलीस तू? मीही माताच आहे ना तुझी? मग तुझी दुःख, तुझे सल माझ्याजवळ नाही व्यक्त करणार तू?'' समजुतीच्या स्वरात त्यांनी तिला विचारलं.

यशोधराने अजूनही गालांवरून ओघळत असलेले अश्रू पुसून घेतले आणि ती गौतमीदेवींकडे बघून हसली.

''तुम्ही माझी माताच आहात आणि यात जराही अतिशयोक्ती नाही आणि म्हणूनच तुम्ही ज्यांना माझी सख्खी माता समजता, त्या विशिष्ठादेवींना भेटायला जाण्यासाठी माझा जीव कासावीस होत नाही किंवा मी हळवीही होत नाही. मला आपला हा प्रासाद, इथली माझी माणसं सोडून कुठेही जावंसं वाटत नाही. माझी लज्जा, माझा सारा संकोच सोडून मी तुम्हाला सांगते मां की, तुमच्या पुत्राबरोबर मी जगत असलेल्या माझ्या आयुष्याचा प्रत्येक क्षण हा माझ्यासाठी अत्यंत मौल्यवान आहे. मां, मी तुम्हाला सांगण्याची तर गरजच नाहीय की, या जगात जन्माला आलेल्या सगळ्या पुरुषांमधले ते सर्वश्रेष्ठ पुरुष आहेत. माझं त्यांचं साहचर्य, माझं त्यांचं नातं किती वेगळं, किती असामान्य आहे, ते इतर कुणाला तर नाहीच; पण अगदी तुम्हालासुद्धा समजणार नाही. आम्ही एकत्र नसतो, त्या वेळीसुद्धा आम्ही मनात परस्परांचं चिंतनच करत असतो कायम. आता या घटकेला मी तुमच्याबरोबर आहे; पण मनोमन माझं त्यांच्याशी संभाषण सुरूच आहे. मला त्यांच्याशी बोलायला आवडतं, त्यांच्याकडे बघण्यात मला मनस्वी आनंद मिळतो आणि त्यांच्या सहवासात मी मनापासून रमते. अर्थात हे नेहमीच शक्य होत नाही आणि तुम्हालाही हे माहीत आहे. मां... मी कुठेही जाणार नाहीय. मी तुम्हाला विनंती करते की, तुम्ही माझी काळजी करून स्वतःला त्रास करून घेऊ नका.''

यशोधरा तिच्या या बोलण्यातून नेमकं काय सुचवतेय ते गौतमीदेवींच्या लक्षात येत नव्हतं. ''ज्या तऱ्हेच्या साहचर्याबद्दल ती बोलते आहे, ते फार क्वचित आढळून येणारं आहे, असामान्य आहे आणि ते शारीर पातळीवरचं नक्कीच नाहीय. ते आहे आध्यात्मिक पातळीवरचं; पण मग याचा अर्थ असा तर नाहीय ना की, ती दोघं शारीरिकदृष्ट्या एकरूप झालेलीच नाहीत?'' त्यांच्या मनात आलं.

गौतमीदेवींना हेही कळत नव्हतं की, सिद्धार्थ यशोधरेच्या प्रभावाखाली आहे की, ती सिद्धार्थच्या! आणि अचानकच त्यांना आठवलं की, त्यांना यशोधराला काहीतरी विचारायचं आहे. अर्थात त्यांनी ते तिला विचारलं म्हणून ते लगेच घडून येणार आहे, असं काहीच नव्हतं. कारण, शेवटी ती देवाची इच्छा होती; पण त्यांना जाणून घ्यायचं होतं की, यशोधराने त्या बाबतीत निदान विचार तरी केला आहे की नाही?

त्यांची उत्सुकता त्यांना गप्प बसून देईना.

''हे बघ यशोधरा,'' त्यांनी मायेनं तिला म्हटलं. ''तुमच्या दोघांच्या विवाहानंतर किती तरी ऋतू आले आणि गेले. निसर्गनियमाप्रमाणे तुझ्या देहानेही त्यांना योग्य तो प्रतिसाद दिला; पण मला असं वाटतं की, ज्या वेळी एखाद्या स्त्रीचं हे मासिक चक्र निसर्गाच्या विरुद्ध जातं आणि अचानक थांबतं, त्या वेळी तिला त्याचा अतिशय आनंद होतो. मला काय म्हणायचंय, ते लक्षात येतंय का तुझ्या?''

यशोधराला हसू आलं. तिच्या त्या हास्यातून तिचं लाजणं, तिचा संकोच डोकावत असल्याचं जाणवलं गौतमीदेवींना.

''हे नैसर्गिकरीत्या घडायचं असेल, तेव्हा आपोआपच घडेल ना मां? तुम्ही फार विचार करत राहू नका याचा,'' तिनं त्यांना म्हटलं.

''विचार करणं असं थांबवता येतं का यशोधरा? तुझे श्वशुर आणि मी, आमच्या वारसाची किती आतुरतेने वाट बघतोय कधीपासून! नातवंडं बघण्याचं आमचं हे स्वप्न पूर्ण करणं ही तुझीच जबाबदारी नाहीय का? त्याकडे तू दुर्लक्ष करू नकोस! मातृत्व हा एक खूप सुंदर अनुभव आहे आणि त्यासाठी तुझ्या मनाची तयारी झालेली असेल, तर तुझा देह त्याला नक्कीच प्रतिसाद देईल. तुझी कर्तव्यं कोणती आहेत, ते जाणण्याइतकी सुज्ञ तू नक्कीच आहेस. या पलीकडे आणखी काय सांगू मी तुला?''

खाली मान घालून यशोधरा थोडा वेळ तशीच त्यांच्यासमोर बसून राहिली आणि मग तिथून उठून मंद पावलांनी ती त्यांच्या दालनातून बाहेर पडली.

आपल्या बोलण्याचा यशोधरावर नेमका काय परिणाम झालाय, ते जाणून घेताच आलं नाही गौतमीदेवींना. त्यांच्या चिंतेत अधिक भर मात्र पडली.

''जेवढं काही करणं माझ्या हाती होतं, तेवढं मी केलंय, बाकी आता जे प्रारब्धात लिहिलं आहे, तेच घडणार आहे!'' स्वतःशीच बोलावं, तसं त्यांनी म्हटलं.

———

रोहिणी नदीच्या पाणीवाटपाच्या मुद्द्यावरून कोलिया आणि शाक्य, दोन्ही ठिकाणची मंडळी लढाईच्या तयारीत गुंतली होती. या बातमीने नदीकाठी असलेल्या सर्व गावांमधल्या लोकांच्या भावना प्रक्षुब्ध झाल्या. गावागावांमध्ये प्रचंड ताणतणाव निर्माण झाले. गेली दोन–तीन वर्षं पाऊसपाणी उत्तम झालं होतं आणि पाणीवाटपाचा प्रश्नच उद्भवला नव्हता; पण ज्या ज्या वेळी पुरेसा पाऊस होत नसे, त्या प्रत्येक वेळी छोट्या मोठ्या लढाया करूनच ही समस्या सोडवली जात असे.

अशा वेळी सिद्धार्थ त्याच्या तातांना आणि इतरही गावकऱ्यांना समजावून सांगत असे की, युद्धाचा विचारही मनात न आणता गावातल्या ज्येष्ठांनी लोकांना शांत राहण्यासाठी आवाहन करावं आणि सामोपचाराने हा प्रश्न सोडवावा, त्यामुळे आपोआपच गावात शांतता नांदेल. एकमेकांवर हल्ले करणं योग्य नाहीय, हे लोकांना पटवून देण्याची गरज असल्याचंही सिद्धार्थने वडीलधाऱ्या मंडळींना सुचवून पाहिलं होतं. कारण, युद्धांमधून सकारात्मक परिणाम कधीच घडून येत नाहीत, हे त्याला माहीत होतं; पण पूर्वग्रहदूषित मनाची ती माणसं इतकी क्रुद्ध झालेली असत की, कोवळ्या वयाच्या सिद्धार्थचे उदात्त विचार ती जाणूनच घ्यायला तयार नसत.

काही लोक त्याला निरागस, अजाण समजत, तर काही त्याच्यावर तो भित्रा असल्याचा आरोप करत. याबाबतीत त्यांची मतं भिन्न असली, तरी पाणीवाटपाची समस्या युद्ध करून सोडवण्याच्या बाबतीत मात्र त्या

सगळ्यांचं एकमत असे. यांच्यातली कितीतरी माणसं युद्धात मारली जायची, तर काही त्यांच्या खोल जखमा घेऊन परत यायची. अनेकदा अनेक जण हात किंवा पाय गमावूनही आलेले सिद्धार्थने पाहिलं होतं. ज्या शत्रूमुळे त्यांना अशा प्रकारच्या दुर्दैवी घटनांना सामोर जावं लागलं असायचं, त्याच्याविषयी त्यांच्या मनात वैरभावना कायमची वस्तीला यायची. छोट्या-मोठ्या जखमांवरच ज्यांचं निभावून जात असे, ते मोठ्या गर्वाने स्वतःच्या शौर्यकथा इतरांना ऐकवत असत किंवा इतर लोकांनी सांगितलेल्या त्यांच्या त्यागाची कौतुकं अभिमानाने आणि एक प्रकारच्या समाधानाने ऐकत बसत.

अशा प्रकारांनी सिद्धार्थ अस्वस्थ, बेचैन होत असे.

आताही येऊ घातलेल्या युद्धाच्या संकटाबद्दल ऐकल्यापासून आपली मनःशांती पार हरवून गेली आहे, असं वाटत होतं त्याला. यशोधराही अत्यंत व्याकूळ झाली होती. कारण, दोन्ही पक्षांची माणसं तिच्या जिव्हाळ्याचीच, तिच्या कुटुंबातली आणि नात्यांमधलीच होती.

त्यांच्यातले कोण वाचणार आहेत आणि कोण मृत्युमुखी पडणार आहेत, याचं भाकित करणं अशक्यच होतं. ''हे अभद्र, अशुभ युद्ध टाळ्यासाठी कोणताच मार्ग नाहीय का?'' तिच्या सारखं मनात येत होतं.

अचानक तिला सिद्धार्थची आठवण झाली आणि तिचा मलूल चेहरा उजळला. सिद्धार्थ कायमच शांती आणि अहिंसा यांचा पुरस्कर्ता होता हे माहीत होतं तिला. हे युद्ध होऊ नये म्हणून तो शर्थीचे प्रयत्न नक्कीच करेल. तेवढी क्षमता त्याच्यात आहे आणि त्याने प्रयत्न केले तर हे युद्ध टाळण्यात त्याला यश येईल, याची तिला मनाशी खात्री वाटत होती.

या साऱ्या विचारांनी बराच धीर आला यशोधराला आणि ती सिद्धार्थला शोधायला तिच्या खोलीतून बाहेर पडली. तिला तो दिसला, त्या वेळी कुठलातरी गहन विचारांमध्ये गढून गेला होता तो. आपल्याला पुढे काय करायचंय याचं भान नसल्यासारखा! त्याच्या खांद्यावर हलकेच थोपटल्यासारखं करून तिनं भानावर आणलं त्याला आणि हे नकोसं वाटणारं युद्ध टाळण्यासाठी त्याने काही तरी करण्यासाठी आता सज्ज व्हायला हवंय, याची त्याला जाणीव करून दिली.

''त्यापेक्षा युद्धाच्या ठिकाणी जाऊन युद्ध करून येणं सोपं आहे,'' सौम्य आणि शांत स्वरात सिद्धार्थ म्हणाला; पण त्याच्या शब्दाशब्दांमधून

त्याची असमर्थता व्यक्त झाली होती. ''लढाई करण्यासाठी तुम्हाला फक्त
तुमचं शस्त्र घेऊन युद्धभूमीवर जावं लागतं. तिथे तुम्ही फक्त एका पक्षाच्या
बाजूने लढता आणि दुसऱ्या पक्षावर विजय मिळवता; पण इथे बसून
युद्ध टाळण्याचे प्रयत्न करणं कठीण आहे. कारण, इथे तुम्हाला दोन्ही
पक्षांबरोबर लढायचं असतं आणि दोन्ही पक्षांवर विजय मिळवायचा असतो.
फार अवघड आहे हे यशोधरा. गैरसमज नको करून घेऊस याबाबतीत;
पण याच साऱ्या विचारांनी मलाही ग्रासून टाकलंय. तातांनी बोलवलेल्या
सभांमधून मी आजवर किती तरी वेळा साऱ्या ज्येष्ठ मंडळींना युद्धाच्या
दुःखद आणि सारं काही उद्ध्वस्त करून टाकणाऱ्या परिणामांच्या बाबतीत
समजवून सांगितलं आहे. त्यांचं मतपरिवर्तन करण्यात मी दीर्घकाळ व्यतीत
केला आहे.

पण त्यांनी मला कायमच एक 'भित्रं पोर' म्हणून हिणवलं आहे.
माझ्याकडे बघून खोचकपणे हसत त्यांनी माझी, माझ्या सामोपचाराने प्रश्न
सोडवण्याच्या सल्ल्याची हेटाळणी केलीय. लोकांना कुणीतरी इतक्या मोठ्या
प्रमाणात भडकवून ठेवलंय की, ते अक्षरशः युद्धपिपासू झालेले आहेत.
युद्धावर त्यांची फाजील श्रद्धा आहे. पराकोटीचं वेड आहे त्यांना युद्धाचं
आणि यावर कोणताही उपाय नाहीय. मला तर अशी भीती वाटते आहे
की, एक ना एक दिवस ही त्यांची युद्धपिपासूवृत्ती साऱ्या मानवजातीच्याच
सर्वनाशाला कारणीभूत होणार आहे.

आपण सारे हेच विसरतोय की, आपण माणसं आहोत. आयुष्यातल्या
सुंदर भावनांच्या बाबतीतच आपण कोरडे, निगरगट्ट झालो आहोत. आपण
एकमेकांना घायाळ करतो आहोत. एकमेकांना ठार करतो आहोत. रक्ताच्या
दर्शनाने आपण आनंदित होतो आणि कुणालाही यातना झाल्या की, आपण
रानटीपणाने मनमुराद हसतो. एकूणच कुठल्याही अविवेकी भावनांमध्ये
सगळ्यात घातक असते, ती रक्तपाताच्या बाबतीतली विवेकभ्रष्टता! पण
आश्चर्य म्हणजे लोकांना सर्वाधिक भुरळ त्याचीच पडते आहे. मला हेही
कळत नाही की, माणसं 'आम्ही' आणि 'ते' असा भेदभावच मुळात
का करतात? त्यांना एवढी जबरदस्त रक्तलालसा का आहे? आपली
मनुष्य जमात अशा विकृत आनंदाने कधी आणि कशी दूषित झाली ते तरी
आपल्याला कुठे कळलं? आणि मुख्य म्हणजे हे सारं संपवण्याचा विचार
कुणाच्या मनाला कधी स्पर्शही करताना दिसत नाही. युद्ध या संकल्पनेला

वेढून बसलेल्या आणि लोकांना भुरळ पाडणाऱ्या या कल्पनांमुळे मनुष्य जमातच या जगातून नष्ट होण्याचा धोका आता अगदी आपल्या समीप येऊन ठेपला आहे.''

सिद्धार्थच्या तोंडून हे सारं ऐकता ऐकता यशोधरा कमालीची प्रक्षुब्ध झाली. काहीशा निग्रही, अधिकारवाणीच्या स्वरात तिनं बोलायला सुरुवात केली.

''महाराज सिद्धार्थ!'' थेट त्याच्या नजरेला नजर भिडवत तिने म्हटलं, ''हे युद्ध थांबवण्याचा प्रयत्न आपल्याला करायलाच हवा. आपण, फक्त आपणच हे युद्ध थांबवू शकाल. ज्येष्ठ मंडळींच्या सभांमधून आजवर आपण एक लहान वयाचा पोर समजला गेलात आणि आपल्या बोलण्याची कायम उपेक्षाच केली गेली. हे तर खरंच आहे की, आपण त्या सर्वांहून वयाने लहान आहात; पण आपलं ज्ञान परिपक्व आहे. आपण विवेकी आहात म्हणून म्हणते की, माझं ऐका. आपलं अहिंसेचं शस्त्र घेऊन आपण युद्धभूमीवर जावं आणि परस्परांशी युद्ध करण्यासाठी समोरासमोर उभ्या ठाकलेल्या दोन्ही पक्षांच्यामध्ये उभं राहून उपदेश करावा, असं मला वाटतं. खड्या आवाजात आपण त्यांना प्रेम, दया, करुणा यांच्याबद्दलचे आपले विचार ऐकवावेत. आपला संदेशच त्यांना त्यांची शस्त्र खाली ठेवून युद्धभूमीवरून माघारी येण्यास उद्युक्त करेल. एवढं आपण नक्कीच करू शकाल, याची खात्री आहे मला. कृपया आपण युद्धभूमीवर जावं.''

अत्यंत कळवळीने बोलणाऱ्या यशोधराच्या शब्दाशब्दांमधून सिद्धार्थवरच्या तिचा अढळ विश्वास व्यक्त होत होता. हे युद्ध थांबवण्याच्या त्याच्या क्षमतेची खात्रीही होती तिच्या मनाला. तिचं बोलणं ऐकता क्षणीच सिद्धार्थ ताडकन उठला. त्याने मनाशी केलेल्या दृढ निश्चयाच्या तेजाने त्याचा चेहरा उजळून गेला होता.

सिद्धार्थ एकटा आणि विनाशस्त्र युद्धभूमीवर निघाला आहे, हे कळल्याबरोबर गौतमीदेवींनी त्याच्याकडे धाव घेतली. त्याला प्रासादाबाहेर पाऊलही टाकू देणार नव्हत्या त्या.

पण यशोधराने त्यांना मध्येच थांबवलं.

'हे कुठल्याही प्रकारचं दुश्चिन्ह समजू नका मां. काहीही अनिष्ट घडणार नाहीय यातून. आपले सुपुत्र हे होऊ घातलेलं युद्ध थांबवण्यासाठी

निघाले आहेत. लढण्यासाठी नाही आणि मनाशी खात्री असू द्या आपल्या की, ते विजयी होऊनच परत येणार आहेत.''

यशोधरला वेड तर नाही ना लागलं, असं क्षणभर मनात येऊन गेलं गौतमीदेवींच्या!

''तुझी अशी कल्पना आहे का यशोधरा की, हे युद्धासाठी हपापलेले लोक एका तरुण मुलाचं ऐकून हातातली शस्त्र लगेच खाली ठेवतील? तू या युद्धपिपासू लोकांना ओळखत नाहीस. एखाद्या नरभक्षक वाघासारखे आहेत ते. सिद्धार्थला ते सोडणार नाहीत!''

''मां, तुम्ही खरंच त्या दिवसाकडे डोळे लावून बसा! ही मंडळी सिद्धार्थना सोडणार नाहीत; पण ते वेगळ्या अर्थाने! तुम्ही फक्त तुमच्या आशीर्वादाचा हात त्यांच्या मस्तकावर ठेवा आणि ही फक्त सुरुवात आहे. एक ना एक दिवस सिद्धार्थ या दोन्ही पक्षांच्या लोकांची मनं त्यांच्या शांतीच्या शस्त्राच्या बळावर जिंकून घेणार आहेत. फक्त शांतीच्या उदात्त शिकवणुकीच्या बळावर!''

यशोधरेच्या बोलण्याने सारं चित्र लख्खपणे गौतमीदेवींच्या दृष्टीसमोर उभं राहिलं आणि त्यांना जाणवलं की, सिद्धार्थने मनाशी जपलेल्या तात्त्विक विचारसरणीचा प्रभाव आता यशोधरावरही पडलाय. त्याच्या विचारांशी तीही आता पूर्णपणे समरस झालीय आणि याबाबतीत त्याला तिचा पाठिंबाही आहे. हे असंच चालू राहिलं, तर पुढे काय होऊ शकतं याच्या नुसत्या विचारांनीही त्यांच्या जीवाचा थरकाप झाला. ''ही यशोधरा तरी काय करणार आहे पुढे?'' त्यांच्या मनात आलं. एकाएकी त्यांच्या अंगातलं सारं त्राणच गेलं. एक प्रकारच्या भीतीनेच त्यांचा कब्जा घेतला आणि त्यांना तिथेच घेरी आली.

दासींच्या मदतीने यशोधराने गौतमीदेवींना त्यांच्या शयनगृहात नेलं आणि त्यांना आराम करता येईल, अशा पद्धतीने त्यांच्या शय्येवर झोपवलं. थोड्या अवधीनंतर त्यांना पुष्कळच बरं वाटलं. दासींना त्यांची काळजी घ्यायला सांगितलं तिने आणि ती त्यांच्या शयनगृहातून बाहेर पडली. मुख्य प्रवेशद्वारापाशी जाऊन ती अधीरतेनं सिद्धार्थच्या परतण्याची वाट बघत राहिली.

काळ वेळेचं काही भानच उरलं नव्हतं तिला. सकाळ उलटून केव्हाच माध्यान्हही झाली होती. त्या दिवशी सूर्य त्याच्या नेहमीच्या प्रखरतेनं तळपत

नव्हता. संध्याकाळ होता होता वाराही पूर्णपणे थांबला. हवेतला उकाडा असह्य होत होता. यशोधरा घामाने थबथबली होती अक्षरशः! कुठूनतरी गार वाऱ्याची झुळूक आता आली नाही, तर आपण कोसळून पडू की काय असं वाटत होतं तिला.

त्यानंतर लगेचच हवेत बदल होत गेला. तिला सुखावणारे शब्द वाऱ्याची एक प्रसन्न झुळूक स्वतःबरोबर घेऊन आले.

''युद्ध झालंच नाही. सिद्धार्थने मनःपूवर्क केलेल्या विनंतीला मान देऊन दोन्ही पक्षांनी आपापली शस्त्रं खाली ठेवली.''

दोन्ही गुडघे जमिनीवर टेकवून यशोधरा खाली बसली आणि तिने आपल्या अश्रूंना वाट मोकळी करून दिली.

दासी चकित होऊन तिच्याकडे बघतच राहिल्या. इतकी चांगली बातमी तिच्या डोळ्यांत पाणी कसं काय आणू शकते, तेच कळत नव्हत त्यांना. कुशला ही यशोधरा प्रासादात नेहमीसाठी वास्तव्याला आल्यापासून तिची जवळची दासी झाली होती. तिने यशोधराला जवळ घेत म्हटलं, ''आता सगळं काही कुशल मंगल झालंय... खरंय ना?''

''खरंच कुशला,'' यशोधराने म्हटलं. ''सारं काही चांगलं झालंय. माझं भीतीने गोठून गेलेलं हृदय या शुभवार्तेनं विरघळून गेलंय अगदी आणि तेच पाण्याच्या रूपानं माझ्या डोळ्यांमधून ओघळतंय. तुम्ही सगळ्या आता आपापल्या कामाला लागा. युवराज सिद्धार्थांचा विजय साजरा करण्याची तयारी सुरू करा. तुमच्यापैकी कुणी तरी एकीनं धावत जाऊन शक्य तेवढ्या लवकर ही शुभवार्ता गौतमी मांच्या कानावर घाला. मी स्नान करून येतेच. आपण साऱ्यांनी मिळून युवराजांचं प्रवेशद्वारापाशीच स्वागत करू या. मी तिथेच भेटते तुम्हाला.''

तिथून निघण्यासाठी यशोधरानं उठून चालण्याचा प्रयत्न केला; पण पायांमध्ये शक्तीच नसल्यासारखं वाटत होतं तिला. चालताना तिची पावलंही अडखळत होती. तिला मदत करण्यासाठी घाईघाईने तिच्याजवळ आलेल्या दासींना तिनं बाजूला केलं आणि ती हळूहळू चालत राहिली. पुढे टाकलेल्या प्रत्येक पावलागणिक तिचं गेलेलं बळ परत येत होतं.

संध्याकाळी सुरू झालेला आनंदोत्सव रात्री उशिरापर्यंत सुरूच होता. थोड्या
थोड्या वेळाने आपल्या पुत्राकडे बघणाऱ्या शुद्धोधन महाराजांच्या डोळ्यांत
त्याच्याविषयीचा अभिमान आणि आनंद मावत नव्हता.

''हे सगळं शक्य कसं झालं पण? युद्ध थांबवणं कसं जमलं
सिद्धार्थला?'' गौतमीदेवींनी त्यांना विचारलं. युद्धभूमीवर घडलेली प्रत्येक
गोष्ट त्यांना जाणून घ्यावीशी वाटत होती.

दोन्ही पक्षांमधले शूरवीर आपापल्या सैनिकांच्या पुढे कसे उभे
होते आणि स्वतःच्या शौर्याच्या बढाया परस्परांपुढे कसे मारत होते, हे
शुद्धोधनांनी गौतमीदेवींना सांगायला सुरुवात केली.

''कुठल्याही युद्धाच्या वेळच्या या गोष्टी मला माहीत आहेत. या वेळी
तिथे काय घडलं, आपल्या युवराजांनी हे युद्ध थांबण्यासाठी कशा तऱ्हेचे
प्रयत्न केले, ते आधी सांगा मला,'' गौतमीदेवी त्यांना अजीजीने म्हणाल्या.

''युद्धभूमीपर्यंत सिद्धार्थ त्याच्या रथातून आला. युद्धाच्या प्रत्यक्ष
जागेपासून थोड्या अंतरावर तो रथातून उतरला आणि चालतच तो
दोन्ही बाजूंच्या सैन्याच्या मधोमध जाऊन उभा राहिला. तहाच्या पांढऱ्या
निशाणासारखा.

आणि कसं, ते कुणालाच कळलं नाही; पण सिद्धार्थने बोलायला
सुरुवात केल्याबरोबर तिथे आश्चर्यजनकरीत्या शांतता पसरली. प्रत्येक जण
त्याचं बोलणं ऐकता ऐकता स्वतः बोलायचं विसरला. त्याचा स्वर फक्त
स्थिर आणि गंभीरच नव्हता तर तो अतिशय नम्रपणे बोलत होता आणि
तरीही त्याच्या शब्दांमध्ये एक प्रकारची कठोर शिस्तबद्धता होती.

तो कुणालाही काही शिकवण्याचा आव आणत नव्हता. कुणालाही
त्याने कसलाच उपदेश करण्याचाही प्रयत्न केला नाही. तो फक्त त्यांना
प्रश्नांमागून प्रश्न विचारत राहिला. या लढाईच्या मागे कोणतं कारण आहे,
ते त्याने दोन्हीकडच्या माणसांना विचारलं. एखाद्या गुरूने विचारलेल्या
प्रश्नांना उत्तरं देण्याशिवाय लहान मुलांजवळ जसा दुसरा पर्याय नसतो, तशा
पद्धतीने त्या लोकांनी त्याला या युद्धामागची त्यांची कारणं सांगितली.
त्यांची सगळी कारणं त्याने शांतपणे ऐकून घेतली आणि नंतर तितक्याच
शांतपणे त्याने त्यांना विचारलं की, त्यांना हवं असलेलं हे युद्ध लढल्यानंतर
त्यांच्या सर्व समस्यांचं निराकरण होऊन नदी जास्तीच्या पाण्याने तुडुंब

भरणार आहे का? तशी ती भरणार नसल्याचं त्या सगळ्यांनी मग मान्य केलं. त्यानंतर या युद्धात आपण जायबंदी होणार नाही आणि मृत्यूही पावणार नाही, अशी ज्यांची ठाम समजूत होती, अशा लोकांना त्याने पुढे यायला सांगितलं. कुणीही पाऊल पुढे टाकलं नाही. त्यांना पाणी हवंय, हे त्याने मान्य केलं; पण युद्धात जायबंदी झालेल्यांना किंवा मृत पावलेल्यांना त्यांच्या या बलिदानानंतर तरी पाणी मिळणार आहे का, असा प्रश्न त्याने त्या लोकांना विचारला. त्यांना जिची अत्यंत गरज आहे ती गोष्ट जर हे युद्ध त्यांना देऊ शकणार नसेल, तर ते निष्फळच ठरणार नाही का, असंही विचारलं त्याने त्या सगळ्यांना आणि ते निष्फळच ठरणार असेल, त्यातून होणारे कित्येकांचे मृत्यू, भयानक संहार आणि अपरिमित दुःख याच सर्व गोष्टींना त्यांना सामोरं जावं लागणार असेल, तर हे युद्ध त्यांना का हवं आहे? का त्यांना या सर्व आपत्तींना तोंड द्यायचं आहे, असे प्रश्नही विचारले त्याने त्यांना. याही प्रश्नांची उत्तरं त्यांच्याजवळ नव्हती. त्यानंतर त्यांच्या हातातल्या शस्त्रांच्या मदतीने नदीतलं पाणी थोडंही वाया न घालवता साठवून ठेवणं त्यांना शक्य होणार आहे का, यावर त्यांनी विचार करावा, असं सुचवलं त्याने दोन्ही पक्षांच्या लोकांना; पण त्यांनी फक्त हताशपणे नकारार्थी माना हलवल्या. मग त्याने नदीत शिल्लक असलेलं पाणी समप्रमाणात वाटून घेण्याचा सर्वोत्तम उपाय त्यांना शोधून काढायला सांगितलं. आणखी एका सत्याकडे त्यांनी उघड्या डोळ्यांनी बघायला हवंय, याची जाणीव सिद्धार्थने त्यांना करून दिली. तो म्हणाला की, पाणी हे माणसासाठी जीवनच असतं. पाणी मिळालंच नाही, तर लोक मृत्यू पावतील. रोहिणी मातेची मुलं तिच्यातल्या मोजक्या पाण्यासाठी परस्परांना युद्धात ठार मारताहेत, हे जेव्हा तिला कळेल, त्या वेळी तिची धार आणखी बारीक होईल. तिच्या मुलाबाळांसाठी असलेल्या तिच्या दुधाचा पान्हा पुरता आटेल.

सत्य मी तुमच्यापुढे ठेवलंय, यानंतर तुमची सदसद्विवेक बुद्धी तुम्हाला सांगेल तसं तुम्ही वागू शकता, असंही त्याने त्या सर्वांना सांगितलं. त्यांच्याकडून त्याच्या प्रश्नांची उत्तरं हवी होती म्हणून तो त्या ठिकाणी आला होता आणि ती त्याला मिळाली असल्याने तो आता तिथून परत जाणार आहे, असं त्यांना सांगतानाच त्याने पुढे असंही म्हटलं की, त्यांनीही आता तिथून माघारी जावं. आपापल्या कुटुंबामध्ये परतावं. त्यांचे वृद्ध मातापिता,

त्यांची मुलंबाळं आणि त्यांच्या पत्नींना ते सुखरूप परत आलेले बघून आनंदच होईल. सिद्धार्थच्या शब्दांनी खरोखरच त्या सगळ्यांना युद्धभूमी सोडून आपापल्या घरी परतण्यासाठी उद्युक्त केलं. आपण अजून जिवंत आहोत, ही भावनाच त्यांना खूप सुखावत होती.''

गौतमीदेवींचं मन असीम आनंदाने ओतप्रोत भरून गेलं होतं. ''शेवटी माझ्या पुत्राने त्यांची मनं जिंकून घेतलीच!'' त्या समाधानाने म्हणाल्या आणि त्यांची पावलं घाईघाईने सिद्धार्थला भेटायला त्याच्या दालनाकडे वळली.

सिद्धार्थच्या दालनातून कधीच कुणाला मोठ्याने हसण्या बोलण्याचे आवाज येत नसत. गौतमीदेवी तिथे पोहोचल्या, त्या वेळी त्यांनाही तिथे नेहमीप्रमाणेच शांतता आढळली. पाठोपाठ त्या शांततेतूनच आलेले यशोधराचे शब्दही त्यांच्या कानावर पडले. सिद्धार्थच्या दालनापाशी त्या पोहोचलेल्या होत्या. यशोधराचं बोलणं नीट ऐकता येईल, अशी जागा पाहून त्या तिथेच थांबल्या.

''युद्ध आणि त्यातूनच उद्‌भवणारा अटळ रक्तपात टाळण्याची क्षमता आपल्यात आहे, हे आज सिद्ध झालंच आहे. आता यापुढे कधीही, कुठेही युद्ध होऊच नयेत आणि संपूर्ण विश्वात शांतता आणि सुबत्ता नांदावी, यासाठी आपल्याला मार्ग शोधायला हवे आहेत. सत्य आणि शांती याच्या आपल्या ध्यासातूनच आपण हे कार्य तडीस नेऊ शकाल, याची मला खात्री आहे.''

सिद्धार्थ हसला; पण त्या हास्यामागे त्याच्या मनात दडलेला विषाद आहे, हे यशोधराला जाणवलं होतं.

''ज्या ज्या वेळी युद्धाला तोंड फुटतं, त्या वेळी मोठ्या प्रमाणावर माणसं मृत्युमुखी पडतात,'' त्याने यशोधराला म्हटलं. ''त्यामुळे ही युद्ध कायमची थांबवणं गरजेचं तर आहेच आणि तसं पाहू जाता हे काम अशक्य कोटीतलंही नाहीय; पण एक गोष्ट लक्षात घे यशोधरा. सध्या लढल्या जात असलेल्या युद्धांच्या रणभूमीपेक्षाही या युद्धात गुंतलेल्या माणसांचं मन ही अधिक मोठी रणभूमी आहे. तिथली लढाई आपण गांभीर्याने लढायला हवी. या रक्तविरहित लढायाच रक्तपात घडून येणाऱ्या लढायांपेक्षा अधिक धोकादायक आहेत. तिथे आपल्याला अधिक घातक असणारे आणि माणसाला चकवून गुंगारा देणारे अनेक शत्रू आहेत. अहंकार, स्वार्थ, मनातले पूर्वदूषित ग्रह, पैशांची हाव, धर्मांधता, अज्ञान, अंधश्रद्धा, हिंसेचं वेड आणि ठार मारण्यातून मिळवलेला आनंद, या सर्व भावना म्हणजे माणसाचे शत्रूच आहेत. आपल्या मनाला

त्यांचे गुलाम बनवण्यासाठी या भावना अत्यंत निर्घृणपणे आपल्या मनावर हल्ला करतात. आपल्या व्यक्तिमत्त्वातच दडून बसलेल्या या शत्रूंना आपण जोवर नामोहरम करू शकत नाही, तोवर दुसऱ्या कुठल्याही बाह्य लढायांमध्ये मिळालेले विजय निष्प्रभच ठरतात यशोधरा. लोकांना त्यांची मनं कलुषित करणाऱ्या या भावनांवर काबू ठेवणं आधी शिकवायला हवं. या भावनांच्या जंजाळातून त्यांचे पाय बाहेर काढण्याचे मार्ग आपण आधी दाखवयला हवेत.''

सिद्धार्थचा शब्दन्शब्द यशोधराच्या मनावर जबरदस्त प्रभाव पाडत होता. त्या शब्दांचा मथितार्थ, त्यांच्यात दडलेलं सार तिच्या मनात खोलवर कुठेतरी झिरपत जात होतं. ती सिद्धार्थला म्हणाली, ''आपण म्हणताय ते अगदी खरंय. अनाठायी गर्व, कलुषित मनं आणि ऐहिक सुखांची हाव, या गोष्टी माणसाच्या वागण्यावर विपरीत परिणाम करत आहेत. प्रेम आणि दयाबुद्धी यांच्यासारख्या उदात्त जीवनमूल्यांशी त्यांना काडीचंही देणंघेणं उरलेलं नाही. त्यांच्या मनावर असलेला दुष्ट प्रवृत्तींचा हा प्रभावच त्यांची आयुष्य दीनवाणी करून टाकतो आहे. ती बदलणं आपल्याला शक्य आहे का? जीवन प्रवाहात बदल होणं, ही एक अटळ गोष्ट आहे; पण हा बदल त्यांची आयुष्य अधिक चांगली होण्यासाठी व्हावा. ती आयुष्यं उद्ध्वस्त होऊन चालणार नाही. मला असं वाटतं की, आपण दोघांनी मनःपूर्वक प्रयत्न केले तर अशक्य काहीच नाही.''

गौतमीदेवी त्या दोघांचं बोलणं लक्ष देऊन ऐकत होत्या. कोणत्या दिशेने त्या दोघांचे विचार चालू होते, त्याची कल्पना आल्याबरोबर, त्यांचा चेहरा पांढराफटक पडला. त्या दोघांना भेटून येण्याचा विचार त्यांनी बाजूला सारला. कमालीचा थकवा जाणवायला लागला होता त्यांना. पायातलं त्राणच गेल्यासारखं वाटत होतं. सिद्धार्थच्या दालनापासून मागे वळून त्या परत शुद्धोधनांजवळ आल्या. संध्याकाळी पार पडलेल्या विजयाच्या आनंदोत्सवात उत्साहाने भाग घेतलेले शुद्धोधन थकून गाढ झोपी गेले होते. त्यांना जागं करून आपल्या मनातले विचार त्यांना बोलून दाखवणं मग गौतमीदेवींना नकोसंच वाटलं. त्यांच्यापासून थोडं अंतर राखूनच बसल्या त्या आणि आपल्या अश्रूंना आवरण्याचा जराही प्रयत्न न करता त्यांनी त्यांना मुक्तपणे वाहू दिलं.

————

बिंबानन महाराजांनी एका यज्ञाचं आयोजन केलं होतं. ज्या ज्या वेळी ते असा एखादा धार्मिक कार्यक्रम करत, त्या वेळी तो ते इतक्या थाटामाटात आणि दिमाखात पार पाडत की, त्यानंतरच्या दुसऱ्या कार्यक्रमाचं आयोजन ते करेपर्यंत लोक या पहिल्या कार्यक्रमाच्याच आठवणी काढत राहत. आता जो यज्ञ करण्याचं त्यांनी ठरवलं होतं, त्यामागे कारण होतं, त्यांचे कुटुंबीय आणि त्यांचे सारे गावकरी या सगळ्यांनीच व्याधी मुक्त व्हावं आणि त्यांना आरोग्यपूर्ण असं दीर्घायुष्य लाभावं हे!

त्या वर्षी उन्हाळा सुरू होण्यापूर्वीच संपूर्ण गावात एका घातक रोगाची साथ पसरली होती. कोणत्या न कोणत्या तरी कुटुंबातल्या व्यक्तीच्या मृत्यूची बातमी वारंवार कानावर पडत असल्याने गावकरी भयभीत झालेले होते. वेदशास्त्र जाणणाऱ्या विद्वान लोकांनी बिंबाननांना सांगितलं होतं की, एखाद्या खास यज्ञाचं आयोजन केलं, तरच गावकरी व्याधीमुक्त होतील आणि एका पाठोपाठ होणारे मृत्यू टळतील. या यज्ञासाठी बराच पैसा तर लागणार होताच; पण धनधान्य आणि गायीगुरंही मोठ्या प्रमाणावर लागणार होती. पैशांच्या बाजूने कसलीच अडचण नव्हती. कारण, बिंबाननांनी त्यांचा खजिना व्यवस्थित राखलेला होता. गावातल्या श्रीमंत जमीनदारांकडून धनधान्यही विपुल प्रमाणावर मिळू शकलं असतं. ते यज्ञासाठी अगदी आनंदाने धान्य दान करतील, याची बिंबाननांना खात्री होती. अडचण होती ती यज्ञात बळी देण्यासाठी लागणाऱ्या प्राण्यांच्या बाबतीत! कोणताही शेतकरी त्याची गायीगुरं द्यायला तयार होणार नव्हता. कारण, शेतकऱ्याजवळचे प्राणी आणि पक्षी हे त्याचं पशुधन असतं. तेच त्याच्या उत्पन्नाचं एकमेव साधन असतं म्हणूनच त्याची शेतजमीन त्यांच्यासाठी जेवढी महत्त्वाची असते, तेवढंच महत्त्वाचे असतात त्याचे ते पशुपक्षी! कारण, गायी दुभत्या असतात. त्यांनी दिलेल्या दुधाच्या विक्रीतून शेतकऱ्याला पैसे मिळतात. त्यांचे बैल त्याला त्याच्या शेताच्या नांगरणीसाठी उपयुक्त असतात. शिवाय या प्राण्यांमुळेच शेतीला लागणारं खत शेतकऱ्यांना विनामूल्य मिळतं.

अशा प्रकारच्या समस्या कायमच सगळ्यांपुढे उभ्या असत. जे कुणी यज्ञाचं आयोजन करत, त्यांना हे प्रश्न भेडसावतच असत. त्यासाठी मग एकच मार्ग त्यांना माहीत होता. त्यांच्या शेतात काम करणारे वेठबिगार किंवा गुलामासारखे त्यांच्याकडे राबणारे मजूर, यांच्या दुबळ्या, क्षीण जनावरांना त्यांच्याकडून जबरदस्तीने घेऊन येणं! खरं म्हणजे जबरदस्तीही करावी

लागत नसे. ही गरीब माणसं निमूटपणे आपापली जनावरं अशा जमीनदार लोकांच्या स्वाधीन करत. आपल्या मालकांच्या इच्छेविरुद्ध जाण्याचं धाडस त्यांच्यात नसायचं. कुणी चुकून तसं धाडस केलंच, तर त्याला आपले प्राण गमवावे लागत. आपली जनावरं बळी देण्यासाठी आपल्या मालकांनी नेऊ नयेत म्हणून कुणी अगदी गयावया केली, तरी त्याला दया दाखवली जात नसे. असे गुलाम, वेठबिगारीवर राबणारे मजूर यांच्यासाठी श्रीमंत, धनवान मंडळींचे हे यज्ञ म्हणजे एक संकटच असे. जनावरं नेली गेल्याने होणारं आर्थिक नुकसान आणि त्यातून येणारं दुःख त्यांच्यासाठी अटळ असायचं!

बिंबाननांकडून शुद्धोधनांना यज्ञाला उपस्थित राहण्याचं निमंत्रण पाठवलं गेलं. त्यांनी शुद्धोधनांना विनंती केली की, त्यांची कन्या यशोधरा हिला यज्ञाच्या दहा दिवस आधीच पाठवावं. त्यांची अशीही इच्छा होती की, शुद्धोधनांनीही यज्ञाच्या चार दिवस आधी यावं. इतर मंडळी यज्ञाच्या दिवशी पोहोचली, तरी चालण्यासारखं होतं.

यज्ञ यागांसारख्या धार्मिक चालीरीतींना सिद्धार्थचा किती कडवा विरोध आहे, हे शुद्धोधनांना माहीत होतं, त्यामुळे तो तिथे येईल, अशी त्यांची अपेक्षाही नव्हती म्हणूनच त्यांनी गौतमीदेवींना विनंती केली की, त्यांनी यशोधराला या धार्मिक विधींसाठी दहा दिवस आधीच तिच्या माहेरी पाठवावं.

या निमित्ताने यशोधराला तिच्या मातापित्यांना भेटायला मिळेल, याचं गौतमीदेवींना समाधानच होतं. त्यांना मनोमन खात्री होती की, यशोधराची माता आणि कोलियाच्या इतर स्त्रिया यशोधराला या जगातल्या ऐहिक सुखसोयींमधला आनंद घ्यायला उद्युक्त करतील. त्यांचा असाही समज होता की, सिद्धार्थची आध्यात्मिक विचारसरणी तिच्याही मनात शरीरसुखाविषयी तिटकारा निर्माण करत असावी. या दृष्टीने पाहिलं तर काही दिवस तरी तिचं सिद्धार्थपासून लांब राहणं श्रेयस्कर ठरणार होतं. विशिष्ठादेवी यशोधराचं मन जाणून घेतील. मातृत्वातला आनंद तिला पटवून देऊन एखाद्या तरी बाळाची आई होण्याची आस तिच्या मनात निर्माण करतील, असं वाटत होतं त्यांना. यशोधराच्या या बाबतीतल्या संबंधांविषयी साशंक असलेल्या आणि काहीशा ताणाखाली वावरणाऱ्या गौतमीदेवींना यशोधराला काही दिवस तरी त्याच्यापासून दूर राहावं लागणार आहे, या विचारांनी धीर आला. त्यांनी तिला आपल्याकडे बोलावून घेतलं आणि बिंबाननांकडून आलेल्या

निमंत्रणाची शुभवार्ता तिच्या कानावर घातली; पण यशोधरानं त्यांची पूर्णच निराशा केली. माहेरी जाण्याच्या बाबतीत तिला जराही औत्सुक्य तर नव्हतंच; पण तिकडे जाण्याच्या नुसत्या कल्पनेनेच तिचा चेहरा उतरला. शून्यात नजर लावून ती गौतमीदेवींसमोर निर्विकार चेहऱ्याने बसून राहिली.

''कधी जाण्याचा विचार करते आहेस तू?'' तिच्या केसांवरून मायेनं हात फिरवत गौतमी मातेने तिला विचारलं.

''युवराज सिद्धार्थांशी बोलते आधी आणि नंतर सांगते मां मी तुम्हाला,'' काहीशा अनिच्छेनेच तिनं म्हटलं.

''स्वतःच्या पत्नीला तिच्या मातापित्यांकडे न पाठवण्याइतका माझा पुत्र निष्ठुर नाहीय यशोधरा,'' गौतमीदेवींनी थोडंसं हसून म्हटलं.

''दयाळू आणि निष्ठुर या दोन शब्दांच्या बाबतीत बऱ्याचदा गैरसमज आढळून येतात मां,'' यशोधराने म्हटलं. ''काही वेळा आपल्याला प्रिय असलेल्या निष्ठुर माणसांच्या बाबतीत आपल्यालाही निष्ठुर व्हावं लागतं. आपले युवराज आणि मी, दोघे मिळूनच काय करायचं आहे, त्याचा निर्णय घेऊ.''

''यशोधरा, सिद्धार्थसारखीच तूही अलीकडे आध्यात्मिक गोष्टींमध्ये जरा जास्तच गुंतत चालली आहेस, असं जाणवतंय मला. मला नाही वाटत की, ही तुझ्या दृष्टीने फारशी चांगली गोष्ट आहे. त्याच्या विचारांच्या प्रभावापासून दूर राहणं सोपं नाहीय, हे मान्य आहे मला; पण एक लक्षात घे की, शेवटी आपण स्त्रिया आहोत. आपले कौटुंबिक संबंध चांगले ठेवण्याची जबाबदारी आपल्यावरच असते. एखादी स्त्री जेव्हा कौटुंबिक संबंधांच्या बाबतीत अलिप्त होत जाते, त्या वेळी घरातल्या तिच्या कर्तव्यांमधलं तिचं स्वारस्यही आटत जातं. आपल्या निसर्गदत्त कर्तव्यांची पूर्तता करण्यात आपण जेव्हा कमी पडायला लागतो, तेव्हा आयुष्य निष्फळ, असह्य होत जातं. पुरुषांची गोष्ट वेगळी असते. मुक्तीच्या शोधार्थ निघायचं त्यांनी एकदा ठरवलं की, सारं जगसुद्धा पालथं घालू शकतात ते; पण आपलं तसं नसतं. ते शोधत असतात तशा प्रकारची मुक्ती आपल्या घराच्या चार भिंतींमध्येच आपल्याला सापडू शकते. पुरुषांनीही या चार भिंतींमध्येच राहावं, यासाठी आपणच त्यांची आर्जवं करायची असतात. मग ते तुमचे पती असोत किंवा पुत्र, राजे असोत किंवा साधुसंत! त्यातच आपला आनंद सामावलेला असतो आणि त्यातच आपली मुक्तीही!

''या घराच्या चार भिंतीमधली सुरक्षितता ओलांडून जाऊन उच्च पदाला पोहोचलेली एकही स्त्री मानवी इतिहासात आजवर आढळलेली नाहीय आणि यापुढे आढळलीच, तरीही हे जग तिची हेटाळणी करेल. तिला मूर्ख ठरवून शासनही केलं जाईल. मला माहीत आहे यशोधरा की, तुझ्या मातेने तुला हे सारं या आधी शिकवलंच असेल. तुझ्या पतीच्या प्रभावाखाली दबून जाऊन तुझ्या आईच्या याबाबतीतला हितोपदेश तू विसरू नयेस, असं मला वाटतं. पतीशिवाय स्त्रीला कौटुंबिक आयुष्य असं नसतंच; पण पतीपेक्षाही कुटुंब अधिक महत्त्वाचं असतं हेही तू लक्षात घ्यायला हवंस. कुटुंबाच्या अस्तित्वासाठी आणि सुरक्षिततेसाठी स्त्रीने सर्वतोपरी प्रयत्न करायलाच हवेत. प्रसंगी ते पतीला दुखावणारे असले तरीही! या सगळ्याला तूही अपवाद नाहीस. यातून तुझीही सुटका नाही. निसर्गाचे हुकूम, त्याच्या आज्ञा यांचं पालन तुलाही करावंच लागेल.''

गौतमीदेवींचा स्वर बोलता बोलता थोडा कठोर होत गेला होता; पण तरीही त्या स्वरात यशोधराविषयीची आपुलकी होती. योग्य-अयोग्य यांच्यातला फरक तिला समजवून देण्याची तळमळ होती. त्यांना थोडीशी भीतीही वाटली की, आपलं हे परखड बोलणं कदाचित तिच्या डोळ्यांत पाणी आणेल; पण यशोधरा स्तब्धपणे त्यांचं बोलणं ऐकत होती. तिला ते पटत असल्याची किंवा त्यांनी केलेल्या उपदेशाबद्दल वाईट वाटत असल्याची कुठलीही खूण मात्र त्यांना तिच्या चेहऱ्यावर दिसली नाही.

''ज्या गोष्टी तुझ्या हिताच्या आहेत असं मला वाटतं, त्या मी तुला सांगितल्या. त्या आचरणात आणायच्या की नाहीत, ते ठरवण्याचा हक्क तुला आहेच. काही महत्त्वाची कामं माझी वाट पाहताहेत. मी निघते आता,'' त्यांनी तिला जरा खालच्या स्वरात म्हटलं.

त्या दिवशीची तिची सगळी सांसारिक कामं यशोधराने काहीशी यांत्रिकपणेच पार पाडली.

शुद्धोधनांनी बिंबाननांकडून आलेल्या यज्ञाच्या निमंत्रणाबद्दल सिद्धार्थला सांगितलं, त्या वेळी त्याने या धार्मिक विधींबद्दलची त्याची नाराजी त्यांच्याजवळ व्यक्त केली आणि तो कलामुनींना भेटायला निघून गेला. संध्याकाळी बऱ्याच उशिरा परतला तो.

दास-दासींनी प्रासादात दिवे लावले. यशोधरा सिद्धार्थची वाट बघत असलेली कुणालाच दिसली नाही. दासींनी गौतमीदेवींना सांगितलं

की, सकाळपासून ती गंभीर आणि शांत शांतच आहे. तिच्याशी काही बोलण्याचासुद्धा त्यांना धीर झालेला नाही.

गौतमीदेवींना वाटलं की, त्यांनी तिला सकाळी केलेल्या उपदेशानंतर तिनं सिद्धार्थशी असलेल्या तिच्या संबंधांवर कदाचित पुन्हा एकदा विचार केला असेल. त्यांना पूर्ण खात्री होती की, थोड्या दिवसांनी ती तिच्या वागण्यातल्या चुका काढून टाकेल आणि इतर चार जणींसारखीच वागायला लागेल. या विचारानेच त्यांना एकदम शांत वाटलं. नाना प्रकारच्या शंका-कुशंका मन नेहमीच अस्वस्थ करून टाकतात; पण विश्वास माणसाचं मन निश्चिंत करतो. गौतमीदेवींना अशी मनाची शांतता हवी होती.

प्रासादात परतल्यानंतर सिद्धार्थने तो भोजन करणार नसल्याचं सांगून टाकलं. फक्त दूध घेतलं त्याने आणि वाटिकेत जाऊन शांतपणे तिथे बसला. यशोधरासुद्धा भोजनानंतर त्याच्या जवळ जाऊन बसली.

सिद्धार्थने त्या दिवशी संगीताचा आस्वाद घ्यायचं ठरवलं होतं. बघता बघता तो गाण्यात रमून गेला. गेले कित्येक दिवस यशोधराबरोबर संध्याकाळचा वेळ घालवत असताना गंभीर विषयांवरच त्यांच्यात चर्चा होत असे, त्यामुळे संगीतात रमण्याचं सुख त्याला घेताच आलं नव्हतं. त्याच्या शेजारी बसून त्याचं गाणं ऐकण्यात यशोधरा तल्लीन होऊन गेली होती. त्याच्याकडे बघता बघता तिच्या चेहऱ्यावर प्रसन्न हसू उमललं. तिनं म्हटलं, ''मला नाही वाटत की, हे संगीत किंवा आपल्या नेहमीच्या चर्चा यांच्यातून आपल्याला आपलं हरवलेलं मनःस्वास्थ्य परत मिळेल.''

''तू कोलियाला कधी जाणार आहेस?'' सिद्धार्थने विचारलं.

''कदाचित उद्याच.''

''उद्या?'' सिद्धार्थने आश्चर्याने विचारलं. ''तुझ्या तातांनी तुला तिथे दहा दिवस आधी बोलवलंय, वीस दिवस नाही.''

''त्यांनी मला दहा दिवस आधी बोलावलंय ते यज्ञाची तयारी करण्यात त्यांना माझी मदत होईल, या अपेक्षेने! पण मी आता तिथे जाते आहे, ती तो यज्ञ मला थांबवता येईल या आशेने!'' यशोधरा म्हणाली.

सिद्धार्थ दिङ्मूढ झाला. जरा वेळाने भानावर येऊन त्याने तिला विचारलं, ''तू यज्ञ थांबवण्याचा प्रयत्न करणार आहेस? तुला वाटतं तुला हे जमेल?''

''जमेल किंवा जमणारही नाही. प्रयत्न करून पाहिल्याशिवाय त्यातून काय निष्पन्न होणार आहे, ते कळणार नाही ना? केल्यावरच कळेल!''

''हा इतका मोठा प्रयत्न तुला इतक्या उतावीळपणानं का करावासा वाटतो आहे?''

''काही दिवसांपूर्वी आपल्यालाही युद्ध थांबवण्यासाठी असाच मोठा निर्णय ताबडतोब घेणं गरजेचं आहे, असं वाटलं होतं ना? आणि शेवटी त्याचा परिणाम सगळ्यांचंच हित साधण्यातच झाला. आता मलाही असंच वाटतंय की, तातांची कन्या म्हणून त्यांना या गोष्टीची जाणीव करून देणं गरजेचं आहे की, ते जे करत आहेत, ते अत्यंत चुकीचं आहे. यातून काही साधेल का की काहीच साधलं जाणार नाही, याचा विचार आत्ता तरी मला करायचा नाहीय. मी यात यशस्वी होण्याची शक्यता जेवढी आहे, तेवढीच शक्यता मला या प्रयत्नात अपयश येण्याचीसुद्धा आहे, हे गृहीत धरलंय मी.''

निःशब्दपणे सिद्धार्थ थोडा वेळ तिच्याकडे बघत राहिला आणि मग त्याने एक खोल निःश्वास सोडला.

''यज्ञ-याग वगैरेंसारख्या धार्मिक विधींमधली व्यर्थता मलाही नेहमीच सलते यशोधरा,'' भरून आलेल्या स्वरात त्याने म्हटलं. ''एक वेळ युद्ध थांबवणं सोपं आहे; पण हे यज्ञ वगैरे थांबवणं नाही...! यज्ञ केल्याने तुमच्या मनोकामना पूर्ण होतात, या विश्वासाने लोक यज्ञाचं आयोजन करतात. या यज्ञामुळे देव आपल्या सर्व इच्छा पूर्ण करेलच, अशी त्यांची श्रद्धा असते. तशा त्या पूर्ण झाल्या नाहीत, तरीही त्यांचा यज्ञावरचा विश्वास उडत नाही. त्यांची श्रद्धा जराही कमी होत नाही. युद्धांमुळे होणारे मृत्यू, त्यांच्यातून येणारा दुःखद अनुभव, या नकारात्मक गोष्टी लोकांच्या परिचयाच्या असतात. युद्धं सुरू करणं, ती चालू ठेवणं याबाबतीतले निर्णय घेणारे लोक युद्धाची तेवढी किंमत तर चुकवावीच लागते, अशा मतांचे असतात. त्यातून वाट्याला येणारी जीवित हानी आणि यातना स्पष्टपणे लोकांना दिसतच असतात; पण यज्ञांच्या बाबतीत तसं नसतं. यज्ञाचे परिणाम दृश्य नसतात. कारण, त्यातून साधलं जाणारं हित, ही एक भ्रामक कल्पना आहे. लोकांच्या मनाला पडलेला भ्रम आहे तो आणि या भ्रमातून त्यांना बाहेर काढणं अत्यंत अवघड आहे. आपल्या मागण्या देव पूर्ण करणार आहे की नाही, याची मनाशी थोडीही खात्री नसतानासुद्धा त्यांच्या मनाचे हे भ्रम त्यांना तात्पुरती शांती

देतात. तात्पुरतं मनःस्वास्थ देतात. त्यांच्या इच्छा नक्कीच पूर्ण होतील, अशी
आशा त्यांच्या मनात काही काळासाठी का होईना; पण जागवतात.

"अपघात, रोगराई, अवकाळी पाऊस, महापूर आणि दुष्काळ
यांच्यापासून माणसाला दूर राहायचं असतं यशोधरा. त्यांना एक सुरक्षित
आयुष्य हवं असतं. अशा संकटांपासून स्वतःचं संरक्षण करण्याचा कुठलाच
खराखुरा मार्ग त्यांना माहीत नसतो. कुणी त्यांना तो सांगतही नाही. जोपर्यंत
योग्य त्या मार्गाचा शोध घेतला जात नाही आणि त्या मार्गावरूनच पुढे
जात राहण्याची शिकवण त्यांना दिली जात नाही, तोपर्यंत लोक भ्रामक
समजुतींनाच कवटाळून बसतील. यज्ञ आणि याग यांचाच आयुष्यभर
आधार घेत राहतील."

"आणखी एक गोष्ट आपल्या लक्षात आली आहे का?" यशोधरानं
त्याचं बोलणं चालू असतानाच म्हटलं. "या भासमय सुरक्षिततेसाठी
स्वतःजवळ असलेल्या थोड्या फार पैशांचा आणि वस्तूंचाही ही माणसं
यज्ञात होम करून त्या गोष्टी हातातून घालवून बसतात. माझे ताता धनवान
आहेत. त्यांच्याजवळ पैसा, धनधान्य आणि गायीगुरं यांच्या रूपात
अमर्याद संपत्ती आहे. पुजारी, विद्वान पंडित त्यांच्याकडे येऊन त्यांना
यज्ञ–याग करण्यासाठी विनाकारण उद्युक्त करतात. या थाटामाटात पार
पडणाऱ्या यज्ञ–यागांबरोबरच अनेक प्रकारचे धार्मिक विधी करायला भाग
पाडतात. त्यातूनच माझ्या तातांना अधिक संपत्ती, अधिक उत्तम आरोग्य
आणि देवाची अमर्याद कृपा लाभेल, अशी आश्वासनं ही मंडळी देतात
आणि खरं म्हणजे माझ्या तातांना कुणी भरीस पाडण्याची गरजच नसते.
कारण, ते स्वतःसुद्धा अशा अंधश्रद्धांमध्ये गळ्यापर्यंत बुडालेलेच आहेत.
किती अन्न या धार्मिक विधींमध्ये आगीच्या भक्ष्यस्थानी पडतं, किती
निष्पाप प्राण्यांची यज्ञाच्या वेदीवर निर्घृणपणे कत्तल केली जाते, याचा
नुसता विचारही अंगावर काटा आणणारा आहे आणि हे प्राणी असतात
कुणाचे तर गरिबातल्या गरीब मजुरांचे, गुलामांचे! होमात आहुती दिलं
गेलेलं धनधान्य कुणा गरिबांना दान केलं गेलं, तर निदान त्यांचं आरोग्य
सुधारेल. ते समाधानी तृप्त होतील; पण ही धनवान माणसं अशी काही
सत्कृत्य करण्याचं मनातही आणणार नाहीत. या वेळी दिल्या गेलेल्या
भेटवस्तूही फक्त ब्राह्मणांना दिल्या जातात. ते ब्राह्मण, ज्यांच्याजवळ
आधीच सगळं आहे. ज्यांना कशाचीच ददात नाही. दारिद्र्याचे चटके

सोसत असणाऱ्या गुलामांच्या अश्रूंचा अभिषेक जर या यज्ञकुंडामधल्या अग्नीवर होऊ दिला, तर अग्नीच्या ज्वाला कायमच्या विझून जातील. पुन्हा कधीही न धगधगण्यासाठी.''

बोलता बोलता यशोधराच्या नजरेपुढे त्या गुलामांची दुर्दशा उभी राहिली आणि तिचे डोळे अश्रूंनी डबडबले.

''पण हे सारं थांबवणं तुझ्या हाती आहे, असं तुला वाटत का यशोधरा?'' सिद्धार्थने भावुक स्वरात विचारले.

''याचं उत्तर माझ्या जवळ नाहीये; पण तरीही मला असं वाटतं, की, मी माझे हे विचार साऱ्या जगापर्यंत पोहोचवू शकत नसेल, तरी निदान माझ्या मातापित्याजवळ तरी मी ते व्यक्त करायला हवेत.''

''पण एका स्त्रीनं व्यक्त केलेली तिचं मत समाज विचारात घेईल?''

''मला नाही वाटत, आजवर कुणा स्त्रीनं तिची मतं व्यक्त करायचा प्रयत्न केला असेल! पण एखाद्या स्त्रीनं ती तशी समाजापुढे मांडण्याचं धाडस केलंच, तर काय घडू शकतं, ते जाणून घ्यायचंय मला,'' मनाशी काहीतरी निर्धार केला असावा, अशा स्वरात यशोधरानं म्हटलं.

सिद्धार्थला थोडंसं हसू आलं.

''लोकांना वाटेल माझेच विचार तू तुझ्या शब्दांमध्ये त्यांच्यापुढे मांडते आहेस,'' त्यानं म्हटलं.

''मग त्यात जगावेगळं काय आहे? सगळ्या स्त्रिया हेच तर करतात. पतीच्या सूचनांचं पालन! पण आपल्याला एक गोष्ट माहीत आहे का? आपल्या मातेने आज एक वेगळाच विचार माझ्यापुढे मांडला. त्यामागचा अर्थ काय आहे, हे जाणून घेण्यासाठी मलाही खूप खोलात शिरून विचार करायला हवा आहे. त्या म्हणाल्या, पतीमुळे एक कुटुंब अस्तित्वात येतं; पण पत्नीसाठी ते कुटुंब तिच्या पतीपेक्षा जास्त महत्त्वाचं असतं!''

सिद्धार्थच्या चेहऱ्यावर परत एकदा हास्य पसरलं.

''माझ्या मातेला वाटलं असेल की, माझ्या जगावेगळ्या, विचित्र विचारांपासून तू मला परावृत्त करशील; पण एव्हाना त्यांना कळलं असेल की, तुझे विचार माझ्या विचारांपेक्षाही घातक आहेत,'' तो म्हणाला.

दोघांनाही खूप हसू आलं. त्या तरुण, तेजस्वी युगुलाकडे पाहताना, त्यांचं त्या शांत, निःशब्द रात्रीत स्वतःच्या स्वच्छ, निरागस हास्याने

चैतन्य भरून टाकणं अनुभवताना आकाशातल्या गूढ शांततेत वावरणाऱ्या तारे-तारकांनासुद्धा स्वतःचं तेज, स्वतःचं सौंदर्य पार फिकं पडल्यासारखं वाटत होतं.

बिंबानन आणि विशिष्ठा या दोघांनाही यशोधराच्या मनस्वी स्वभावाची कल्पना होतीच. तिनं दहा दिवस आधी यावं, असा निरोप त्यांनी दिलेलाच होता; पण ती अगदी यज्ञाच्याच दिवशी आली, तरी त्यावर समाधान मानण्याचं त्यांनी स्वतःच्या मनाशी ठरवलं होतं. सिद्धार्थ बरोबर कपिलवस्तूला गेल्यापासून एकदाही स्वतःच्या मातापित्यांना भेटायला ती आली नव्हती. विशिष्ठादेवींना एकीकडे याचा खेदही वाटत होता, तर दुसरीकडे त्या समाधानीही होत्या. यशोधराच्या अनुपस्थितीतही त्या इतक्या आनंदात राहतात, यावरून त्यांना कुणी टोमणा मारला, तरी त्या मोठ्या अभिमानाने तो परतवून लावत असत. समोरच्या व्यक्तीला त्या सरळ सरळ ऐकवत की, त्यांच्या अंगणात त्यांनी लावलेलं रोपटं दुसरीकडे लावल्यानंतर तिथेही रुजलंय अणि पूर्वी इतक्याच जोमानं तिथे वाढतं आहे.

त्यांना अपेक्षित असलेल्या दिवसापेक्षा यशोधरा बरीच आधी आली, यांचा आनंद तिचं स्वागत करताना त्या दोघांच्याही वागण्यात दिसून येत होता.

स्वतःच्या मातेच्या खूप दिवसांनी झालेल्या भेटीचा आनंद यशोधरालाही होताच. विशिष्ठादेवी भेटल्याबरोबर ती त्यांच्या मिठीत शिरली.

यशोधरेच्या चेहऱ्यावरचं तेजच बिंबाननांना सांगून गेलं की, त्यांची लेक सासरी अगदी सुखात आहे. तिथलं आयुष्य तिला खूप आवडलंय. त्यांनी मायेनं त्यांचा आशीर्वादाचा हात तिच्या मस्तकावर ठेवला आणि मग तिचा निरोप घेऊन ते त्यांच्या कामासाठी निघून गेले.

खूप दिवसांनी भेटलेल्या त्यांच्या लेकीपासून विशिष्ठादेवींना क्षणभरही दूर राहावंसं वाटत नव्हतं. गेल्या कित्येक दिवसांपासून तिच्यासाठी राखून ठेवलेल्या त्यांच्या तिच्यावरच्या प्रेमाची त्या आता तिच्यावर अक्षरशः बरसात करत होत्या. तिला हवी असलेली प्रत्येक गोष्ट तिनं न मागता तिला मिळाली पाहिजे, यावर त्यांनी जातीने नजर ठेवली होती. तिचं प्रत्येक

कामही तिनं न सांगता व्हायला हवं, अशी सूचनाही त्यांनी सगळ्यांना देऊन ठेवली होती. त्यांना वाटत होतं की, यज्ञ करण्याआधीच देवानं आपली इच्छा पूर्ण केली आहे. आपल्या मातेच्या आवतीभोवती राहण्याचा अगदी साधासुधा, निरागस आनंद यशोधराही उपभोगून घेत होती.

यशोधरा आल्याची बातमी गावात सगळीकडे पसरली. आजूबाजूच्या घरांमधल्या बायका तिला भेटायला आल्या.

''एवढी घाई काय आहे तिला भेटायची? महिनाभर राहणार आहे ती इथे. लांबचा प्रवास करून आल्याने आधीच थकलीय ती. आता तुम्ही आणखी थकवणार आहात का तिला? जा तुम्ही आता आणि चार दिवसांनी या तिला भेटायला,'' त्यांना परत त्यांच्या घरी पाठवत विशिष्ठादेवी म्हणाल्या.

पण कुटुंबीयांकडून होत असलेलं हे उबदार स्वागत, तिचा प्रत्येक शब्द झेलण्यासाठी सुरू असलेली सगळ्यांची धडपड आणि आनंद देणाऱ्या इतरही काही छोट्या-मोठ्या गोष्टीसुद्धा ती इथे कोणत्या हेतूने आली आहे, याचा तिला विसर पडू देत नव्हत्या. त्या रात्री ती शांतपणे झोपली. सकाळी कामाकरता बाहेर पडण्यासाठी बिंबानन तयार होत होते, त्या वेळी ती त्यांना भेटायला गेली. तिला काहीतरी हवंय म्हणून ती त्यांच्या दालनात आली आहे, असंच वाटलं त्यांना.

''काही हवंय का तुला?'' त्यांनी विचारलं. ''जराही संकोच न करता सांग. हे घर तुझंच आहे. तुला जे हवंय, ते मिळू शकतं तुला इथे!''

''ज्याची मागणी मी करणार आहे तात, ते कदाचित तुमच्या दृष्टीने दुःखद ठरू शकतं. तुम्हाला माझा रागही येईल त्यासाठी; पण तरीही मी जे सांगणार आहे, ते तुम्हाला शांतपणे ऐकून घ्यावंच लागेल.''

आपल्या बोलण्यावर त्यांची काय प्रतिक्रिया होतेय, त्याचा अंदाज घेण्यासाठी यशोधरा बोलता बोलता थांबली. क्षणभरासाठी बिंबानन साशंक झाले. आपल्या जावयाच्या बाबतीत तिला काही सांगायचं असेल असं वाटलं त्यांना. तिच्या सासरी तिला काही त्रास तर नाहीय ना, अशी काळजीही दाटून आली त्यांच्या मनात.

''यशू,'' त्यांनी मायेनं म्हटलं. ''सिद्धार्थ तुझी नीट काळजी घेतोय ना? त्याच्या मातापित्यांकडून काही त्रास होतोय का तुला?''

''नाही तात. तसं काहीही नाहीय. त्या तिघांच्याही बाबतीत कुठलंच गाऱ्हाणं घेऊन आले नाहीय मी तुमच्याकडे. माझी तक्रार इथे आपल्याकडे जे घडणार आहे, त्याबाबतीत आहे.''

बिंबाननांना गोंधळल्यासारखंच झालं. यशोधराला नेमकं काय म्हणायचंय, तेच त्यांच्या लक्षात येत नव्हतं.

''तुझ्या बोलण्याचा अर्थ मी काय समजू बेटा! इथे काय चुकीचं घडतयं? आमचं काही चुकतंय का? आपल्या मात्यापित्यांबद्दल एका कन्येची तक्रार तरी काय असू शकते?''

यशोधरानं मग थेट तिला सलत असलेल्या मुद्द्यावरच बोट ठेवलं.

''ताता, हा यज्ञ का करायचा आहे तुम्हाला?''

''यज्ञ का केले जातात, तुला माहीत नाहीय? सगळ्यांच्या हितासाठी असतात यज्ञ. आपल्या कुटुंबाचं भलं व्हावं आणि आपल्या गावाचं, आपल्या शेजारच्या गावांचंसुद्धा कल्याण व्हावं, हा विचार असतो त्याच्यामागे, त्यात कपिलवस्तूसुद्धा आलंच!

''या वर्षी असं भविष्य वर्तवलं गेलंय की, कुठल्यातरी भयानक रोगाची साथ सर्वत्र पसरणार आहे. अगदी दूर दूरपर्यंत! ही साथ आणि अवकाळी पाऊस यांचे अनिष्ट परिणाम शेतीवर होणार आहेत. या अरिष्टांचा विचार करूनच आपल्या पुरोहितांनी हा यज्ञ करण्याचा सल्ला दिला आहे मला, त्यामुळे ही आपत्ती टळेल आणि सगळे लोक सुखरूप राहतील. तुझ्या मनात काय शंका आहेत? का तुला हा यज्ञ आणि त्याच्यामागची कारणं जाणून घ्यायची आहेत?''

यशोधराने लगेच उत्तर दिलं नाही त्यांना. क्षणभर थांबून, नीट विचार करून ती म्हणाली, ''प्रश्न फक्त सारासार विवेकबुद्धीचा आहे तात, कुणीही या सर्व परिस्थितीचा खोलात जाऊन विचार केला, तर त्याच्या लक्षात येईल की, ही रोगराई आणि यज्ञ-याग यांचा अर्थाअर्थी काहीही संबंध नाहीय. यज्ञ करून अवेळी बरसणाऱ्या पावसावर कुणालाही नियंत्रण ठेवता येत नाही. या यज्ञातल्या अग्नीच्या धगधगत्या ज्वाळांमध्ये धान्य, नाना प्रकारची फळं आणि इतरही खाण्याच्या पदार्थांची आहुती देऊन तुम्ही त्यांची फक्त राख करता, तात. त्याऐवजी हेच सगळे पदार्थ तुम्ही भुकेल्या आणि गरजू लोकांना खाऊ का घालत नाही? तुमच्या आजूबाजूचे कितीतरी गरीब लोक भुकेने तडफडत

असताना अन्न असं अग्नीच्या ज्वाळांमध्ये जाळून टाकणं, हे फार मोठं पाप आहे, असं कधीही तुमच्या कुणाच्याच मनातही का येत नाही? या यज्ञात तुम्ही ज्यांचा बळी देता, ती निष्पाप जनावरं मजुरी आणि वेठबिगारी यांच्या बेड्या कायम पायात असणाऱ्या हतबल, निर्धन गुलामांची असतात, तात. फक्त त्यांच्याकडूनच तुम्ही लोक ती बळजबरीने आणता, धनिक जमीनदारांकडून नाही. या गरिबांचे मूक तळतळाट तुमचं किंवा तुमच्या आवतीभोवतीच्या समाजाचं काय भलं करणार आहेत? त्यांच्या उदरनिर्वाहचं साधनच असणाऱ्या त्यांच्या गायीगुरांचा ज्या यज्ञात नाहक बळी दिला जातो, तो यज्ञ त्यांचं काही भलं करेल, असा विश्वास तरी कसा उत्पन्न होईल त्यांच्या मनात? धनिक लोकांकडून पैसे आणि भेटवस्तू मिळतात म्हणून आणि समाजातलं त्यांचं वरचं स्थान अबाधित राहावं म्हणून ही पुरोहित आणि विद्वान मंडळी धर्म आणि श्रद्धा यांच्या नावाखाली आपल्या सगळ्यांच्या मनामध्ये अशा अंधश्रद्धा रुजवण्याचा प्रयत्न करतात आणि त्यांच्या प्रभावाखाली दबलेले आपण सर्व लोक मूर्खासारखे वागतोय हेच आपण ध्यानात घेत नाही. तात, यज्ञात अन्न जाळून टाकणं शहाणपणाचं आहे असं वाटतं तुम्हाला? निष्पाप जनावरांचे बळी देणं, हे एक पवित्र कार्य आहे तुमच्या दृष्टीने? डोळे नीट उघडून गरिबांच्या, गुलामांच्या यातनांकडे कधीच बघावंसं नाही वाटत तुम्हाला? भुकेमुळे खंगलेल्या गुलामांकडे, अन्नावाचून तळमळणाऱ्या लोकांकडे तुम्हाला कानाडोळा का करावासा वाटतो तात? यज्ञ करणं हे पवित्र कार्य नाहीय. पवित्र या शब्दाच्या आसपासही फिरकू शकत नाही तुमचं हे धार्मिक कार्य! ते पाप आहे... फक्त पाप आहे. मी म्हणतेय म्हणून तरी तुम्ही हे थांबवा...!''

यशोधरा बोलत होती आणि मती गुंग झाल्यासारखे बिंबानन तिच्याकडे पाहत होती. ते भानावर आले, तेव्हा त्यांच्या मनात न मानवणारा संताप त्यांच्या शब्दाशब्दांमधून बाहेर पडला.

''सिद्धार्थने त्याचा मूर्खपणा माझ्यापर्यंत पोहोचवणारा दूत म्हणून तर इथे पाठवलं नाहीय ना तुला?''

''नाही, अजिबात नाही... सिद्धार्थचा याच्याशी काहीही संबंध नाहीय. माझी मीच एवढ्या आधी इथे आले! हा यज्ञ करण्यापासून तुम्हाला परावृत्त करायला.''

''तुझं डोकं थोडंसं फिरलंय, हे तुझ्या लग्नाआधीच जाणवलं होतं मला; पण त्या वेळी मी विचार केला होता की, कदाचित लग्नानंतर

तरी तुला थोडं शहाणपण येईल; पण आता माझ्या लक्षात येतंय की, परिस्थिती आणखीच बिघडली आहे. सिद्धार्थच्या मातेने तुझ्यावर, या तुझ्या मूर्खपणावर काही उपाय केले नाहीत वाटतं? की सिद्धार्थच्या मूर्खासारख्या वागण्याची सवय झाली असल्याने तुझंही असं वागणं त्यांना चालतंय?''

''तुम्ही मला मूर्ख का समजता आहात तात?'' यशोधराने त्यांच्या बोलण्याने अस्वस्थ होऊन विचारलं. ''माझं बोलणं नीट ऐकून घ्या आणि त्यावर विचार करा. मी तुम्हाला फक्त वस्तुस्थितीची जाणीव करून देते आहे. यज्ञातला फोलपणा तुमच्या नजरेला आणून देते आहे आणि तरीही तुम्ही मला मूर्ख म्हणताय? यज्ञ केल्याने काही तरी चमत्कार घडेल आणि होणारा अनर्थ टळेल, असं समजणं, हाच खरं तर मूर्खपणा आहे. गरीब प्राण्यांची कत्तल करणं आणि यज्ञाच्या ज्वाळांमध्ये धनधान्य जाळून टाकणं, यातून कधीही, कुणाचंही हित साधलं जाणार नाहीय. मी इथे आलेय ना तात, ते यज्ञाविषयीच्या तुमच्या वेडगळ कल्पनांमधून, त्या बाबतीतल्या तुमच्या झपाटलेपणातून तुम्हाला बाहेर काढण्यासाठी.''

जी व्यक्ती भानावरच नाहीय, तिच्याशी वाद घालून काहीही साधणार नाहीय, असा विचार केला बिंबाननांनी. एखाद्या वेड्या स्त्रीशी, मग ती त्यांची पोटची पोर असली तरी – का बोलावं त्यांनी? त्यांना सिद्धार्थचाही खूप राग आला. यशोधराच्या मूर्खपणाला खतपाणी घालून त्याने तिला इथे पाठवलं होतं. त्याचे स्वतःचे विचारच तिच्याबरोबर इथे पाठवले आहेत त्याने, असंही मनात येऊन गेलं त्यांच्या!

''यशोधरा...'' स्वतःच्या रागावर प्रयत्नपूर्वक काबू ठेवत त्यांनी म्हटलं, ''तू एक स्त्री आहेस! स्वतःच्या मर्यादा जाणून घ्यायला शिक जरा! दुसऱ्यांसमोर विनाकारण तुझ्या ज्ञानाचे दिवे पाजळू नकोस! आणि मी आता तुझ्यावर विश्वासच ठेवू शकत नाही. जी स्त्री स्वतःच्या पित्याला जुमानत नाही, त्याला विरोध करण्याचं धाडस दाखवते, ती काहीही करू शकते. चल माझ्याबरोबर!''

बोलता बोलता बिंबाननांनी तिचा हात घट्ट धरला आणि तिला तिच्या शयनगृहाकडे नेलं. तिला आत ढकलून त्यांनी दार बाहेरून बंद करून घेतलं. विशिष्ठादेवींना तिथे बोलवून घेतलं त्यांनी आणि त्यांच्या परवानगीशिवाय कुणीही यशोधराच्या शयनगृहाचं दार उघडायचं नाही, असं बजावून सांगितलं.

''पण असं झालंय तरी काय?'' स्वतःच्या पतीच्या इतक्या कठोर बोलण्याने भयभीत होऊन विशिष्ठादेवींनी विचारलं.

''आपल्या लेकीला वेड लागलंय,'' बिंबानन म्हणाले. ''हा यज्ञ मी करू नये, असं सांगतेय ती मला म्हणूनच तिच्या दालनात मी कोंडून ठेवलंय तिला. जे माझ्याजवळ बोललीय ती, त्याबद्दल आणखी कुणासमोरही तिनं बोलायला नकोय मला. उद्याच्या उद्या मी शुद्धोधनांना त्यांच्या चिरंजीवासह इथे बोलवून घेऊन यशोधराला त्यांच्या स्वाधीन करणार आहे. तोपर्यंत यशूला बाहेर येऊ देऊ नका. वेडाच्या भरात तिनं काही वेडवाकडं केलंच, तर त्यासाठी आपल्यालाच जबाबदार धरलं जाईल. जे विषय स्त्रियांसाठी समाजाने वर्ज्य मानले आहेत, त्या विषयांनाच हात घातलाय तिने. मूर्खपणा आहे हा तिचा.''

विशिष्ठादेवींना सगळं सांगून बिंबानन तिथून निघून गेले. दिङ्मूढ होऊन विशिष्ठादेवी आपल्या पाठमोऱ्या पतीकडे बघत राहिल्या. 'यशोधराला वेड लागलंय' हे त्यांचे शब्द कडाडणाऱ्या विजेसारखी येऊन कोसळले त्यांच्या कानांवर.

बिंबानन दृष्टिआड झाल्याबरोबर त्यांनी यशोधराच्या दालनाचा दरवाजा उघडला आणि घाईघाईने त्या तिच्याजवळ गेल्या. स्वतःच्या पित्याकडून झालेली मानखंडना आणि कमालीचा हताशपणा, दोन्हींमुळे अस्वस्थ झालेली यशोधरा खोलीत येरझाऱ्या घालत होती. विशिष्ठादेवींना तिने पाहिलं आणि तिला स्वतःचे अश्रू आवरताच आले नाहीत. तिच्याजवळ जाऊन तिला आपल्या मिठीत न घेता विशिष्ठादेवी जरा लांबच उभ्या राहिल्या होत्या. त्या काळजीत तर पडल्या होत्याच; पण त्यांना मनातून तिची भीतीही वाटत होती. त्या तिच्याकडे अशा का बघताहेत, तेच आधी यशोधराला कळलं नाही; पण तिच्या जेव्हा ते लक्षात आलं, त्या वेळी त्यांची कीवच आली तिला.

''मला वेड लागलंय असं तातांनी तुला सांगितलंय ना मां?'' तिनं अगदी क्षीणपणे त्यांना म्हटलं. ''पण वेड मला नाही, त्यांना लागलंय. अगदी खरं सांगतेय मी मां तुला. हे यज्ञ करणं, दिनवाण्या आणि मुक्या प्राण्यांचे बळी देणं, केवढ्या तरी मोठ्या प्रमाणावर अन्नधान्य अग्नीच्या स्वाधीन करणं, गरीबगुरीब लोकांपासून त्यांचं पशुधन हिरावून घेणं... हे सगळं वेडेपणाचंच आहे ना? तूच सांग मां, या सगळ्यातून कुणाला

काय मिळालंय आजवर? यज्ञ करण्यापूर्वी या सगळ्या गोष्टींचा त्यांनी नीट विचार करावा, एवढंच सांगितलं मी तातांना, तर त्यांना वाटतंय मला वेड लागलंय. मी एवढे दिवस आधी इथे आले आहे, ते याच बाबतीत त्यांचं मन वळवण्यासाठी; पण ते मला बोलूच देत नाहीयेत. स्त्रियांनी या विषयावर बोलावं, एवढी त्यांची लायकीच नसते असं म्हणणं आहे मां त्यांचं. मां, तूही एक स्त्रीच आहेस ना?'' तिनं त्यांना विचारलं.

यशोधराने इतक्या खोलात जाऊन या सगळ्या गोष्टींचा विचार केला असेल, असं विशिष्ठादेवींच्या कधी मनातही आलं नव्हतं. तिचे विचार, तिचे हे शब्द त्यांना अगदीच अनपेक्षित होते. यशोधरा बोलत असताना त्या हळूहळू मागे सरकत होत्या. दारापाशी पोहोचल्याबरोबर त्या घाईघाईने यशोधराच्या दालनाबाहेर पडल्या आणि त्यांनी दालनाचं दार बाहेरून पुन्हा बंद करून टाकलं. भीतीने अक्षरशः थरथरत होत्या त्या. तशा अवस्थेतच त्या मटकन खाली बसल्या. अनावर अश्रूंनी त्यांची सारी काया गदगदत होती.

त्यांच्या दासी धावतच त्यांच्याजवळ आल्या. विशिष्ठादेवींची ती अवस्था बघून त्यांनी त्यांना सावरलं. त्यांना तिथून उठवून त्यांच्या दालनाकडे घेऊन गेल्या त्या. दालनात पोहोचल्याबरोबर त्यांनी त्या दासींपैकी कुणीही यशोधराच्या दालनात पाऊलही टाकायचं नाही म्हणून बजावलं त्यांना. यशोधराला काही तरी संसर्गरोग झाला असल्याने तिच्या आसपासही कुणी जायचं नाही, तिच्या दालनाचं दार किलकिलं करून तिला फक्त अन्न आणि पाणी द्यायचं आणि दार पुन्हा बाहेरून बंद करून घ्यायचं, अशा सगळ्या सूचनाही दिल्या त्यांनी त्यांच्या दासींना आणि त्या सगळ्या त्यांच्या दालनाबाहेर गेल्याबरोबर विशिष्ठादेवींनी पुन्हा एकदा स्वतःच्या अश्रूंना वाट मोकळी करून दिली.

त्या रात्री बिंबानन महाराजांनी विशिष्ठादेवींना परोपरीनं समजावलं. त्यांचं औदासीन्य, त्यांची खिन्नता दूर करण्यासाठी शर्थीचे प्रयत्न केले त्यांनी. दुसऱ्या दिवशी सकाळीच शुद्धोधन महाराज आणि सिद्धार्थ येऊन यशोधराला कपिलवस्तूला परत घेऊन जाणार असल्याचंही सांगितलं त्यांनी त्यांना.

यशोधराच्या या अशा स्थितीला सिद्धार्थच जबाबदार आहे, अशी बिंबानन महाराजांप्रमाणे विशिष्ठादेवींचीही खात्री पटली होती.

"किती गुणी, किती लाघवी होती माझी लेक," विशिष्ठादेवींनी डोळ्यांतलं पाणी पुसून घेता घेता म्हटलं, "नाजूक, सुंदर, राजस आणि तरीही किती नम्र, किती शालीन... एखाद्या कोकरासारखं सौम्य, हळुवार वागणं होतं माझ्या लेकीचं. आपण उत्तम संस्कारही केले होते तिच्यावर. कधीही आपल्या इच्छांचा अनादर केला नाही तिने. तिला यज्ञ-यागांच्या संबंधाने येणाऱ्या गोष्टींची भीती वाटत असे, हे खरं असलं, तरी किती उत्साहाने, हौसेने ती हा प्रासाद सजवत असे. शिवाय, माझ्या सगळ्या कामांमध्ये मला मदत असायचीच तिची. आपल्याकडे येणाऱ्या पाहुण्यांचं मनापासून स्वागत करायची. त्यांची सरबराई करणं, त्यांना हव नको बघणं... हे सगळंच इतकं व्यवस्थित करायची ती की, आपल्याकडे येणाऱ्या पाहुण्यांना माझा हेवाच वाटत असे. ते मला म्हणत, 'तुम्ही एका मुलीला नाही, एका परीला जन्म दिलाय, देवाची दूतच आहे ही तुमची लेक.'

यज्ञाच्या दुसऱ्या दिवशी माझी ही लाडकी लेक तापाने फणफणायची. मला माहीत असायचं की, आपल्याकडे येऊन गेलेल्या लोकांची तिला दृष्ट लागली आहे. हातात मीठ मोहऱ्या घेऊन, तोंडाने परमेश्वराच नाव घेत घेत मी तिची दृष्ट काढून टाकत असे. दोन दिवसांनी खणखणीत बरी व्हायची ती, पुन्हा सगळीकडे आनंदाने वावरायला लागायची. तिच्या हसऱ्या, खेळकर स्वभावाने, तिच्या बालीश बडबडीने आपल्याला आनंद द्यायची आणि आता हे काय होऊन बसलंय तिला? इतकी कशी बदलली ती?"

स्वतःच्या दुःखाला आवरच घालता येत नव्हता विशिष्ठादेवींना! रात्री त्या नीट झोपूही शकल्या नाहीत! यशोधराबद्दलचे विचार त्यांचा पिच्छाच सोडत नव्हते.

विशिष्ठादेवींनी दार बाहेरून बंद करून घेतलं, तेव्हा यशोधरा थक्कच झाली होती; पण थोड्या वेळाने या गोष्टीचं दुःख किंवा काळजी वाटण्याऐवजी तिला हसूच आलं. किती विक्षिप्तपणे वागताहेत ही दोघं, असंच वाटत राहिलं तिला. 'किती हास्यास्पद वागणं आहे ताता आणि मांचं! मी समजूतदार आहे, माझं वागणं शहाणपणाचंच आहे, यावर मांचा पण का विश्वास बसत नाहीय?' तिच्या मनात आलं.

थोड्या थोड्या वेळाने तिला तिच्या तातांबरोबर झालेला वाद, त्याचं तिला कोंडून ठेवणं, तिच्या मांचं घाबरून तिच्यापासून दूर राहणं आणि पुन्हा एकदा बाहेरून दार लावून घेऊन तिला एकटं ठेवणं, या गोष्टी आठवत

होत्या तिला आणि त्याचं हसूही येत होतं. एका दासीने दार थोडंसं उघडून तिच्या भोजनाचं ताट आत सरकवलं, त्या वेळी यशोधरा जरा मोठ्यानंच हसली. तिला तसं हसताना बघून ती दासीही घाबरली आणि तिने दार घाईघाईनेच पुन्हा बंद करून घेतलं. नेमके त्याच वेळी बिंबानन महाराज तिथे आले आणि त्यांनी काय घडलंय ते तिला विचारलं. काहीसं घाबरतच तिने घडलेला प्रकार त्यांच्या कानावर घातला. यशोधराच्या या अवस्थेचा उच्चार जरी तिने कुणाजवळ केला, तर तिचा शिरच्छेद केला जाईल, अशी धमकीच दिली त्यांनी तिला. मान हलवूनच त्यांना होकार भरला तिने. तिथून ती निघाली, त्या वेळी भीतीने अक्षरशः थरथरत होती ती.

तिच्या दालनाबाहेर जो प्रकार घडला, त्याबद्दल यशोधरा अनभिज्ञच होती. यज्ञातला फोलपणा, त्याच्यासह येणारे अनिष्ट प्रकार आणि चालीरीती यांच्या बाबतीत चार समजुतीच्या गोष्टी सांगून आपल्या पित्याचं मन वळवावं आणि हे प्रकार यांनी थांबवावेत, अशी विनंती त्यांना करावी, या हेतूने खरं तर ती इथे आली होती; पण इथे घडत असलेले प्रकार तर विपरीतच आहेत, हे लक्षात आलं होतं तिच्या. आपल्या मूळ हेतूबद्दल शंका घेतली गेलीय, या विचाराने एक प्रकारचं औदासीन्य आलं तिला; पण त्यावर मात करायचं ठरवलं तिने. जे हातून सुटून गेलं होतं, त्यासाठी खेद करण्यानं आता काहीच साध्य होणार नव्हतं, याची जाणीव झाली होती तिला. एक गोष्ट मग तिने मनाशी पक्की ठरवून टाकली. तिचे मातापिता आणि ते करत असलेले विचित्र प्रकार याच्यात ती आता अजिबात गुंतून पडणार नव्हती. कारण, त्यांच्यातलं तिचं स्वारस्यच संपलं होतं. तिचं सारं लक्ष त्यानंतर सिद्धार्थच्या येण्याकडे लागलं. त्याच्या सहवासातच राहायचं होतं तिला इथून पुढे! तिच्या मनाला मग त्याच्या भेटीचाच ध्यास लागला.

'सिद्धार्थचे विचार, त्याच्या कल्पना, या गोष्टी कुणाला पटल्या नाहीत, तरी त्याच्या बौद्धिक क्षमतेविषयी कुणालाच शंका घेता येत नाही,' तिच्या मनात आलं. 'त्याला फक्त आध्यात्मिक बाबींची ओढ आहे, असंच सगळे समजतात. भिक्षू आणि चार्वाक यांच्या बाबतीतही असंच मानलं जातं. त्यांनी दिलेल्या शिकवणुकीशी लोकांना काहीही देणंघेणं नसतं. त्या शिकवणुकीविषयी त्यांच्या मनात जराही आस्था नसते; पण तरीही लोक त्यांना आदर्श माणसं समजतात. त्यांचे आचारविचार त्यांना उदात्त वाटतात. होऊ घातलेलं युद्ध थांबवण्यात सिद्धार्थ यशस्वी झाले. त्यांच्याऐवजी मी

दोन्ही पक्षांच्या मधोमध उभी राहिले असते, सिद्धार्थांनी त्यांना समजवलं, अगदी त्याच भाषेत तेच मुद्दे मी त्यांना पटवायला गेले असते, तर काय झालं असतं? त्यांनी नक्कीच मला वेड लागलंय, असा ग्रह करून घेतला असता. माझ्याकडे बघून ते उपहासाने हसले असते आणि कुणास ठाऊक; पण कदाचित मला त्यांनी दगडांनी ठेचून मारूनही टाकलं असतं; पण हे असंच का असतं? बौद्धिक क्षेत्रातलं स्त्रीचं असामान्य कौशल्य मान्य न करता लोक त्या कौशल्याची 'वेडेपणा', 'मूर्खपणा' अशी संभावना का करतात?

'एक सिद्धार्थच असे आहेत, जे मला त्यांच्या बरोबरीची एक बुद्धिमान व्यक्ती मानतात. माझ्या विचारांचा आदर ते करतात; पण इतर लोक नाही करत. त्यांच्यातल्या बहुतांश लोकांच्या दृष्टीने बुद्धिमंतांच्या जगात स्त्रीचं स्थान नगण्य आहे. जोपर्यंत स्त्रिया त्यांच्या मनाची गवाक्ष घट्ट मिटून घेऊन खालमानेनं स्वतःला फक्त घरकाम आणि कौटुंबिक कर्तव्य यांच्यातच बंदिस्त करून घेतात, तोपर्यंतच हा समाज त्यांचा आदर करतो; पण ज्या क्षणी एखादी स्त्री त्यातलं एखादं गवाक्ष थोडंसं उघडून त्यातून बाहेर डोकावण्याचा प्रयत्न करते, त्या क्षणी तिला वेड लागलं आहे, असं ठरवलं जातं आणि निर्मनुष्य जागेत तिला ढकलून तिथेच कोंडून घालण्यात येतं.

'अशा परिस्थितीत स्त्रियांनी बुद्धिमान व्यक्ती म्हणून स्वतःसाठी समाजात स्थान तरी कसं मिळवायचं? बाहेरच्या जगात त्यांना कुणी कधी पाऊल तरी टाकायला देणार आहे का? सिद्धार्थच कदाचित स्त्रियांना बाहेरच्या जगात संरक्षण देऊ शकतील; पण याबाबतीतले सिद्धार्थांचे विचार मात्र लोकांना कधीच पटणार नाहीत. पटवून देण्याचा त्यांनी कितीही प्रयत्न केला, तरीही! पण त्यांना पटवून देण्याआधी सिद्धार्थ स्वतः या गोष्टींच्या बाबतीत ठाम असायला हवेत. स्त्रियांमध्ये स्वतःची अशी वेगळी विचारशक्ती, निर्णयशक्ती असते, यावर त्यांचा खरंच विश्वास असेल का? कारण, ते स्वतःच कलामुनी आणि इतर भिक्षू मंडळींच्या प्रभावाखाली आहेत आणि या लोकांच्या मनात स्त्रियांविषयी काडीमात्र आदर नाही. त्यांच्या मनातल्या स्त्रीविषयक कल्पनांच्या बाबतीत सिद्धार्थ काहीसे साशंक आहेत, हे खरं आहे; पण तरीही ते पूर्णपणे स्त्रियांची बाजूच उचलून धरतील, याची खात्री कुठे आहे आपल्याला? कदाचित ते भिक्षू मंडळींच्याच बाजूने बोलतील...!'

सिद्धार्थांवर पूर्ण विश्वास टाकणं कितपत शहाणपणाचं ठरेल, यावरच यशोधरा मग किती तरी वेळ खूप खोलात जाऊन विचार करत राहिली.

'सिद्धार्थांनी सर्वप्रथम समाजात सर्वोच्च सन्मान मिळवायला हवा. समाजातलं त्यांचं स्थान बळकट व्हायला हवं. त्यासाठी रावांपासून रंकांपर्यंत आणि राजापासून भिकाऱ्यांपर्यंत सर्वांची मनं आधी त्यांनी जिंकून घ्यायला हवीत. त्यांचा अध्यात्माचा ध्यास पूर्ण होऊन फळाला येईल, त्या वेळीच हे शक्य होईल. परमार्थाचा त्यांचा शोध पूर्ण झाल्यावरच हे घडू शकतं. कारण, आजवर कुणालाही ते जमलेलं नाही. तोपर्यंत माझे विचार म्हणजे एका मूर्ख बाईची बडबड, अशीच त्यांची संभावना केली जाईल आणि तशी ती होऊ नये म्हणून कुणाजवळही त्यांचा उच्चार करणं टाळायला हवं. सिद्धार्थांजवळ मात्र मी माझे विचार उघड करू शकते. कारण, ते एकटेच माझ्या मनाची तळमळ, बौद्धिक क्षेत्रातल्या माझ्या विचारांची माझ्या मनातली खळबळ शांतवू शकतात; पण या घडीला ते कपिलवस्तूत आहेत. संधी मिळाल्याबरोबर मला त्यांच्याकडे परत जायलाच हवं. ज्ञानाची त्यांच्या मनातली आस आणखी प्रज्वलित करण्याचं काम मला तातडीने करायला हवं. मानवजातीच्या समस्त यातना दूर करण्याचा ध्यास त्यांनी घेतलाय. त्याच्या मनातला करुणेचा स्रोत जगातल्या सर्व माणसांपर्यंत झिरपत जावा, यासाठी जमतील ते सगळे प्रयत्न मला करायलाच हवेत. समाजासाठी आपण एक मार्गदर्शक म्हणून काम करावं, अशी कितीही प्रबळ इच्छा माझ्या मनात असली, तरी मी तशी मार्गदर्शक होऊ शकणार नाहीय, याची जाणीव आहे मला; पण एका मार्गदर्शकाचा मार्ग त्याच्या पावलांसाठी अधिक सुलभ करणं, एवढं तरी हाती आहे माझ्या आणि हेच ध्येय आहे माझ्या आयुष्याचं... हीच माझी सर्वांत उदात्त अशी महत्त्वाकांक्षा आहे.'

या एका निर्णयापाशी येऊन पोहोचली यशोधरा आणि तिच्या मनातलं विचारमंथन थांबलं. सकाळपासून ज्या मनस्तापातून ती जात होती, तो दूर झाल्यासारखं मोकळं, मुक्त वाटत राहिलं तिला. शब्दांमधून व्यक्त करताच येणार नाही, अशी शाश्वत सुखाची ही भावना आयुष्यात पहिल्यांदाच अनुभवत होती ती.

यशोधराच्या बाबतीतली काळजी मनाला पोखरत राहिली आणि ती सारी रात्र बिंबानन महाराजांनी जागूनच काढली. पहिली संधी मिळताच क्षणीच त्यांना यशोधराला त्यांच्या प्रासादातून बाहेर काढायचं होतं. यशोधराबद्दल त्यांच्या मनात वात्सल्यभावना नव्हती असं नाही. ती त्यांची लाडकी होतीच; पण एका स्त्रीला शोभणार नाही, अशी तिची विचारसरणी

त्यांना खोलवर कुठे तरी सलत होती. एक प्रकारची भीती त्यांच्या मनात तिच्या या विचारसरणीमुळे ठाण मांडून बसली होती. सिद्धार्थ आणि शुद्धोधनांना ताबडतोब येण्याविषयीचा निरोप धाडलेला होता त्यांनी आणि दुसऱ्या दिवशी सकाळी ते येतील, अशी अपेक्षा होती त्यांची.

'यशोधराला परत घेऊन जाण्यासाठी उद्या सकाळपर्यंत नक्की येतील ना ते?' त्यांच्या मनात येऊन गेलं. 'यशोधराला आम्ही कोलियाला पाठवलं, त्या वेळी तर ती चांगली आनंदात होती. एकाएकी तिची मनःस्थिती कशानं इतकी बिघडली?' असा प्रश्न त्यांनी उपस्थित केला तर आपण काय उत्तर देणार आहोत त्यांना? पण विचारलंच त्यांनी तसं तर सारा दोष सिद्धार्थला देऊन मी मोकळाही होऊ शकतोच. तो यज्ञांच्या पूर्ण विरोधात आहे, हे सगळ्यांनाच माहीत आहे. त्या सगळ्यांना हेही माहीत आहे की, भिक्षू मंडळींकडे त्याचं नियमितपणे येणंजाणं आहे. मी सांगू शकेन त्यांना की, यशोधरावर त्याचा जबरदस्त प्रभाव आहे. इतका जबरदस्त की, आपण एक स्त्री आहोत, याचाही विसर पडलाय तिला आणि ती मनाला येईल ते बोलत सुटलीय. त्याच्या या वेड्या ध्यासात त्याच्या मां गौतमीदेवी जर कधी अडकल्या नाहीत, तर यशोधराच का अडकावी? कारण, त्या दोघांमधलं पतीपत्नीचं नातं न जपता सिद्धार्थ तिच्या गुरूच्या भूमिकेत शिरला आहे. ती एक स्त्री आहे, ही वस्तुस्थिती तिला बाजूला ठेवायला लावून नको त्या विषयांचे धडे तो तिला देतो आहे.

'आता जे काही घडलंय, ते घडलं! आणि यात सारा दोष त्यांचाच आहे, त्यामुळे सारं काही निस्तरण्याची जबाबदारीही त्यांच्यावरच टाकणार आहोत आपण. त्यांनी तिला इथून लगेच घेऊन जावं, असं त्यांना बजावून सांगणार आहोत.'

त्यांच्या मनातला प्रश्नोत्तरांचा हा खेळ संपला आणि त्यांनी मनाशी जे ठरवलं, त्याने त्यांच्या मनावरचा थोडा भार हलका झाल्यासारखं वाटलं त्यांना; पण तरी काही तरी अजून सलत होतंच त्यांच्या मनाला. ते पूर्णपणे निश्चिंत होतंच नव्हतं.

'किती केविलवाणी परिस्थिती उभी राहिलीय आज आपल्यासमोर!' त्यांच्या मनात आलं. 'आपल्या लेकीची ही अशी अवस्था होईल, असं कधी मनातही आलं नव्हतं आपल्या. इतक्या प्रेमानं, इतक्या लाडाकोडात वाढवलंय आपण तिला, ते आज तिला असं वेड लागलेलं बघण्यासाठी

तर निश्चितच नव्हतं ना? चिमुकल्या यशोधरेला अंगाखांद्यावर खेळवलंय आपण. किती तरी वेळा तिला कडेवर घेऊन फिरत होतो. तिच्या डोळ्यांमध्ये झोप मावेनाशी होत असे, त्या वेळी तिला कुशीत घेऊन, थोपटून, अंगाई गाऊन झोपवत होतो. तिला ज्याची ज्याची गरज भासेल, ते सारं तिच्या ओंजळीत ठेवत आलोय आपण आजवर; पण आपल्या या लाडक्या, गुणी लेकीने आपणहून कधी कुठल्याच मागण्या केल्या नव्हत्या. तिने मागितला, तो सिद्धार्थ; पण आता हीच माझी पोर माझ्यासमोर वेड्यासारखी वाटेल ते बरळत सुटलीय. हा कसला दैवदुर्विलास आहे? माझ्या लाडक्या लेकीला मी आणखी काही दिवस माझ्याजवळ ठेवूनही घेऊ शकत नाहीय.

'इथून पुढे फार काळ आपण लोकांपासून वस्तुस्थिती लपवून ठेवू शकणार नाही आहोत. त्या दासीला आधीच यशोधराच्या मनःस्थितीची जाणीव झालीय. तिला काही तरी संशय आलेलाच आहे. तिची जीभच छाटून टाकायला हवी. यशोधरामुळे, तिच्या या वागण्यामुळे लोकांनी आपल्यावर ठपका ठेवला, तर आपल्याला सहनच होणार नाही ते. पुरोहितांच्या कानावर हा सगळा प्रकार गेला, तर आपली मनःशांती पार हरपणार आहे. यशोधराच्या मानगुटीवर बसलेलं हे भूत उतरवण्याच्या निमित्ताने आणखी एक यज्ञ आपल्याला करायला लावतील ते आणि आपल्या साऱ्या संपत्तीचं हरण करतील.'

पुरोहितांच्या बाबतीतला हा विचार त्यांच्या मनाला स्पर्शून गेला आणि त्यांच्या स्वतःच्याही नकळत एक सत्य लखकन त्यांच्या मनात चमकलं. यज्ञ आणि यागांच्या निमित्ताने भटजी आणि पुरोहित मंडळी लोकांच्या संपत्तीचं कायमच हरण करत असतात! पण त्याक्षणी बिंबानन विचाराविचारांनी इतके थकलेले होते की, या सत्याची शहानिशा करण्याइतकं, त्यावर खोलात शिरून अधिक विचार करण्याइतकं त्राणच त्यांच्यात उरलेलं नव्हतं.

———

त्या रात्री शुद्धोधन महाराज आणि सिद्धार्थ, दोघंही झोपेविना तळमळतच होते. त्यांच्या सुनेला त्यांनी कोलियाला पाठवल्यानंतर लगेचच त्यांना तिकडे येण्यासाठी निरोप का पाठवला गेलाय, तेच शुद्धोधन महाराजांना कळत नव्हतं. सिद्धार्थलाच फक्त घाईनं बोलावून घेतलं असतं, तर ते एक

वेळ शुद्धोधन समजू शकले असते; पण त्यांना का बोलावणं धाडलंय आणि तेही इतक्या तातडीने, ते त्यांच्या लक्षातच येत नव्हतं.

कोलियाला इतक्या लवकर जाण्याचं यशोधराचं कारण सिद्धार्थला माहीत होतं, त्यामुळे त्याला आणि शुद्धोधनांना लवकर बोलावून घेतलं आहे, याचं त्याला फारसं नवल वाटलं नाही; पण यशोधरा तिथे पोहोचल्यानंतर नेमकं काय घडलंय, ते कळलं नसल्याने तो थोडा काळजीत पडला होता. एक गोष्ट तो मनोमन जाणून होता की, यज्ञ न करण्याच्या यशोधराच्या कल्पनेला तिच्या तातांकडून मान्यता मिळणं शक्यच नव्हतं; पण याबाबतीत प्रयत्न करून बघण्याची तिची उत्सुकता एवढी जबरदस्त होती की, तिला इतक्या लवकर तिथे जाऊ नको म्हणणं त्याला अवघडच गेलं होतं.

पण आता त्याला तिची काळजी वाटायला लागली होती. ती कुठल्या तरी विचित्र परिस्थितीत सापडलेली असावी, अशी भीती वाटत होती त्याला. या क्षणी तिथे जाऊन तिला मदत करायला हवी, असंच त्याचं मन त्याला सारखं सांगत होतं. शक्य असेल, तर त्याला तिला परत कपिलवस्तूला आणायचं होतं. रात्र संपून दिवस उजाडेपर्यंत धीर धरणंसुद्धा नकोसं वाटत होतं त्याला.

यशोधरा कोलियाला गेली, त्याची आदली रात्र त्याला आठवली. संपूच नये असं वाटणारी ती रात्र बघता बघता संपून गेली होती. त्या रात्री यशोधरा खूप आनंदात होती. कदाचित, ती माहेरी जाणार होती, तिच्या मातापित्याना भेटणार होती, त्याचाच आनंद पसरला असावा तिच्या चेहऱ्यावर.

''आपल्याशिवाय दहा दिवस कसे काढणार आहे मी, तेच कळत नाहीय मला,'' सिद्धार्थच्या मिठीत शिरत तिनं प्रीतीने ओथंबलेल्या स्वरात म्हटलं होतं.

''इतका त्रास होतोय तुला, मला सोडून जाताना? पण तुझ्या चेहऱ्यावरून तर जराही वाटत नाहीय तसं! माहेरी जायला तू खूप उत्सुक आहेस, असंच सांगतोय तुझा चेहरा,'' त्याने म्हटलं.

''मला नाही माहीत, कसला आनंद आहे तो... कदाचित मी मांला भेटणार आहे म्हणूनही असेल; पण खरं सांगू? मनातून घाबरलेय मी. आनंद आणि काळजी यांचं द्वंद्व सुरू आहे माझ्या मनात,'' स्वतःच्या या विचित्र मनःस्थितीबद्दल तिला स्वतःलाच काही कळेनासं झालं होतं.

''मला नाही वाटत तसं. मला नीट निरखून पाहू दे तुझ्याकडे. तू म्हणते आहेस त्या द्वंद्वांचा आवाजही मला अगदी जवळून ऐकू दे.''

बोलता बोलता सिद्धार्थने तिचा चेहरा आपल्या ओंजळीत घेतला आणि तिच्या डोळ्यांत खोलवर पाहिलं त्याने. तिच्या वक्षस्थळांवर डोकं टेकवून त्याने तिच्या हृदयाचं स्पंदनही ऐकलं. आपले हात सिद्धार्थच्या गळ्यात घालून यशोधरानं त्याला स्वतःच्या आणखी समीप ओढून घेतलं.

परस्परांच्या त्या हव्याहव्याशा वाटणाऱ्या स्पर्शात, त्या मोहवून टाकणाऱ्या मिठीत रममाण झालेल्या त्या दोघांनाही आजूबाजूच्या जगाचा मग पुरता विसर पडला होता आणि दुसऱ्या दिवशीच्या यशोधराच्या प्रवासाला निघण्याचाही! परस्परांबरोबरच्या त्या मिलनाने त्यांना वेळ काळाचंही भान उरलं नव्हतं. रात्र संपून पहाट कधी झाली हेही त्यांना कळलं नाही.

पण त्या दिवशी भरभरून घेतलेल्या सुखाच्या आठवणी या वेळी त्याच्या मनातल्या काळज्या दूर करण्यासाठी पुरत्या असमर्थ ठरल्या होत्या. यशोधराच्या तातांनी आपल्याला आणि आपल्या तातांना इतक्या तातडीने का बोलवून घेतलं असावं, या प्रश्नाचं उत्तरच मिळत नव्हतं त्याला. हे काही तरी विचित्र गूढ आहे, ही भावना मनातून जायलाच तयार नव्हती.

सारी रात्र तळमळूनच काढली त्याने.

———

शुद्धोधन महाराज आणि सिद्धार्थ यांचं बिंबानन महाराजांनी अगदी थाटात स्वागत केलं. ते त्यांचे फक्त पाहुणेच नव्हते, तर त्यांच्याशी बिंबाननांचं अतिशय जवळचं नातं होतं. त्यांचे शेजारी, नातेवाईक आणि त्यांची स्नेही मंडळीही आवर्जून सिद्धार्थला भेटायला आलेली होती. कारण, बऱ्याच काळानंतर बिंबाननांचे जामात त्यांच्याकडे आले होते. सिद्धार्थजवळ जाऊन ते सर्व जण त्याला भेटले, त्याचं क्षेमकुशल विचारलं त्यांनी आणि आनंदाने त्याचा निरोप घेऊन ते निघून गेले. संध्याकाळपर्यंत लोकांचं येणं जाणं, भेटणं सतत चालूच राहिलं.

जराही न कंटाळता, न चिडता, न थकता सिद्धार्थनेही या सगळ्यांना शुभेच्छा दिल्या. त्यांना मनापासून भेटला तो; पण सारा वेळ त्याची नजर यशोधरालाच शोधत होती. ती त्याला भेटायला पुढे का आली नव्हती,

तेच कळत नव्हतं त्याला. मनातून तिची काळजीही वाटत होती. आपण आल्यानंतर इतके तास उलटून गेल्यावरही तिला आपल्याला भेटायला का यावंसं वाटलं नसेल, हा प्रश्न सतत अस्वस्थ करत होता त्याला. तिचे मातापिता आणि ती जिथे लहानची मोठी झाली ते घर, यांच्यात इतकी रमून गेलीय का ती की तिला आपला विसर पडावा? आपल्या भेटीची जराही ओढ वाटू नये? तिन्हीसांजांच्या अंधूक प्रकाशाला बाजूला सारून एव्हाना रात्रीच्या काळोखाने आपले हातपाय पसरलेले होते. एकामागून एक पाहुणेही आपापल्या घरी परतले होते.

सर्व मंडळी निघून गेल्यानंतर बिंबानन सिद्धार्थ आणि शुद्धोधन महाराजांना पाहुण्यासाठी खास राखून ठेवलेल्या दालनात घेऊन गेले. त्या दोघांनीही आरामात बसून घ्यावं, असं त्यांना सांगून ते स्वतः मात्र त्यांच्या समोर उभेच होते. यजमानांनाच बसायला कसं सांगावं, याचा क्षणभर शुद्धोधनांना संभ्रमच पडला; पण तरीही त्यांच्यासमोर बिंबाननांच अवघडून उभं राहणं त्यांना अस्वस्थ करत होतं. बिंबाननांही बसून घ्यावं, अशी विनंती शुद्धोधन महाराजांनी शेवटी त्यांना केलीच.

त्यांचे आभार मानून बिंबाननही बसले आणि अत्यंत नम्र, स्वरात त्यांनी म्हटलं, ''मला जे आपल्याशी बोलावं लागतंय, त्याबद्दल मी आधी आपली क्षमा मागतो; पण आपल्याला उद्याच्या उद्याच आपल्या स्नुषेला घेऊन कपिलवस्तूला परत जाणं भाग आहे. मला सांगताना अतिशय क्लेश होत आहेत की, तिची मानसिक स्थिती फारशी चांगली नाहीय. आपल्याला दोघांनाही याची कल्पना असावी, याची मला खात्री आहे.''

सिद्धार्थ बसल्या जागेवरून ताडकन उठला. स्वतःच्या श्वशुरांकडे बघत त्याने काळजीच्या स्वरात विचारलं, ''कुठे आहे यशोधरा? मला तिला ताबडतोब भेटायचं आहे.''

''इतके अधीर, इतके उतावीळ होऊ नका सिद्धार्थ. तुम्हाला भेटेलच ती,'' सिद्धार्थला परत बसायला सांगत बिंबानन म्हणाले. ''पण त्या आधी माझं बोलणं शांतपणे ऐकून घ्या. काल माझ्याशी फार कडवटपणे बोलली ती. मी ज्या यज्ञाचं आयोजन केलं आहे, तो यज्ञ आता अवघ्या काही दिवसांवर येऊन ठेपलाय. त्याच्या विरोधात वाटेल ते बोलली ती. जे सन्माननीय पुरोहित आणि पंडित लोक हा यज्ञ करणार आहेत, त्यांच्याविषयी अत्यंत अनादराने नको ते शब्द वापरून बोलत होती ती. आमच्या देवदेवतांची

निर्भर्त्सना केली तिने. गरीब मजूर आणि गुलाम यांची बाजू घेऊन स्वतःच्या पित्याशी आवाज चढवून बोलण्याचंसुद्धा धाडस केलं तिने. ही सगळी वेड लागल्याचीच लक्षणं आहेत, असं नाही वाटत आपल्याला दोघांना? तिच्या विवाहापूर्वी अशा तऱ्हेनं ती आमच्याशी कधीही बोलली नव्हती. या साऱ्याची सुरुवात कपिलवस्तूतच झाली असणार याची खात्री आहे आम्हाला आणि आमच्या मते याला सिद्धार्थच जबाबदार आहेत. उद्या आपण तिला येथून घेऊन जावं. तिच्या अशा तडकाफडकी इथून निघून जाण्याचं कारण आम्ही विचार करून ठरवू.''

त्यांचं बोलणं ऐकून सिद्धार्थचा जीव अक्षरशः कासावीस झाला.

''तिला वेडी किंवा मूर्ख ठरवू नका तात...,'' सिद्धार्थनं बिंबाननांना म्हटलं. ''यज्ञामुळे होणाऱ्या वाईट परिणामांबद्दलच बोलायला ती इथे आली आहे, हे ठाऊक आहे मला. तेच आपल्याला पटवून देण्याची इच्छा होती तिची. हा यज्ञ मानवजातीच्या यातनांचा विचार करून आपण थांबवावा, असं वाटत होतं तिला. आपल्याशी ती जे बोलली, ते बोल वेडाच्या झटक्यातून आलेले नव्हते तात. ते तिच्या सुसंस्कृत बुद्धिमत्तेचं लक्षण आहे. माझ्या विचारांपेक्षाही तिचे विचार अधिक श्रेष्ठ आहेत.''

''विचार? आणि तेही एका स्त्रीचे? नाही सिद्धार्थ... तुम्ही चुकता आहात. मला माझ्या पुत्रासारखेच आहात तुम्ही म्हणून तुम्हाला सांगतो. स्त्रियांना कळतात, त्या फक्त भावना आणि वासना! कोणत्याही बाबतीत त्यांनी खोलात जाऊन विचार केला की, त्या मूर्खासारखंच वागतात आणि बोलतातही!''

''आपलं हे बोलणं आणि आपले विचार, दोन्ही योग्य नाही. इतर स्त्रियांच्या बाबतीत मला काही माहिती नाहीय. बौद्धिक आणि आध्यात्मिक विचारांचा त्यांना काही उपयोग झाला नसेलही; पण यशोधराचं व्यक्तिमत्त्व अशा विचारांनी समृद्ध, संपन्न झालेलं आहे. ती एक असामान्यांमधली असामान्य अशी व्यक्ती आहे. ती जे बोलली त्यात अयोग्य किंवा चुकीचं काय आहे? माझंही मत तिच्यासारखंच आहे. यज्ञ करणं हा शुद्ध वेडेपणा आहे. तुमचे देव फक्त नोकर आणि गुलाम यांच्या गायीगुरांचे बळी दिले, तरच प्रसन्न होतात का? गोरगरिबांच्या मुखातला अन्नाचा घास काढून घेऊन त्या अन्नाची यज्ञाच्या ज्वाळांमध्ये राख केल्याशिवाय तुमच्या या देवांची क्षुधा शांतच होऊ शकत नाही का? धार्मिक सणसमारंभ आणि त्यांच्या

अनुषंगाने येणारी कर्मकांड करून ब्राह्मणांना भरगच्च दान-दक्षिणा दिली नाही, तर ते असंतुष्टच राहतात का? कोणत्या प्रकारचे देव आहेत हे? आणि जर ते खरंच अस्तित्वात असतील, तर त्यांच्या मनातली करुणा, ही महासागराइतकीच खोल आणि त्याच्यासारखी महान असायला हवी.

''आणि आणखी एक सांगतो तात... त्यांच्यातल्या करुणेचा वर्षाव दुःख आणि यातना सोसणाऱ्या या पृथ्वीवरच्या सर्व प्राणीमात्रांवर, इथल्या असाहाय्य माणसांवर व्हायला हवा; पण आपण अशा दृष्टीने या साऱ्याकडे बघता का कधी? कधी जाणून घेतल्या आहेत आपण या गोष्टी? साऱ्या जगाच्या भल्याचा शहाणपणाने विचार करणाऱ्या यशोधराला मात्र वेड लागलंय, असं आणि फक्त असंच समजता आहात आपण. तिचे विचार आपल्याला पटत नसतीलही; पण आपण ज्यांचा स्वीकार करू शकत नाही, ते सारेच विचार वेडगळ असतात किंवा तसे विचार व्यक्त करणारी व्यक्ती मूर्खच असते, असं नाहीय! आपण मला आत्ता, या क्षणी यशोधराकडे घेऊन चलावं...''

नेमकी समस्या काय आहे, ते आता शुद्धोधन महाराजांच्या लक्षात आलं आणि त्यांच्या मनाची अस्वस्थता कमी झाली. सिद्धार्थ ही समस्या योग्यप्रकारे सोडवेल, याची खात्री होती त्यांना.

''तुमचं म्हणणं काय आहे सिद्धार्थ? देव अस्तित्वातच नाहीत?'' बिंबाननांना त्यांच्यातला आणि सिद्धार्थमधला वादविवाद एवढ्यात संपवायचा नव्हता.

''मला नाही माहीत; पण मी एवढं मात्र खात्रीपूर्वक सांगू शकतो की, तो जर अस्तित्वात असलाच तर ब्राह्मण, पुरोहितांची मदत घ्यावी लागेल, इतका दुबळा असूच शकणार नाही आणि मला आपण एक सांगावं की, तो असा दुबळा, कमकुवत असलाच, तर गंभीर समस्यांमधून बाहेर पडण्यासाठी माणसांना तो साहाय्य कसा करू शकेल?''

जगात देवच नाहीय, ही कल्पनासुद्धा बिंबाननांना सहन होईना. पायाखालची जमीनच खचल्यासारखं वाटायला लागलं त्यांना. त्यांच्या जीवाचा अक्षरशः थरकाप झाला.

''मला यशोधराला भेटायलाच हवं... अगदी आत्ताच, या क्षणी भेटायचंय मला तिला,'' दाराच्या दिशेने पावलं टाकत सिद्धार्थने म्हटलं.

''चला, जाऊ या आपण...!'' यशोधराच्या दालनाकडे सिद्धार्थला घेऊन जाता जाता बिंबानन म्हणाले. ''एक नव्हे, तर दोन नास्तिक, देवाचा अपमान करणाऱ्या लोकांपासून सुटका तरी होईल माझी त्यानंतर!''

यशोधराच्या दालनात सिद्धार्थने पाऊल टाकल्याबरोबर दालनाचं दार बंद केलं गेलं. ते दालन तसं बरंच मोठं होतं आणि दिव्यांचा प्रकाश इतका मंद होता की, क्षणभर सिद्धार्थला तिथलं काही स्पष्ट दिसलंच नाही. जेव्हा त्याची नजर स्थिरावली, तेव्हा तिला शोधायला त्याने सर्वत्र नजर टाकली.

खोलीच्या मध्यावर पांढऱ्या शुभ्र कापडाने आच्छादलेला मंच दिसला त्याला आणि त्यावर फिक्या गुलाबी वस्त्रांमध्ये असलेली आणि गाढ झोप लागलेली यशोधराही दृष्टीस पडली त्याच्या. नाजूक, सुकुमार फुलांच्या हारासारखी वाटली त्याला ती. तिचा किंचितसा हसरा, तजेलदार चेहराही नजरेला पडला त्याच्या. तिच्या चेहऱ्यावरचे ते मोहक भाव बघताना त्याच्या मनात आलं, नुकतंच एखादं सुंदर, हवंहवंस स्वप्न पडून गेलं असावं तिला!

तिच्याबद्दलची करुणा आणि तिच्याविषयीचं प्रेम, दोन्ही दाटून आलं त्याच्या मनात. तो तिच्या शेजारी बसला आणि हळुवारपणे तिचं मस्तक त्याने त्याच्या मांडीवर घेतलं.

''यशू...'' त्याने हलकेच हाक मारली तिला.

''आपण आलात?'' अजूनही झोपेच्या अंमल असलेल्या स्वरात तिने विचारलं आणि ती त्याच्या बाहुपाशात शिरली.

आपल्याला तिला खूप काही तरी विचारायचं आहे, याचाच विसर पडला त्याला आणि त्याला खूप काही सांगायचं आहे हे यशोधराही त्याच्या मिठीत विरघळून जाताना साफ विसरली; पण खरं तर ते विसरणं नव्हतंच! त्या दोघांसाठीही आभाळ मोकळं, निरभ्र झालेलं होतं.

दुसऱ्या दिवशी सकाळी शुद्धोधन आणि सिद्धार्थ यशोधराला घेऊन कपिलवस्तूसाठी रवाना झाले.

कोलियाहून परतल्यानंतर शुद्धोधनांनी तिथे काय काय घडलं, ते गौतमीदेवींना सांगितलं. यशोधराच्या स्वभावातल्या ज्या काही गोष्टी एव्हाना गौतमीदेवींच्या लक्षात आल्या होत्या, त्यांच्याबद्दल गौतमीदेवींही

शुद्धोधनांशी बोलल्या. सिद्धार्थचा स्वभाव, आयुष्याकडे बघण्याचा त्याचा दृष्टिकोन आणि आध्यात्मिकतेकडे झुकणारा त्याच्या मनाचा कल, या गोष्टी त्याच्या लग्नानंतरही बदललेल्या नाहीत, याची जाणीव त्या दोघांनाही झाली होती. हताशपणे दोघंही एकमेकांकडे बघत जरा वेळ तसेच बसून राहिले. स्वतःचं आयुष्य बदलण्याचा, त्याला एक सुंदरसा घाट देण्याचा विचारही न करता तो आता यशोधराचंही आयुष्य त्याच्यासारखं घडवण्याचा प्रयत्न करतोय, याचं वैषम्य त्या दोघांच्याही मनात दाटून आलं होतं. त्यांच्या घराण्याला आता यशोधरानं वारस द्यावा, अशी आस त्या दोघांच्याही मनाला लागलेली असतानाच शारीर सुखाच्या बाबतीतली तिची उदासीन वृत्ती त्यांच्या लक्षात यायला लागली होती. घराण्याच्या वारसाचं जन्माला येणं, नातवंडं बघण्याची त्यांच्या मनाची आस, हे सारं मृगजळच ठरल्याची खंत त्या दोघांच्याही मनाला वेढून बसली.

शारीर सुखाची सिद्धार्थला असलेली नावड खूप आधीपासून त्यांच्या लक्षात आलेली होती. त्याच वेळी त्याचा अध्यात्माकडे असलेला कलही त्यांना जाणवला होता; पण या दोन्ही गोष्टींची आता पुन्हा एकदा नव्यानं टोचणी लागली त्यांच्या मनाला.

गौतमीदेवींची मनःस्थिती काहीशी दोलायमान झाली होती. यशोधरावर चिडावं, तिला याबाबतीत चार खडे बोल सुनवावेत की, तिची कीव करावी, तेच कळेनासं झालं होतं त्यांना!

सिद्धार्थच्या लग्नापासून अगदी अलीकडच्या काळापर्यंत गौतमीदेवी ही गोष्ट गृहीतच धरून चालल्या होत्या की, दोघं अगदी खऱ्याखुऱ्या पतीपत्नींसारखं वैवाहिक जीवन जगत आहेत; पण आता तर हे सत्य पुढे आलं होतं की, त्याचं परस्परांवर कितीही प्रेम असलं, तरी त्यात शरीरसुखाला कुठेच जागा नव्हती. आध्यात्मिक अनुभवांचीच फक्त देवाण-घेवाण होत होती त्यांच्यात! या सत्याने त्यांना मोठाच धक्का दिला.

आपण दोघंही शरीरसुखाच्या अनुभवांना पारखे होतो आहोत, याची जाणीव तरी आहे का त्या दोघांना? नेमकं काय आहे, ते जाणून घेण्यासाठी त्या तळमळत होत्या; पण त्या दोघांबरोबर या विषयावर बोलणं तरी त्यांना कुठे शक्य होतं?

मनातल्या मनात खूप हताश वाटत राहिलं त्यांना.

यशोधरा त्यांना भेटायला त्यांच्या दालनात गेली, त्या वेळी त्यांना झोप लागलीय, असंच भासवलं त्यांनी. तिच्याशी बोलण्याची कल्पनाच सहन होत नव्हती त्यांना. अपमानित झाल्याची भावना मनात घेऊनच यशोधरा त्यांच्या दालनातून परतली. आपल्याविषयी त्यांचं मन कलुषित झालंय, हे लक्षात आलं होतं तिच्या. 'फक्त सिद्धार्थच आपल्याला समजून घेऊ शकतात, आपल्या मनाला दिलासा देऊ शकतात,' तिच्या मनात आलं.

यशोधरा माहेरी गेली, त्या वेळी तिथे जे घडलं होतं, त्याची कुणाजवळही वाच्यता करणं सिद्धार्थला नकोसंच वाटत होतं. तिच्या तातांनी यज्ञ करू नये म्हणून त्यांचं मन वळवण्यासाठी ती कोलियाला गेली होती; पण त्यात तिला यश आलं नव्हतं. सिद्धार्थनं ही गोष्ट इतरांना सांगितली असती, तर कदाचित त्यात कमीपणा वाटला असता तिला; पण ती जणू काही कोलियाला गेलीच नव्हती, अशाच तऱ्हेनं वागत राहिला तो.

कोलियाहून कपिलवस्तूला परतल्यापासून यशोधराला खूप थकवा आला होता. तो थकवा शारीरिक होता, तेवढाच मानसिकही होता. प्रवासाची दगदग तर जाणवलीच तिला; पण त्याहूनही अधिक कोलियात घडलेल्या गोष्टींनी तिला थकवलं होतं. दरम्यानच्या काळात तिच्याशी वागण्याची गौतमीदेवींची तऱ्हाही काही तरी वेगळीच झाल्याचं लक्षात आलं होतं तिच्या!

परतल्यानंतरच्या तिसऱ्या दिवशी रात्री ती सिद्धार्थबरोबर असताना तिने त्याच्याजवळ आपलं मन मोकळं केलं.

''मला वेड लागलंय, असाच गैरसमज करून घेतला होता माझ्या तातांनी. यज्ञाच्या अनुषंगाने जे जे अनिष्ट प्रकार येतात, त्यांच्याबद्दल त्यांना सांगायचा मी खूप प्रयत्न केला; पण तो माझा निव्वळ मूर्खपणा आहे, असंच मला सांगत राहिले ते आणि त्यामुळेच माझ्या भावनांचा एवढा प्रक्षोभ झाला. आवरूच शकले नाही मी स्वतःला,'' तिनं म्हटलं.

तिच्या खांद्यावर हलकेच थोपटत सिद्धार्थने तिला दिलासा देण्याचा प्रयत्न केला.

''जे काही घडलंय, ते सगळं मला आठवावंसंही वाटत नाहीय आणि आपल्यालाही ते ऐकवावं असं वाटत नाहीय; पण या सगळ्याकडे बघण्याचा माझा दृष्टिकोन आणि ज्या निर्णयापर्यंत मी येऊन पोहोचलेय,

तो माझा निर्णय, एवढ्याच बाबतीत मला बोलायचंय आपल्याशी,'' तिने गंभीर स्वरात म्हटलं.

''कोणत्याही स्त्रीचा एक बुद्धिमान स्त्री म्हणून स्वतंत्रपणे आणि रास्त पद्धतीने स्वतःची मतं मांडू शकणारी एक व्यक्ती म्हणून आपला समाज कधीही विचार करू शकणार नाही, हे सत्य मी स्वीकारलं आहे. कोणत्याही गोष्टीच्या खोलात जाऊन आणि स्वतःची हुशारी वापरून काही शोधून काढण्याची तिच्यात क्षमता नसते, असं समाज गृहीतच धरून चालतो. आम्हा स्त्रियांना स्वतःच्या पायावर उभं राहण्यासाठी, आमच्या बुद्धीचा वापर करण्याची संधी मिळण्यासाठी बहुधा हजारो वर्षं वाट बघावी लागणार आहे आणि हे त्याच वेळी घडेल, जेव्हा स्त्रियांच्या व्यक्तिमत्त्वातले सत्य शोधून काढून आपण ती जगापुढे मांडाल. ज्ञानाकडे नेणाऱ्या मार्गांची कवाडं त्यांच्यासाठी उघडाल आणि त्यावरून चालत जाऊन पुरुषांसाठी राखून ठेवलेल्या रिंगणांमध्ये पाऊल टाकण्याची अनुमती त्यांना द्याल!''

बोलता बोलता यशोधराने सिद्धार्थकडे पाहिलं. त्यानं फक्त मानेनेच तिनं पुढे बोलावं, असा संकेत तिला दिला.

''इथून पुढे, माझे विचार कधीही चार लोकांपुढे मांडायचे नाहीत, असं ठरवलं आहे मी,'' तिनं म्हटलं. ''आपण दोघांनी एकत्रितपणे समाजापुढे येणं मला तरी शक्य दिसत नाहीय. कारण, त्याचा काहीही उपयोग होणार नाही. उलट त्यामुळे आपला मार्ग अधिक दुष्कर होईल. जी गोष्ट आपल्याला साध्य करायची आहे, तिला अधिक विलंब लागेल.''

तिच्या बोलण्याचं नवल वाटल्यासारखं सिद्धार्थने तिच्याकडे काहीसं गोंधळून बघितलं.

''आता आपण आपलं कार्य अधिक काळ रेंगाळत ठेवू नये, असं वाटतंय मला,'' तिनं त्याला सांगितलं. ''ज्ञानाच्या मार्गावरून पुढे जायचं असेल, तर मागचे सारे पाश तोडून टाकायला हवेत आपल्याला. मानवाला भोगाव्या लागणाऱ्या यातनांपासून त्याला मुक्ती मिळेल, असा उपाय आपण शोधून काढावा. अज्ञानाच्या अंधकारातून बाहेर काढून जगाला योग्य त्या मतप्रणालीच्या लख्ख प्रकाशाकडे आपण घेऊन जावं.''

सिद्धार्थ टक लावून तिच्या चेहऱ्याकडे बघत राहिला काही काळ. ती जराही उत्तेजित झालेली नव्हती. रागवल्यासारखीही दिसत नव्हती ती! मनात

कसलीही खळबळ दिसत नव्हती तिच्या! तिच्या शब्दाशब्दांमधून फक्त तिची तळमळ व्यक्त होत होती आणि डोळ्यांमध्ये शांत, प्रसन्न भाव होते!

''माझ्याही मनात तेच आहे यशोधरा!'' स्वतःच्याच विचारांमध्ये हरवून गेलेल्या सिद्धार्थने म्हटलं. ''पण सारे पाश, सारे बंध तोडून बाहेर पडणं इतकं सोपं आहे का?''

''बरोबर आहे आपलं म्हणणं. ते अजिबात सोपं नाहीय; पण हे घडणं फार गरजेचं आहे. आजपासून आपलं ध्यान आपण पूर्णपणे याच्यावरच केंद्रित करावं. माझा आपल्याला पूर्णपणे पाठिंबा आहे.''

''आणि आपलं नातं? आपल्यातले हे बंध? त्यांचं काय?'' त्याने विचारलं आणि तिच्या प्रतिक्रियेसाठी थांबला तो.

''आजपासून आपल्यातले हे बंधं, आपलं नातं असणं किंवा नसणं फारसं महत्त्वाचं मानायचं नाहीय आपण,'' निर्णायक स्वरात तिनं सिद्धार्थला सांगितलं.

सिद्धार्थ गप्प होऊन गेला.

''आपल्या मनाची घालमेल मी समजू शकते; पण माझ्यासाठी आपण ती मनातून काढून टाकावी,'' तिनं म्हटलं. ''आणि आपल्या मातापित्यांमध्येही आपण आपला जीव गुंतवून ठेवू नये. त्या दोघांची जबाबदारी इथून पुढे माझ्यावर असणार आहे. माझ्या स्वतःच्या अपत्यांप्रमाणे त्यांचा सांभाळ करेन मी. त्यांना जपेन. हे कर्तव्य मी माझ्यावर लादून घेतलंय आणि माझ्या स्वतःच्या समाधानासाठी ते लादून घेतलंय मी.''

''यावर इतक्या खोलात जाऊन विचार करत बसू नकोस आणि इतकी अस्वस्थही होऊ नकोस यशू!'' सिद्धार्थनं म्हटलं. ''जरा शांत राहा.''

बोलता बोलता तो उठला.

यशोधराच्या लक्षात आलं की, त्याच्या ध्यानधारणेची वेळ झाली आहे.

सिद्धार्थ गेल्यावर यशोधरा जमिनीवर बसली आणि तिने पद्मासन घातलं. स्वतःचं सारं चित्त ध्यानधारणेवर एकाग्र करण्याचा बराच प्रयत्न केला तिने; पण साध्यच होईना ते तिला. त्रास देणारे, छळणारे असंख्य विचार वारंवार मनात घोंघावत होते. तिच्या मनाला दुबळं करून टाकत होतं. त्यांना दूर सारण्याचा निकराचा प्रयत्न केला तिने; पण त्यात यशच

येत नव्हतं तिला. हताश होऊन तिने ध्यानधारणेला बसण्याचा विचार सोडून दिला आणि तिथे जमिनीवरच आडवं पडून तिनं झोपेची आराधना सुरू केली. तासाभराने सिद्धार्थ परतला. हळुवारपणे त्याने तिच्या डोक्याखाली उशी सरकवली. तिच्या शेजारीच तोही आडवा झाला. बघता बघता शांत झोपही लागली त्याला.

त्या दिवसापासून धरणीमातेच्या कुशीत तिलाच मऊ बिछाना समजून झोपायला त्यांनी सुरुवात केली. दासींकडून हे गौतमीदेवींच्या कानांवर गेलंच. त्यांच्या डोळ्यांत अश्रूच दाटून आले हे ऐकून; पण तरीही त्या दोघांनी स्वतःला ही सवय का लावून घेतलीय, याबद्दल एका अक्षरानेही त्यांनी यशोधराला कुठलेच प्रश्न विचारले नाहीत.

दिवसांमागून दिवस मागे पडत असतानाच सिद्धार्थच्या लक्षात येत होतं की, यशोधरामध्ये, तिच्या वागण्यात बोलण्यात बदल होतोय. अगदी कळेल, न कळेल इतका सूक्ष्म होता तो बदल; पण त्याला तो जाणवत होता. तिचं वागणं, तिचं सगळ्यांशी बोलणं यांच्यातून त्याच्या लक्षात येत होतं की, यशोधरा पूर्वीपेक्षा अधिक शांत झालीय. तिचे विचार अधिक गंभीर झाले आहेत. तिच्या विचारांमध्ये अधिक परिपक्वता, अधिक खोली आली आहे. तिचं खाणंपिणंही खूपच कमी झाल्याने ती रोडावत चाललीय, हेही लक्षात आलं होतं त्याच्या.

'मंदिरात मला भेटलेली यशोधरा आणि आज माझ्याभोवती वावरणारी यशोधरा... जमीन अस्मानाचा फरक आहे या दोन यशोधरांमध्ये!' त्याच्या मनात येऊन गेलं.

त्याच वेळी त्याच्या हेही लक्षात आलं होतं की, तो स्वतःसुद्धा बदलत गेला होताच! पण तरी या विचाराने यशोधराच्या बाबतीतली त्याची काळजी जराही कमी झाली नाही.

याबद्दल तो गौतमीदेवींशीही बोलला. त्यांचा काही सल्ला मिळाला असता याबाबतीत तर त्याला तो हवा होता; पण पहिल्यांदा त्यांच्याजवळ त्याने हा विषय काढला, त्या वेळी त्या गप्पच राहिल्या होत्या. मात्र दुसऱ्यांदा तो पुन्हा त्यांच्याशी याबद्दल बोलला, त्या वेळी काळजीने भरलेल्या त्याच्या सौम्य स्वराने त्यांचा अलिप्तपणा त्यांना बाजूला ठेवणं भाग पाडलं.

''तुमच्या दोघांमध्ये नेमकं काय चाललंय, ते मला कसं कळणार सिद्धार्थ?'' थोड्याशा उपरोधाने त्यांनी म्हटलं. ''मी जे बघतेय आणि जे माझ्या कानावर येतंय, ते काही फारसा आनंद देणारं नाहीय, हे मात्र खरंय! तिच्यात जो काही बदल घडलाय, घडतो आहे, त्यासाठी तिच्याइतकाच, किंबहुना थोडा जास्तच तूही जबाबदार आहेस! त्या बाबतीत आम्हाला काही सांगणं किंवा विचारणं हे तुझं कर्तव्य आहे. आमची दोघांचीही वयं झाली आहेत आता, त्यामुळे तुमच्या जबाबदाऱ्यांचं ओझं तुम्ही आमच्यावर लादू नये, असं आम्हाला वाटतं. यशू इतकी का रोडावत चालली आहे, तिच्या वागण्याबोलण्यात एवढं गांभीर्य का आलं आहे, ते मला नाही माहीत सिद्धार्थ! तिला तिच्या मातापित्यांच्या घरी जी वागणूक दिली गेली, ज्या प्रकारे तिचा अपमान केला गेला, ते सारं तिला कदाचित दुखावून गेलं असेल. तुझे तात आणि मी आता थकलो आहोत! हताश झालो आहोत. आम्हाला दोघांना आणि यशोधरालाही या कटकटींपासून मुक्ती देणं फक्त तुझ्या हातात आहे आता!''

त्यांचं बोलणं काहीसं कठोर आहे, असं वाटलं सिद्धार्थला; पण त्या खूप दुखावल्या गेल्या आहेत, हळव्या झाल्या आहेत, हेही लक्षात आलं त्याच्या. आपल्यामुळेच हे घडलंय ही जाणीव त्याला सलत राहिली. बसल्या जागेवरून चटकन उठला तो आणि गुडघे टेकून बसत त्याने गौतमीदेवींच्या पायांवर मस्तक टेकवलं.

किंचितसं पुढे झुकून गौतमीदेवींनी सिद्धार्थच्या मस्तकावर आशीर्वादाचा हात ठेवला आणि त्यांच्या डोळ्यांना धारा लागल्या. गळा दाटून आला. आपल्या मातेने आपल्याला अजून आशीर्वाद का दिला नाही, हे बघण्यासाठी सिद्धार्थने त्यांच्याकडे बघितलं, त्या वेळी त्याचं कपाळ गौतमीदेवींच्या अश्रूंनी ओलं झालं. सिद्धार्थला भरून आलं. त्याच्या मांला त्याने आजवर कधीही इतकं दुःखी, इतकं भावनाप्रधान झालेलं पाहिलं नव्हतं. त्यांच्या पायांवर परत एकदा डोकं टेकवून त्याने आर्जवी स्वरात म्हटलं, ''मला आशीर्वाद द्या ना मां... तुमच्या आशीर्वादातून मला माझ्या मातेचे अश्रू पुसण्याइतकं बळ नक्की मिळेल. मला लहानाचं मोठं करताना जे संस्कार मला तुम्ही दिले आहेत, त्यातूनच तुम्हाला सुखी करण्याची पात्रता येईल माझ्यात.''

आपल्या अश्रूंनी सिद्धार्थला किती हळवं करून टाकलं आहे हे गौतमीदेवींच्या लक्षात आलं. त्यांनी चटकन त्याच्या केसांतून मायेनं

हात फिरवून त्याला म्हटलं, "देव तुला सदैव सुखात ठेवेल, असा माझा आशीर्वाद आहे तुला. आयुष्यमान भव!"

त्यांच्या पायावर मस्तक ठेवलेल्या सिद्धार्थला त्यांनी उठवलं आणि स्वतःचे अश्रू पुसून घेत त्यांनी हसून त्यांच्याकडे पाहिलं.

"मला माफ कर पुत्रा," त्यांनी मायेनं ओथंबलेल्या स्वरात त्याला म्हटलं. "इतक्या कठोरपणे मी बोलायला नको होतं तुझ्याशी. मी शब्द देते तुला, यशोधराशी बोलेन मी या विषयावर आणि सगळं काही पूर्वीसारखंच सुरळीत होईल. तिचीसुद्धा मांच आहे मी आणि मातेला कधी तरी लेकीवर रागवण्याचा हक्क असतोच ना? तुला दुःख व्हावं, तुझ्या मनाला त्रास व्हावा, अशी माझी अजिबात इच्छा नाहीय. जे घडलंय, ते सारं काही विसरून जा आणि रात्री शांत मनाने झोप. उद्या सकाळी यशोधरा उठेल, त्या वेळी तिचं मन एखाद्या फुलासारखं प्रसन्न आणि प्रफुल्लित झालेलं असेल, याची खात्री आहे मला."

गौतमीदेवींचा निरोप घेऊन सिद्धार्थ वाटिकेत गेला. त्यांनी त्याला दिलेल्या आश्वासनामुळे त्याचं मन खूपच शांत, आश्वस्त झालं होतं. ती सुंदर वाटिका आणि रात्रीची नीरव, निःशब्द शांतता, दोन्हींमुळे त्याच मन अधिकच निश्चिंत झालं. यशोधरात आणि त्याच्यात सारं काही पूर्वीइतकंच सुंदर, पूर्वीइतकंच सुखद होईल, याची ग्वाही त्याच्या मनाने आणि आजूबाजूच्या त्या भारलेल्या वातावरणाने त्याला दिली. मान उंचावून त्यानं रात्रीच्या त्या निरभ्र आकाशाकडे बघितलं. तारे-तारकांनी गच्च भरलेलं ते आकाश त्यांच्या प्रकाशाने उजळून निघालेलं होतं. स्वतःच्या त्या प्रकाशाने जणू काही आकाशातले ते तारे त्याला या विश्वातले अद्भुत चमत्कार दाखवणाऱ्या पथावरून पुढे घेऊन निघाले होते.

'निसर्गाची ही किती विलक्षण सुंदर आणि माणसाला थक्क करून टाकणारी किमया आहे!' त्याच्या मनात आलं. 'सातत्याने चालू असलेल्या सूर्योदय आणि सूर्यास्ताची मनोहर दृश्यं, ऋतुमानाप्रमाणे बदलत जाणारी फुलं, फळं, धनधान्य आणि भाज्या, पाऊस, वारा आणि ऊन हे सारं मानवाला अनाकलनीय असणारं गूढच आहे. हे सारं अस्तित्वात तरी कसं आणि कधी आलं? अनादी अनंत काळ हे चक्र चालू तरी कसं राहिलंय? कोणत्या देवांनी त्याची निर्मिती केलीय? कोणत्या नियमांबरहुकूम त्यांचं कार्य चालू राहतं? या विश्वाची निर्मिती होण्यामागे कोणता निर्माता आहे

की या साऱ्या गोष्टी स्वयंभूच आहेत? स्वतःच जन्म घेतात आणि स्वतःच स्वतःचा सर्वनाश ओढवून घेतात? या विश्वाच्या अस्तित्वाचा एक भाग म्हणून मानव आणि मानवी जीवनसुद्धा घडतं की प्रत्येक माणसाच्या आयुष्याला काही स्वतंत्र अर्थ, स्वतंत्र हेतू जोडलेला असतो? स्वर्गात वास करणाऱ्या देवदेवतांना जर अजरामर आयुष्य लाभलेलं आहे, तर मानवी आयुष्य का बरं क्षणभंगुर असतं? मानवी आयुष्याबरोबरच येणाऱ्या यातना अटळ, निसर्गाच्या कधीही न बदलणाऱ्या ठाम नियमांशी बद्धच असतात की माणसांनी त्या स्वतःच स्वतःवर ओढवून घेतलेल्या असतात?'

स्वतःच्या विचारांमध्ये सिद्धार्थ इतका खोलवर बुडून गेला होता की, काळ वेळाचं त्याचं भानच हरपलं होतं. पूर्वदिशेला दूरवर कुठेतरी आळसावलेली पहाट आळोखेपिळोखे देत उठली आणि हळूहळू सर्व परिसर व्यापण्यासाठी तिने आपले पंख पसरले. कोणतंतरी महत्त्वाचं काम विसरलेल्या सिद्धार्थला ते अचानक आठवलं. तो चटकन उठला आणि त्याच्या शयनगृहाकडे निघाला.

यशोधराला गाढ झोप लागली होती. अलीकडे तिचा चेहरा काहीसा सुकत गेला होता, तरीही त्याच्यावरच्या सौंदर्याची प्रभा मात्र अधिकच वाढली होती. तिच्या संथ लयीतल्या श्वासोच्छ्वासामुळे वरखाली होणारा तिचा ऊर, हृदयाच्या स्पंदनामुळे होणारी तिच्या वक्षस्थळांची हालचाल निरखत असताना सिद्धार्थला आठवण झाली ती साऱ्या चराचर सृष्टीची. एका ठरावीक गतीने आणि सर्व दिशांनी अनादी अनंत काळ पुढे जात राहणाऱ्या पृथ्वीची! डोळ्यांवर झोप उतरेपर्यंत तो न्याहाळत होता यशोधराला!

दिवस उजाडता उजाडता यशोधरला जाग आली. सूर्याचे कोवळे किरण डोळ्यांवर पडल्याबरोबर तिने डोळे उघडले आणि अगदी अचानकच देहात खोलवर रुजलेली स्त्रीत्वाची चीरपरचित भावना तिच्या मनात दाटून आली. तोपर्यंत कधीही न अनुभवलेली; पण हवीहवीशी वाटणारी एक सुखद लहर आपल्या साऱ्या देहातून सळसळून गेल्यासारखं वाटलं तिला. नकळत ओठ विलग झाले तिचे आणि त्यांच्यावर हसू उमललं. तिच्या शेजारी गाढ

झोपलेल्या सिद्धार्थला स्पर्श करण्याची, त्याला जागं करण्याची अनावर ऊर्मी या नवख्या अनुभवाच्या लाटांनी तिच्या मनात जाणवली.

सिद्धार्थने डोळे उघडले, त्या वेळी यशोधराची नजर त्याच्या चेहऱ्यावर खिळलेली होती; पण तिचं मन मात्र एका अनोळखी भावनेनं काठोकाठ भरलेलं होतं. तिला काय झालंय, ती एवढी उल्हासित का दिसतेय, तेच कळेना त्याला. तो उठून बसला; पण तिला स्पर्श करण्याचा मात्र धीर झाला नाही त्याला.

''यशू,'' त्याने हळुवार स्वरात विचारलं. ''काय झालं?''

यशोधरा गोड हसली.

''निसर्गानं निर्मितीचं आपलं काम आता पूर्णत्वाला नेलंय,'' तिने म्हटलं.

तिच्या बोलण्यातला अर्थ सिद्धार्थच्या ध्यानात येण्यापूर्वीच यशोधरानं त्याच्या मांडीवर डोकं ठेवलं आणि त्याच्या नजरेत आपली नजर गुंतवली.

सिद्धार्थ पुरता गोंधळून गेला होता. मनात कुठलेच विचार नव्हते त्याच्या आणि कुठल्याच भावनाही! तिच्या स्पर्शाला स्पर्शानं उत्तर देणं, तिच्या भावनांना प्रतिसाद देणं जमलंच नाही त्याला, नेहमीप्रमाणेच!

सिद्धार्थकडून आपल्याला कसलाच प्रतिसाद मिळत नाहीय, हे लक्षात आलं यशोधराच्या! त्याच्या गालांवर हलकेच थोपटून त्याला त्याच्या तंद्रीतून बाहेर आणण्याचा प्रयत्न केला तिने.

''मी खूप आनंदात आहे आज! आपण नाही सहभागी होणार माझ्या या आनंदात?'' तिनं विचारलं.

क्षणभर तिच्याकडे पाहिलं त्याने आणि मग मान खाली घातली.

''आयुष्यातली सुखं आणि दुःख, या दोन्हींचा अनुभव न घेताच ते आयुष्य, त्या प्रकारची जीवनशैली नाकारणाऱ्या संन्याशांसारखं आपण होऊ नये, असं वाटतं मला,'' यशोधरानं म्हटलं. ''कौटुंबिक पाश निर्माण होऊ देण्याचीच ज्यांना भीती वाटते, त्यांनी ते तोडून संन्यस्त आयुष्य स्वीकारलंय असं म्हणणं कितपत योग्य आहे? माणसाच्या ज्ञानेंद्रियांना जाणवणाऱ्या सर्व गोष्टींचा अनुभव त्याने घ्यायला हवा. चांगलं ते त्याने चाखून पाहायला हवं, उत्तम ते बघायला हवं, स्पर्शाने जे कळतं, त्याला स्पर्शही करून पाहायला हवा. त्यानंतर जेव्हा या सुखांचा त्याग करण्याची, मायेचे बंध तोडण्याची

इच्छा तुम्हाला होते, त्या वेळी तुमच्यातल्या श्रेष्ठ अशा निग्रहाचा कस लागतो. ती तुमची खरी परीक्षा असते. तुमच्या भोवतालच्या जगाचं याकडे लक्ष असतं. त्यातूनच तुमच्या मनोधैर्याची पारख केली जाते. असेच सगळे अनुभव आपणही घ्यावेत. अर्थात, हे मी आपल्याला सांगण्याची गरज नाहीय. आपण जाणते आहात.''

मान वर करून सिद्धार्थने तिच्याकडे बघितलं आणि तो हसला. पुन्हा एकदा तीच गोड शिरशिरी यशोधराला तोच हवाहवासा वाटणारा अनुभव देऊन गेली.

त्या तरुण युगुलाची ती प्रीतीने ओथंबलेली मिठी त्या दिवशीची सुंदर सकाळही कौतुकाने न्याहाळत राहिली.

दैनंदिन संसारी कामं यशोधराने व्यवस्थितपणे उरकून घेतली आणि त्यानंतरच ती स्नानाला गेली. स्नानानंतर सुंदर वस्त्रं तर परिधान केलीच तिने; पण केसांमध्ये फुलंही माळली. मन लावून असा स्वतःचा साजशृंगार करून ती गौतमीदेवींना भेटायला त्यांच्या दालनात गेली.

यशोधराच्या बाबतीतल्या काळजीने अस्वस्थ झालेल्या गौतमीदेवींनी आदली रात्र जागूनच काढली होती. सकाळी उठल्यावर त्यांनी त्यांची नेहमीची कामं उरकली होती; पण त्या वेळीही त्यांच्या मनात विचार फक्त यशोधराचेच होते आणि प्रयत्न करूनही त्यांना ते मनाबाहेर काढून टाकता येत नव्हते. मनाच्या या अशा गोंधळलेल्या अवस्थेतच त्या असताना यशोधरा त्यांना भेटायला आली, त्या वेळी तिला बघून प्रसन्न झाल्या त्या. एखाद्या ताज्या, टवटवीत, पूर्णोन्मिलित कमलपुष्पासारखीच वाटली त्यांना ती.

आणि त्यांची ती प्रसन्नता, त्यांच्या मनातला आनंद तिच्या बोलण्याने अगदी कळसालाच पोहोचला.

''मां... मला दिवस गेले आहेत,'' तिने अगदी पूर्ण खात्रीने एखादं गुपित सांगावं, तसं हळुवार स्वरात त्यांना सांगितलं. ''माझ्या ओटीत नुकत्याच रुजलेल्या बाळाला घडवण्याची गोड जबाबदारी येऊन पडलीय आता माझ्यावर.''

दुसऱ्याच क्षणी ती गौतमीदेवींच्या मिठीत होती. इतके दिवस मनात कोंडून ठेवलेल्या दुःखाचे आनंदाश्रू झाले आणि त्यांच्या डोळ्यांना धारा लागल्या. त्या दोघीही त्या धारांमध्ये चिंब भिजल्या.

"बेटा...," त्यांनी म्हटलं. "मी वेडीनं इतके दिवस तुझ्याविषयी उगाचच गैरसमज करून घेतला होता. खरं तर आमच्यासाठी तू एक देवताच आहेस. सगळी सुखं आम्हाला देणारी! आमचं कुटुंब तुझ्या किती ऋणात आहे, ते मला शब्दांमध्ये व्यक्त करता नाही येणार. मला माफ कर पुत्री... मला माफ कर."

गौतमीदेवींचा आनंद मनात मावतच नव्हता त्यांच्या! त्या आनंदाच्या भरात आपण काय बोलतोय, तेसुद्धा त्यांना उमजत नव्हतं.

यशोधरा गर्भवती आहे, ही गोड बातमी विजेच्या वेगाने सगळीकडे पसरली. गेले कित्येक महिने शुद्धोधन महाराजांनी स्वतःला स्थानबद्ध केल्यासारखं प्रासादातच कोंडून घेतलं होतं. लोकांना भेटायला तर ते बाहेर पडतच नव्हते; पण प्रासादातही कुणाला बोलावून त्यांचं आगतस्वागत करत नव्हते. निस्तेज झाल्यासारखे, कशातच काही स्वारस्य नसल्यासारखे शुद्धोधन सदैव उदास, खिन्न विचारांमध्ये हरवून गेलेले असत; पण आता घराण्याला वारस येणार आहे, ही आनंदाची बातमी गौतमीदेवींनी त्यांच्या कानावर घातली आणि त्यांच्या मनाला आणि देहाला एक नवीच उभारी लाभली. लगेचच गावकऱ्यांना भेटण्यासाठी आणि त्यांना भेटवस्तू देण्यासाठी ते प्रासादाबाहेर पडले.

सारं गाव ही बातमी ऐकून आनंदात न्हाऊन निघालं. एखादा उत्सव असल्यासारखा आपला आनंद गावकरी साजरा करत होते. सिद्धार्थने मात्र स्वतःला या सगळ्या आनंद सोहळ्यांपासून लांब ठेवलं होतं. तो पूर्ण दिवस तो एकटाच बसून राहिला. त्याच्या मातापित्यानासुद्धा भेटायला तो दालनाबाहेर आला नाही.

काळाला एक विलक्षण गती लाभलीय, असंच सगळ्यांना वाटत होतं. बघता बघता दिवस मागे पडत होते. आठवडे संपत होते आणि महिनेही सरत होते.

स्वतःच स्वतःची काळजी घ्यावी, तशा गौतमीदेवी यशोधराला सांभाळत होत्या. सिद्धार्थने मात्र बातमी कळली, त्या दिवसापासून अलिप्तपणाची एक शालच पांघरून घेतली होती स्वतःवर! दिवसातला जास्तीत जास्त वेळ तो विचारात गढलेला असे. यशोधराच्या देहाला अधिकाधिक गोलाई प्राप्त होत होती मागे पडणाऱ्या दिवसांबरोबर आणि महिन्यांबरोबर! सिद्धार्थ मात्र बराच कृश झाला होता. त्याच्या स्वभावातलं गांभीर्यही वाढलं होतं.

यशोधरानं त्याच्याबरोबर जरा जास्त वेळ घालवता यावा, यासाठी गौतमीदेवींची अनुमती घेतली.

"तुला माझ्या पुत्रापासून दूर राखावं, असं चुकूनही कधी माझ्या मनात आलं नाही यशोधरा..." गौतमीदेवीं तिला काहीशा अपराधी स्वरात म्हणाल्या. "मी सतत तुझ्या आवतीभोवती राहते आहे, त्याचं कारण वेगळं आहे. साऱ्या ऐहिक सुखांपासून तुला आणि तुझ्या बाळाला सिद्धार्थने वंचित करू नये, त्याच्या अलिप्त वृत्तीने त्याने तुम्हालाही या सुखांना पारखं करू नये, असं सारखं वाटत राहतं मला."

यशोधराला अगदी मनापासून हसू आलं. गौतमीदेवींना ती का हसते आहे ते कळलंच नाही. त्या दोघांना एकांत मिळावा म्हणून त्या तिथून बाहेर पडल्या.

दालनात ती दोघंच राहिली आणि इतके दिवस मनात दडपून ठेवलेल्या सिद्धार्थच्या साऱ्या विचारांचा जणू धबधबाच यशोधरावर कोसळला.

"तू सध्या माझ्या मातेच्या सहवासात आयुष्य छान मजेत घालवते आहेस यशोधरा!" त्याने म्हटलं. "त्यामुळे मला बरंचसं स्वातंत्र्य आणि सवडसुद्धा मिळते आहे. बाहेर पडून, ठिकठिकाणी जाऊन आपल्या गावकऱ्यांना आणि इतरही लोकांना मी भेटतो आहे. तुला आनंदात आणि सुखात ठेवण्याचे, तुला मनःशांती मिळावी म्हणून जपण्याचे हे दिवस आहेत, हे कळतंय मला; पण मी तरी काय करू सांग! मी जिथे जिथे जातोय, तिथे तिथे मला मानसिक दुःख आणि शारीरिक यातनाच बघायला मिळताहेत. एकेकदा मला वाटतं की, अवघी मनुष्यजातच दुःखाच्या सागरात खोलवर बुडून गेली आहे. समाजात सर्वत्र आढळणाऱ्या आणि मोठ्या संख्येनं नजरेला पडणाऱ्या गोरगरिबांना अपत्य जन्मसुद्धा आनंद देईनासा झालाय अलीकडे. जीवघेण्या, दुर्धर व्याधी तर जिथे तिथे पसरल्या आहेत. योग्य वेळी आणि योग्य तऱ्हेचे उपचार या गरिबांना मिळत नसल्याने साधीसुधी दुखणीसुद्धा विकोपाला जाऊन माणसाला मरणाच्या दारात नेऊन ठेवताना दिसताहेत. घरातल्या वृद्धांची ना कुणी काळजी घेताना दिसत, ना कुणी त्यांना पुरेसं अन्न, वस्त्र, निवारा या गरजेच्या गोष्टी पुरवताना दिसत. या साऱ्याचा परिपाक त्यांच्या शारीरिक व्याधींमध्ये होतो आहे. या सगळ्याचा विचार केल्यावर लक्षात येतं की, एकूण परिस्थिती इतकी बिघडली आहे, त्यात खरंतर काहीच नवल नाही. प्रेम, दया, करुणा यांच्यासारख्या उदात्त भावना त्यांच्या मनाच्या

आसपासही फिरकताना दिसत नाहीत. ते पूर्णतया पारखे झाले आहेत या भावनांना! मत्सर, तिरस्कार, क्रौर्य आणि युद्धाची खुमखुमी या भावनांचाच जबरदस्त पगडा आहे त्यांच्या मनावर. या साऱ्या दुष्ट, स्वार्थी आणि हलक्या प्रतीच्या प्रवृत्तींच्या व्यसनात ते रोजच्या रोज, अधिकाधिक अडकत चालले आहेत, याचंही भान उरलेलं नाहीय त्यांना. या साऱ्यातून त्यांना सुटका हवी आहे. मुक्तीच्या गोष्टी करतात हे; पण त्यांना हे कळत नाही की, मुक्ती ही प्रेम आणि करुणा यांच्यातून साधता येते. आध्यात्मिक गरजांपेक्षा शारीरिक गरजाच अधिक श्रेष्ठ आहेत का की शारीरिक गरजांपेक्षा आध्यात्मिक गरजा अधिक श्रेष्ठ आहेत? मला नाही ठरवता येत काहीच.

''आणखीही एक समस्या प्रकर्षाने माझ्या लक्षात येतेय यशोधरा! आणि ती इतर गोष्टींपेक्षा कितीतरी अधिक गंभीर आहे! जातिभेद! माणसाला श्रेष्ठ किंवा कनिष्ठ ठरवण्याचा लोकांचा अट्टाहास! आपण कुणाच्या पोटी जन्माला यायचं, हे ठरवणं माणसाच्या हातात असतं का? मग एखादी व्यक्ती श्रेष्ठ कुळात जन्मली म्हणून ती उच्च जातीची का ठरते? आणि कनिष्ठ कुटुंबात जन्म झालेली व्यक्ती खालच्या जातीची तरी का ठरावी? मुळात श्रेष्ठ आणि कनिष्ठ असा भेद करण्याचा अधिकार माणसाला कुणी दिला? लोकांच्या दृष्टीने उच्च असलेल्या कुळात जन्माला येण्याचं भाग्य लाभलेली माणसं, सुशिक्षित आणि विचारी समजली जाणारी ही माणसं त्यांना मिळालेल्या सुखसोयींचा उपयोग दीन-दुबळ्या, गोरगरीब माणसांना त्यांच्या दुरवस्थेतून बाहेर काढण्यासाठी तर करतच नाहीत, उलट त्यांच्या हाती असलेल्या सत्तेचा वापर ते अशा हतभागी लोकांवर जुलूम, जबरदस्ती करण्यासाठी, त्यांना दुःखाच्या खोल गर्तेत लोटण्यासाठी, त्यांना दाबून, चिरडून, टाकण्यासाठी करतात. या सर्व गोष्टी माझ्या मनाला अतिशय क्लेश देतात. या पापी समाजात राहण्याची मला अजिबात इच्छा नाहीय यशोधरा. त्यांच्यापासून वेगळं व्हावंसं वाटतं मला; पण या हताश, दुःखीकष्टी, असाहाय्य आणि लाचार माणसांच्या यातना माझा पाय मागे खेचतात. माझे नैराश्य बाजूला ठेवून त्यांच्या यातनांमधून मी त्यांना मुक्ती द्यावी म्हणून खुणावतात. त्यासाठी काही तरी मार्ग शोधून काढायला मला उद्युक्त करतात!''

उन्हाळ्यात सूर्याच्या उष्णतेनं भाजणाऱ्या धरणीमातेनं पहिल्या पावसाच्या सरी शोषून घ्याव्यात, तितक्याच उत्कटतेनं यशोधरा सिद्धार्थचा शब्दन्शब्द मनात साठवून घेत होती.

"या उथळ समाजाशी, त्यांच्या वागण्याशी मला जुळवून घेताच येणार नाही," सिद्धार्थ अजूनही बोलतच होता. "या जगातल्या भौतिक सुखांचा तिरस्कार आहे मला. तुझ्यामुळे... फक्त तुझ्यामुळेच मी या कौटुंबिक बंधनांनी अजून बांधलेला आहे आणि उद्या आपलं बाळ जन्माला येईल. त्या वेळी ते याहूनही अधिक बळकट रज्जूंनी त्याच्यापाशी मला बांधून ठेवेल. त्या गाठी सोडवणं आणखीनच कठीण असेल."

जरा वेळ गप्पच राहिली यशोधरा आणि मग मनाशी काही तरी निर्णय घ्यावा, तशा स्वरात तिने त्याला म्हटलं, "मानवी दुःखांचा आपण खूप खोलवर जाऊन विचार करत आहात. याचाच अर्थ असा आहे की, या साऱ्या मानवजातीमधलंच आपलं बाळ आणि मी, आम्ही दोघंही आहोत, असं समजावं आपण. मग आपोआपच आम्हा दोघांशी जुळलेले आपल्या मनाचे सारे धागेदोरे सैलावतील."

यशोधराविषयीच्या अपार कृतज्ञतेने सिद्धार्थचे डोळे भरून आले. त्याने फक्त मानेनेच आपला रुकार तिच्यापर्यंत पोहोचवला.

संध्याकाळच्या वेळी जेव्हा जेव्हा सिद्धार्थ कलामुनींना किंवा इतर भिक्षूंना भेटायला जात असे, तेव्हा यशोधरा तिचा वेळ तिच्या आणि सिद्धार्थच्या वस्तूंची साफसफाई करण्यात घालवत असे. ती आणि सिद्धार्थ ज्या ज्या जागांवर बसत, त्या जागाही तिला स्वच्छ करायला आवडत. कधी एकमेकांबरोबरचे प्रेमालाप तर कधी त्या दोघांमधले जिव्हाळ्याचे संवाद होत असत या जागांवर! अनेकदा त्या ठिकाणी त्यांच्यात आध्यात्मिक विचारांची देवाण-घेवाण होत असे. या जागांवर यशोधराचा जीव जडलेला होता.

काम करता करता तिला सिद्धार्थबरोबरचे संवादही आठवत. एखादी मुलगी स्वतःच्या अभ्यासातले धडे ज्या गांभीर्याने आठवून बघेल, त्याच गांभीर्याने त्या दोघांमधला संवादांच्या आठवणींना मनातल्या मनात उजाळा देत असे ती. दास-दासींवर सोपवता येतील, अशी क्षुल्लक कामं तिने करू नयेत, असं गौतमीदेवींनी तिला सांगून बघितलं होतं; पण यशोधराला या कामांमधून आनंद मिळत होता. संध्याकाळी दिवेलागणीपर्यंत सगळं काम उरकून घेऊन ती सिद्धार्थची वाट बघत बसत असे. चंद्रप्रकाशात उजळून निघण्यासाठी निरभ्र आकाशाने चंद्रोदयाची वाट बघावी, तशी!

त्या दिवशीसुद्धा यशोधरा तिच्या या कामांमध्ये गढून गेलेली असताना गौतमीदेवींच्या दालनातून तिला अचानक गर्दीचा कोलाहल ऐकू आला. तिचं चित्त काहीसं विचलित झालं त्या आवाजाने. हातातलं काम बाजूला ठेवून नेमकं काय झालंय, ते बघण्यासाठी ती तिकडे गेली. शेजारपाजारच्या काही बायकांचा एक लहानसा गट गौतमीदेवींच्या दालनात आलेला होता आणि अतिशय उद्धटपणे त्या बायका गौतमीदेवींशी बोलत होत्या. यशोधरा तिथे पोहोचल्याबरोबर तिथला कोलाहल अचानक थांबला. मोठ्या पण गंभीर आवाजात त्यातली एकच स्त्री कठोरपणे म्हणाली, ''खूप दिवस सहन करतोय आम्ही हा मूर्खपणा!''

तिथे असलेल्या काही दासींनी तिला आवरण्याचा, गप्प करण्याचा प्रयत्न केला; पण त्यांच्याकडे सरळ सरळ दुर्लक्ष करून ती स्त्री बोलतच राहिली.

''इतर काही लोकांनी आमच्याकडे याबाबतीत तक्रार केली, त्या वेळी ते उगाच अफवा पसरवताहेत असा समज झाला होता आमचा; पण आज आम्ही प्रत्यक्षच पाहिलं. फारच मोठं अभद्र कृत्य करतो आहे तुमचा पुत्र. कोणता गुन्हा केलाय त्याने, तुम्हाला माहिती आहे? एका गलिच्छ आणि दरिद्री, अस्पृश्य माणसाला त्याने अस्पृश्यांच्या वसाहतीतल्या त्यांच्या घरी नेऊन पोहोचवलं आणि त्याच्या घाणेरड्या आजारावर उपचारही केले त्याने. धाडस तरी कसं झालं त्याला इतकं वाईट काम करण्याचं? आता इथे परतल्यानंतर त्याने अगदी विधिवत अभ्यंग स्नान केलं, तरी त्याचे पापी हात स्वच्छ होणार आहेत का? तुमच्यासारखी माणसं आमच्या शेजाराला आहेत. आम्ही सुखात राहू शकणार आहोत का इथे? तुमच्या मुलाच्या या अभद्र प्रभावाखाली वावरणाऱ्या आमच्या मुलाबाळांचं संरक्षण कसं करायचं आम्ही?''

या स्त्रियांमुळे इथे हा सगळा प्रक्षोभ का उसळला आहे, ते यशोधराच्या लगेचच लक्षात आलं. दुर्धर व्याधीमुळे हतबल झालेल्या एका माणसाला सिद्धार्थने त्याच्या घरी नेऊन सोडलं होतं आणि तो माणूस अस्पृश्य जमातीतला होता.

त्या स्त्रियांपैकी कुणीही आपल्या गौतमी मांवर शारीरिक हल्ला करण्यासाठी आलेल्या नाहीत, हेही लक्षात आलं यशोधराच्या आणि तिला बराच दिलासा मिळाला. त्याच वेळी आपल्या पतीने किती मोलाचं काम

केलंय, याची जाणीव झाली तिला आणि सिद्धार्थविषयीच्या अभिमानाने तिचा ऊर भरून आला. अतीव समाधानाने तिच्या डोळ्यांत आनंदाश्रू जमा झाले. चटकन पुढे होऊन त्या स्त्रियांच्या जमावामधून वाट काढत ती गौतमीदेवींजवळ गेली आणि त्यांच्या संरक्षणासाठी त्यांच्या समोर एखाद्या ढालीसारखी उभी राहिली.

यशोधरा गौतमीदेवींच्या संरक्षणार्थ अशी ठामपणे उभी राहिलेली पाहिली त्यांनी आणि त्या सगळ्या स्त्रिया चपापल्या. त्यांचा क्षोभ एकदम निवळला.

यशोधराने आपले दोन्ही हात मस्तकापर्यंत उंचावले आणि त्यानंतर हात जोडून सर्व स्त्रियांना वंदन केलं.

''मी आपल्या सर्वांना विनंती करते की, आपण आपापल्या घरी जावं,'' स्वतःचा संयम आणि शांतपणा जराही न सोडता तिने म्हटलं. ''सिद्धार्थांनी जे काही केलं, त्या विषयीचा आपला असंतोष आपण आरडाओरडा करून आमच्यापर्यंत पोहोचवला आहे. माझ्या मातेने काहीही केलेलं नाहीय आणि सिद्धार्थांनी जे केलं आहे, त्याबाबतीत आपल्याला कोणताही खुलासा देण्यासाठी त्या बांधील नाहीत. त्यांना या घटनेची गंधवार्ताही नाहीय, हे आपल्याला सर्वांना माहीत असूनही आपण इथे आला आहात. आपल्याला माहीत आहे आणि मलाही माहीत आहे की, सिद्धार्थांनी जे केलं आहे, त्याचा जाब विचारायला आपण माझ्या मातेकडे का आला आहात. कारण, हा जाब आपण सिद्धार्थांना विचारलात, तर ते जे उत्तर आपल्याला देतील, त्यातलं सत्य, त्यातलं तथ्य आपल्याला नाकारता येणार नाही. ते जे वागले, ते आपण चुकीचं ठरवूच शकणार नाही. त्यांना उलटून कोणताही प्रश्न आपल्याला विचारता येणार नाही आणि आपल्यापैकी कुणालाही उत्तर नकोच आहे. हेही मला माहीत आहे. आपल्या मनातील अस्वस्थता ही कुठल्याही उत्तरांनी शांतवली जाणारच नाहीय. आपल्याला गरज आहे, ती आपल्या परंपरा आणि आपली कलुषित मनं यांच्या बाबतीत पुनर्विचार करण्याची! पण तसं घडण्याची शक्यता मला कमीच दिसते आहे. कारण, आपल्यापैकी कुणालाही आपल्या स्वतःला उत्तम वाटणाऱ्या मार्गावरून दूर होण्याची इच्छा नाहीय. हा जुना मार्ग पार करण्याच्या दृष्टीने कितीही अवघड झाला, त्यावरून मार्गक्रमण करणं कितीही कठीण झालं, तरीही दुसरा नवा मार्ग कुणीही शोधून काढलेला आपल्याला चालणार नाहीय.''

क्षणभर बोलायची थांबली यशोधरा आणि नंतर आपलं बोलणं तिने पुढे चालू केलं.

''आपण सर्व मला माझ्या मातेसमान आहात आणि मी माझ्या मातेला देते, तेवढाच सन्मान आपल्यालाही देते. आपण माझ्यावर विश्वास ठेवावा, अशी मी आपल्याला विनंती करते आहे. सिद्धार्थ हे असाच एक नवा मार्ग तयार करण्याचा प्रयत्न करत आहेत. एक गोष्ट इथे आपण लक्षात घ्यावी की, आज आपण ज्या मार्गावरून जात आहात, तोही एकेकाळी कुणीतरी नव्यानेच तयार केला होता. ज्या कुणी त्या वेळी हा नवा मार्ग लोकांसमोर ठेवला, त्यांना त्या वेळी लोकांचा विरोध मावळावा, यासाठी किती आणि कोणते प्रयत्न करावे लागले असतील, ते मला नाही माहीत. कारण, कदाचित त्या लोकांना जुन्या वाटांवरून चालणंच पसंत असेल! आपण सर्वांनी या नव्या वाटेवरून चालावं, यासाठी सिद्धार्थ कधीही हिंसाचारचा आधार घेणार नाहीत. कधीही तुम्हाला खोट्या गोष्टींची भुरळ घालणार नाहीत. आपल्या मुलांचीही चिंता करण्याची आपल्याला गरज नाहीय. ज्या लोकांना आपण सर्व अस्पृश्य समजतो, तीही माणसंच असतात. अगदी तुमच्या आमच्या सारखीच! पण आपणा सर्वांचा असा समज झालेला आहे की, ज्या विधात्याने आपल्याला घडवलंय, त्याने आपल्या दैवात उच्च कुळात जन्म घेणं लिहून ठेवलंय आणि इतर काही लोकांच्या नशिबात त्याने हीन, हलक्या प्रतीचं जीवन जगणं योजून ठेवलं आहे; पण नाही... असं नाहीय. असं काहीही त्या जगन्नियंत्याने ठरवलेलं नाहीय. आपल्यासारख्याच काही नशिबवान, सुदैवी लोकांनी त्यांच्या भाळी अस्पृश्यतेचा शिक्का मारला आणि आपणच अन्नपाण्यासाठी, जिवंत राहण्यासाठी झगडत राहण्याची शिक्षा त्यांना ठोठावली. कुणाचाही जीव घेणं ही फार सोपी गोष्ट आहे; पण सिद्धार्थांना तशा प्रकारांमध्ये जराही स्वारस्य नाहीय. जगातल्या प्रत्येकच माणसाचा आणि प्राण्याचा जीव हा मौल्यवानच असतो, असं ते मानतात आणि म्हणूनच तो वाचवण्याचा ते प्रयत्न करतात. त्यांना संरक्षण देण्यासाठी झटत असतात. त्यांना समस्त मानवजातीला सर्व प्रकारच्या यातनांमधून मुक्ती द्यायची आहे आणि त्यांचं हे कृत्य म्हणजे एक कुकर्म आहे, एक पाप आहे, हे आपण कधीही सिद्ध करू शकणार नाही. जर आपल्यापैकी कुणाला ते सिद्ध करता येणं शक्य असलं, तर त्याने जरूर जाऊन सिद्धार्थांना भेटावं. आपण जावं आणि ते सिद्ध करण्याचा प्रयत्न जरूर करावा...''

यशोधराच्या प्रभावी वक्तृत्वाने त्या साऱ्या स्त्रिया थक्क झाल्या. संतापाचा केवळ भावनिक उद्रेक नव्हता तो. यशोधराने शांतपणे, विचारपूर्वक पण विचार करायला भाग पाडणारे विचार त्यांच्या पुढे ठेवले होते. आजवरच्या त्यांच्या आयुष्यात त्यांनी एका स्त्रीला अशा संतप्त जमावासमोर उभं राहून, धीटपणे काही गोष्टी पटवून देताना कधीही पाहिलं नव्हतं. याचं एक कारण कदाचित हे असावं की, नेहमी त्या ज्या पद्धतीने असं भाषण देणाऱ्यावर चिडतात, तशा आज चिडल्या नव्हत्या, असं वाटलं त्यांना. त्यांनी कुठलेही खोचक प्रश्न विचारून तिला त्रास दिला नव्हता किंवा तिला कुठल्याही प्रकारचे शिव्याशाप दिले नव्हते. तिच्या बोलण्याने त्या फक्त भारावून गेल्या होत्या. तिचे विचार ऐकून अक्षरशः चकित झाल्या होत्या.

शांतपणे आपापल्या घरी निघून गेल्या त्या सगळ्या जणी!

गौतमीदेवींचा तर जे घडलं होतं, त्यावर विश्वासच बसत नव्हता. ते सारंच स्वप्नवत वाटत होतं त्यांना! पण तरीही तिचं अभिनंदन करणार नव्हत्या त्या. सिद्धार्थच्या विचारांचा यशोधरावर जबरदस्त पगडा आहे, हे लक्षात आलं होतं त्यांच्या. त्याने याबाबतीत काही तरी भरीव कार्य करावं म्हणून ती त्याला उत्तेजन देते आहे, हेही त्यांना जाणवत होतं; पण नुकत्याच येऊन गेलेल्या त्या स्त्रियांनी जे काही त्यांच्या कानावर घातलं होतं, जी सत्य त्यांच्यापुढे ठेवली होती, ती पचवणं मात्र त्यांना कठीण जात होतं.

सिद्धार्थच्या बाबतीतल्या तक्रारी त्यांच्याकडे येणं, हे काही त्या दिवशी प्रथमच घडलं नव्हतं. त्याच्या आजूबाजूच्या माणसांना संभ्रमात टाकेल, असं काही ना काही तरी तो करतच असे. मग शेजारी त्यांच्याकडे सिद्धार्थची गाऱ्हाणी घेऊन येत; पण तो अजून लहान आहे, असा विचार करून त्यांनी ते सोडून द्यावं, अशी समजूत घालत असत त्या त्यांच्याकडे येणाऱ्यांची! पण आज यशोधरा जशी त्याच्या बाजूने त्या स्त्रियांसमोर ठामपणे उभी राहिली, त्याची बाजू कशी योग्य आहे, न्याय्य आहे, हे त्यांना तिने पटवून दिलं, तसं मात्र त्यांनी आजवर कधीही केलं नव्हतं.

यशोधरा त्याची, त्याच्या विचारांमागची खरीखुरी शक्ती आहे का? की त्याच्याकडून मिळालेलंच वैचारिक बळ वापरून ती त्याचे विचार, त्याची मतं अधिक बळकट करते आहे? हे सारं कुठल्या अनर्थाकडे नेणारं तर नसेल ना?

त्या सगळ्या स्त्रिया निघून गेल्यावर यशोधरा मागे वळली आणि गौतमीदेवींसमोर उभी राहिली. तिच्या लगेच लक्षात आलं की, मघाशी त्या स्त्रियांच्या येण्यामुळे अस्वस्थ झालेल्या गौतमीदेवी अजूनही त्या साऱ्या प्रकारातून सावरलेल्या नाहीत.

''मां, तुम्ही अजिबात काळजी करू नका,'' उत्साही स्वरात तिनं त्यांना आश्वस्त करण्याचा प्रयत्न केला. ''सिद्धार्थांना याचा काहीही त्रास होणार नाही. त्यांनी एका माणसाचे प्राण वाचवले आहेत. कुणाचा जीव घेतलेला नाही. कुणाचाही जीव वाचवणं हे किती पुण्याचं काम आहे, हे तुम्हाला माहीतच आहे आणि जे कुणी अशी पुण्यकर्म करतात, त्यांच्या पाठीवर कायमच अशा वाचलेल्या जीवांच्या आशीर्वादाचे हात असतात. हे तुम्ही एकदा समजून घेतलंत ना मां की, मग तुम्हाला काळजी करण्याचं काही कारणच उरणार नाही.''

बोलता बोलता यशोधराने त्यांना त्यांच्या मंचकावर आडवं होण्यासाठी मदत केली. थोडा वेळ त्यांना वारा घालत ती त्यांच्याजवळच थांबली आणि त्यांना झोप लागल्यावर त्यांच्याजवळून उठून तिनं दालनाच्या सर्व खिडक्या उघडल्या, नंतर हलक्या पावलांनी ती तिथून बाहेर पडली आणि गौतमीदेवींच्या दालनाचं दार तिने लोटून घेतलं.

त्या रात्री सिद्धार्थला प्रासादात परतायला खूप उशीर झाला. यशोधराने काहीही न बोलता त्याच्या भोजनाची तयारी केली. फारसं काही खाण्याची सिद्धार्थला इच्छाच नव्हती. थोडासा फलाहार घेतला त्याने आणि तो ध्यानधारणेसाठी बसला. नेहमीप्रमाणेच त्याच्या समोर बसून यशोधरानेही ध्यानधारणेला सुरुवात केली. कुठल्याही प्रकारची हालचाल न करता बसलेल्या त्या दोघांच्याही डोळ्यांतून अश्रू वाहत होते. दिवस उजाडेपर्यंत दोघंही तशाच ध्यानमग्न अवस्थेत बसले होते.

वाटिकेमधल्या पक्ष्यांची किलबिल ऐकल्यानंतर त्या दोघांनी डोळे उघडले. तिथल्या शांततेचा भंग प्रथम यशोधरानेच केला.

''काल जे काही घडलं, ते आपल्याला दोघांनाही माहीत आहे. आपण त्याबद्दल मला कसलाही खुलासा देण्याची गरज नाहीय. आता आपल्या मंचकावर आडवं होऊन आपण काही काळ तरी विश्रांती घ्यावी.''

थकलेल्या सिद्धार्थने एक खोल निःश्वास सोडला आणि म्हटलं, ''इथून पुढे 'विश्रांती' या शब्दाला माझ्या मनात जराही थारा मिळणार नाहीय

यशोधरा. काल मी जे पाहिलंय, तसं करुण दृश्य कुणीही पाहिलं ना, तर तो त्याची मनःशांती कायमची हरवून बसेल. पराकोटीचं दारिद्र्य आणि शारीरिक व्याधी जेव्हा हातात हात घालून एखाद्यावर हल्ला करतात, त्या वेळी त्याची काय दशा होते, त्याची तुला कल्पनाही करता येणार नाही. त्यांच्याकडे पाहिल्यानंतर ती रक्तामांसाची जिवंत माणसं आहेत, यावर विश्वासच बसणार नाही कुणाचाही. मृत्यूची वाट बघणाऱ्या माणसांच्या जिवंत सांगाड्यासारखी दिसतात ती. देव अस्तित्वात आहे की नाही हे कुणालाच माहीत नाही; पण त्या देवाच्या इच्छेवरच सारं काही सोडून देत ही माणसं फक्त आला दिवस कसाबसा ढकलत असतात. अंतिम सत्याचा शोध घेण्याचं माझं काम मी बाजूलाच ठेवणार आहे आता आणि माझं उर्वरित आयुष्य या दीनदुबळ्या, गरीब आणि व्याधीग्रस्त लोकांच्या सेवेमध्येच व्यतीत करणार आहे. यातनामय जीवन वाट्याला आलेल्या लोकांपासून स्वतःला अलिप्त ठेवायचं आणि जे मला कधी साध्य होणार आहे की नाही हेही मला माहीत नाही, त्याच्या शोधार्थ मी वणवण फिरायचं, हे कितपत योग्य आहे, हे तूच सांग यशू!''

या दोन पर्यायांच्या संघर्षाची सिद्धार्थच्या मनातली तीव्रता, त्यातली अनिश्चितता आणि त्या पाठोपाठ येणारा मनस्ताप हे सारं यशोधरा समजू शकत होती.

त्याच्या या द्विधा मनःस्थितीतून यशोधराला त्याला बाहेर काढावंसं वाटलं. तिनं त्याच्यासाठी आखून रेखून ठेवलेल्या आणि त्यालाही योग्य वाटलेल्या मार्गावरून जाण्याआधीच त्यानं तिथून माघार घ्यावी, अशी यशोधराची अजिबात इच्छा नव्हती.

''मानवी जातीची सेवा करावीशी वाटणं, हा फार उदात्त विचार आहे, यात जराही शंका नाही; पण उदात्त कामात आपण आपलं संपूर्ण आयुष्य व्यतीत केलंत, तरी माणसांच्या यातना कायमच राहणार आहेत. त्यांच्या मुळावरच घाव घातला, तर...''

''तेच...,'' सिद्धार्थने म्हटलं. ''तेच म्हणायचंय मला. या यातनांच्या मुळाशी जायला हवं मला आणि म्हणूनच मी प्रासादात परतलो आहे. नाही तर मी जन्मभर त्या अस्पृश्यांच्या वस्तीतच राहिलो असतो. हा आपला एवढा मोठा प्रासाद आणि इथे मिळणारी सुखं, अलीकडे मला जराही भुरळ घालत नाहीत. त्यांच्यापासून कोणताही आनंदच मिळत नाही मला. उलट

त्यांचा तिटकाराच वाटतो मला. त्या सर्व सुखांचा मी त्याग करावा, असं माझं मन मला सतत सांगतंय गेले काही दिवस.''

सिद्धार्थचं बोलणं ऐकताना यशोधराला खोलवर कुठेतरी समाधान वाटत होतं. तिच्या आयुष्याचं ध्येय पूर्ण होण्याची वेळ आता अगदी समीप येऊन ठेपली होती तिच्या. तिनं सिद्धार्थच्या पायांवर डोकं टेकवलं.

सिद्धार्थ हळुवारपणे तिच्या केसांमधून हात फिरवत राहिला. तिच्यावरच्या त्याच्या प्रेमात आता त्याची तिच्याविषयीची कृतज्ञताही मिसळली होती. त्याचं प्रेम, त्याची कृतज्ञता त्याच्या सुकुमार बोटांमधून थेट यशोधराच्या हृदयापर्यंत पोहोचली.

''मी जाणार तर आहेच यशू; पण ते आपलं बाळ जन्माला आल्यानंतरच! त्याला डोळे भरून बघितल्यानंतर...,'' तो तिच्या कानात हळुवार, कुजबुजत्या स्वरात बोलला.

शाश्वत सुखाची ग्वाही मिळावी, तशाच त्याच्या भावना तिच्यापर्यंत पोहोचल्या.

बघता बघता दोन महिने निघूनही गेले. यशोधरेपेक्षा आपण आता सिद्धार्थला जास्त जपायला हवं, त्याची अधिक काळजी घ्यायला हवी, असंच अलीकडे गौतमीदेवींना वाटायला लागलं होतं. नातवाचं तोंड बघण्याच्या आपल्या अपेक्षेतच आपण इतक्या खोलवर बुडून गेलो होतो की, त्यामुळे आपल्या लेकाकडे आपलं अक्षम्य दुर्लक्ष झालं. गेले काही दिवस सिद्धार्थचा जास्तीत जास्त वेळ गावात सर्वत्र फिरण्यात आणि शेजारच्या गावांमध्येही जाऊन तिथल्या लोकांच्या गाठीभेटी घेण्यातच जात होता. प्रासादात तो क्वचितच असायचा. या सततच्या फिरण्यामुळे तो काहीसा कृश झालेला दिसत असला, तरीही त्याचा चेहरा मात्र टवटवीत, प्रसन्न आणि शांत दिसत होता.

त्याच्या पाठीवरून मायेने हात फिरवत एक दिवस गौतमीदेवी त्याला म्हणाल्या, ''सारा दिवस का वणवण फिरत असतोस तू सिद्धार्थ? किती रोडावला आहेस, किती थकलेला, अशक्त दिसायला लागला आहेस तू!''

सिद्धार्थ काहीच बोलला नाही. गौतमीदेवीच्या वत्सल स्पर्शाला त्याच्याकडून प्रतिसादही मिळाला नाही. चटका बसावा तसा गौतमीदेवींचा हात चटकन मागे आला. हा आपला सिद्धार्थ नसून त्याच्या सारखा दिसणारा दुसराच कुणी तरी असावा, असं वाटलं त्यांना.

''सिद्धार्थ, पुत्रा..., काय झालंय तुला?'' काळजीने त्यांनी त्याला विचारलं. बोलताना आवाज कापत होता त्यांचा. ''तुझ्या मनात चाललंय तरी काय? मी दिसतेय ना तुला? मी काय बोलतेय ते ऐकू येतंय तुला? तुझी मां तुला खूप प्रिय आहे ना? तिचा मायेचा स्पर्श तरी तुला जाणवतोय का?

''का, ते मला कळत नाहीय मां; पण अलीकडे मी माझ्या मायेच्या माणसांपासून दूर जातोय, असं वाटतंय मला आणि त्यांच्या माझ्यातले इतके बळकट पाशही मला अडवू शकत नाहीयेत.''

''पण का? तुझ्या मातेचा प्रेमाचा स्पर्शसुद्धा का पोहोचत नाहीय तुझ्या अंतःकरणापर्यंत...?''

बोलता बोलता गौतमीदेवींचा आवाज क्षीण होत गेला.

''तुझ्या आवाजात जे दुःख भरलेलं दिसतंय ना मां, त्यापासून तुला मुक्त करायचंय मला आणि फक्त तुझ्यापासूनच असं नाही. तुम्हा सगळ्यांपासूनच मी हळूहळू लांब जातोय आता. आणखी काही दिवसांनंतर मी तुझ्या माझ्यातलं मायलेकांचं नातंही संपवून टाकणार आहे. माझ्या आवतीभोवतीचा हा परिसर आणि इथली माझी माणसं, यांच्याशी असलेलं माझं नातं, त्यांच्यात आणि माझ्यात असलेले प्रेमाचे बंध तोडून टाकून मी इथून निघून जाणार आहे. मी कोण आहे, याचा शोध घ्यायचा आहे मला.''

''शोध घ्यायचाय? तू कोण आहेस, हे माहीत नाहीय तुला? शुद्धोधन महाराजांचा पुत्र आहेस तू. त्यांची पत्नी महामायादेवी, यांनी जन्म दिलाय तुला. तू तो सिद्धार्थ आहेस, ज्याला महाप्रजापती गौतमीने पोटच्या पोरासारखं मायेनं, लाडाकोडात वाढवलंय! यशोधरेचा पती आहेस तू. तिच्या उदरात वाढणाऱ्या एका चिमुकल्या जीवाचा पिता आहेस. तुझ्या तातांच्या साऱ्या संपत्तीचा एकमेव वारस आहेस! आणखी काय जाणून घ्यायचंय पुत्रा तुला?''

बोलता बोलता गौतमीदेवींना रडू आलं.

''ही सारी नातीगोती माझ्यापासून विलग झाल्यानंतर मी कोण आहे, काय आहे, याचा शोध घ्यायचाय मला आणि त्याच्यानंतर माझं मला काही स्वतंत्र अस्तित्व उरलंच, तर त्या अस्तित्वाचा हेतू काय आहे, त्याचा अर्थ

काय असावा आणि त्याच्या जीवनातलं ध्येय कोणतं असेल, या साऱ्यांची उत्तरं मला शोधायची आहेत आणि त्यासाठी मला हा प्रासाद सोडून बाहेर पडावंच लागेल.''

सिद्धार्थने त्यांना सांगितलं आणि झोपेत एखाद्या माणसानं चालावं, तसा तो त्याच्या मातेपासून दूर झाला. त्यांचं दुःख, त्यांचे अश्रूसुद्धा त्याचं घराबाहेर पडणार असलेलं पाऊल अडवू शकले नाहीत. गौतमीदेवी उभ्या जागीच अक्षरशः कोसळून पडल्या.

एका रात्री सिद्धार्थच्या शेजारी झोपलेल्या यशोधराने त्याचा हात हातात घेऊन अलगद स्वतःच्या पोटावर ठेवला. एखाद्या मासोळीने पाण्यात सुळकन इथून तिथे जावं, तशी यशोधराच्या उदरातल्या बाळाची हालचाल झालेली जाणवली सिद्धार्थला. आनंदाची एक लहर तरंगत गेली त्याच्या मनात.

पण दुसऱ्याच क्षणी त्याने तिच्या पोटावरचा स्वतःचा हात झटकन काढून घेतला. त्याचं सारं अंग थरथरायला लागलं.

''मला इतके दिवस वाटत होतं की, जगातल्या लोकांचं कल्याण साधण्याची माझी तळमळ पौर्णिमेच्या चंद्रासारखी आहे; पण आता या क्षणी मला भीती वाटतेय की, आपलं हे बाळ जन्माला आल्यावर त्याला ग्रहण लागणार आहे,'' खिन्नपणे त्याने यशोधराला म्हटलं.

''त्याची काळजी जराही करू नये आपण,'' यशोधरा म्हणाली. ''ग्रहण फार काळ टिकणारं नसतंच! त्यानंतर काही वेळाने काळोखाने भरलेल्या आकाशातल्या चंद्राला त्याची झळाळी पुन्हा एकदा लाभतेच ना?''

''तसं असेल, तर मग आपल्याला पुत्र झाला, तर त्याचं नाव आपण राहुल ठेवू या. माझ्या मनातल्या त्याच्याविषयीच्या वात्सल्याचे पाश तोडून इथून बाहेर पडायला मला किती वेळ लागतो, ते बघायचंय मला,'' काहीसं गंभीर होत सिद्धार्थने म्हटलं.

''महामायादेवींना सात दिवस लागले आपल्यापासून दूर जायला. आपल्या वात्सल्यात न्हाऊन निघण्यासाठी आपल्या दोघांच्या बाळाला आपण तेवढा तरी वेळ देऊ शकाल ना?''

तिचा हात सिद्धार्थनं हातात घेतला. तिला हवं ते तिला देण्यासाठी वचन दिल्यासारखं हलकेच थोपटलं त्याने तिच्या हातावर.

''आपला स्पर्श नेहमीपेक्षा वेगळाच वाटतोय मला आज,'' तिनं म्हटलं.

''बरोबर आहे तू म्हणतेस ते. नेहमीसारखा असूही शकणार नाही तो; पण तू निराश नको होऊस यशोधरा!''

तिला समजवल्यासारखं म्हणाला सिद्धार्थ; पण यशोधराला हसू आलं. गोडसं हसून तिनं त्याला म्हटलं, ''मी निराश, विषण्ण व्हावं अशी ही वेळच नाहीय. मी अत्यंत आनंदात आहे. मला अभिमान वाटतोय आपला.''

''तुझ्याकडून मला मिळत असलेल्या या सहकार्याची, तुझ्या पाठिंब्याची परतफेड कशी करू मी?''

तिच्या विषयी वाटणारी कृतज्ञता व्यक्त करण्यासाठी आपल्याजवळ शब्दच नाहीयेत, असं वाटलं सिद्धार्थला.

''मी आपल्याला याबाबतीत देत असलेल्या अनुमतीमागे माझा काही स्वार्थ आहे की नाहीय, ते मला सांगता येणार नाही म्हणूनच परतफेड हा शब्द आपल्या दोघांमध्ये नकोच. माझ्यासाठी एक गोष्ट मात्र आपण करावी, अशी इच्छा आहे माझी. किंबहुना ही माझी इच्छा न समजता मी आपल्याला आज्ञा करते आहे, असंच समजावं! आणि त्याचं पालन आपण करायचं आहे, युवराज सिद्धार्थ!''

यशोधरा खूपच आनंदी, उल्हासित दिसत होती.

''आज्ञा? कोणती आज्ञा?'' चकित होऊन सिद्धार्थने विचारलं. तिला नेमकं काय म्हणायचंय, ते लगेच समजून घ्यावंसं वाटत होतं त्याला.

''त्यासाठी काही काळ धीर धरावा लागेल आपल्याला. ती आज्ञा करण्याची वेळ माझ्यासमोर येऊन उभी ठाकेल, त्या वेळी मी त्याबद्दल आपल्याला सांगेन!'' यशोधरानं हसून म्हटलं.

––––––

यशोधराला मुलगा झाला. त्याचा जन्म झाला, त्या वेळी सिद्धार्थ प्रासादात नव्हता. मात्र, बातमी कळल्याबरोबर तो ताबडतोब परतला.

बाळंतपणानंतर यशोधरा खूपच थकली होती म्हणून गौतमीदेवींनी सिद्धार्थला लगेच तिला भेटू दिलं नाही. त्याऐवजी त्यांनी बाळालाच बाहेर आणून सिद्धार्थच्या हातात ठेवलं.

सिद्धार्थ बाळाकडे बघत राहिला थोडा वेळ! त्याच्या नजरेत आनंद तर होताच; पण विस्मयही होता. आपल्या दोघांच्या बाळाच्या स्पर्शानं आपल्याला चांगलीच मोहिनी घातलीय, हे लक्षात आलं त्याच्या. या स्पर्शाची ओढ कमी करायची असेल आणि ते कुणा तरी परक्यांचं मूल असल्यासारखं त्रयस्थपणे त्याला जवळ घ्यायचं असेल, तर त्यासाठी सात दिवस नक्कीच लागतील, हे प्रकर्षानं जाणवून गेलं त्याला. त्याहून अधिक काळ या बाळाच्या सहवासात आपण राहिलो, तर त्याच्याशी इतके घट्ट बंध जुळतील आपले की, त्यानंतर त्याच्यापासून कायमचं दूर जाणं आपल्याला अतिशय कठीण जाईल, हा विचार त्याला काहीसं हळवं करून गेला. त्याच्या मनात आलं, 'हे असंच होणार आहे, हे किती आधीपासून ओळखलं होतं यशोधरानं! खरंच खूप हुशार आहे ती!'

त्या रात्री मानवी आयुष्यातल्या वेगवेगळ्या प्रकारच्या अनुबंधांबद्दल सिद्धार्थ बराच वेळ विचार करत होता. हे बंध तोडून इथून दूर निघून जाण्याचा आपला पूर्ण निर्धार झालाय, असं वाटत होतं त्याला इतके दिवस! पण आता या बाळानं त्याच्यावर एक विलक्षण अशी जादू केली होती. त्याचा स्पर्श त्याला वरचेवर भुरळ घालत होता. माणसांना परस्परांशी जोडून, जखडून टाकणारे हे नाजूक; पण तरीही अतिशय बळकट असे जिव्हाळ्याचे रज्जू नेमके कशामुळे तयार होतात हे त्याला जाणून घ्यायचं होतं. माणसांच्या जन्माबरोबर मानवी जीवनात येण्याचा त्यांचा हेतू आणि त्यांच्या इथे असण्याचा नेमका अर्थ काय असावा, याचा विचार त्याची पाठ सोडत नव्हता. या रज्जूंमधूनच मानवी जीवनात येणाऱ्या हर्ष आणि खेद या भावनांचा अर्थ लावण्याचा प्रयत्न करत होता तो.

सिद्धार्थच्या डोळ्यांपुढे त्याची मां आणि ताता उभे राहिले. त्यांच्याशी जुळलेले त्याच्या मनाचे बंध कितपत बळकट आहेत, याचा अंदाज घेण्याचा प्रयत्न केला त्याने. त्यांना इथेच सोडून तो निघून गेला, तर त्यांच्या मनाची काय स्थिती होईल, हा आघात पेलणं त्यांना किती कठीण जाईल, हे समजू शकत होता तो. जगातल्या इतर स्त्रियांपेक्षा अगदी वेगळ्या असणाऱ्या यशोधराने त्यांच्या दोघांच्या अतिशय सुंदर असणाऱ्या नात्यातून त्याला किती सहजपणे मोकळं केलं होतं, याचीही सखोल जाणीव झाली त्याला त्या क्षणी. त्या दोघांच्या नात्याचं अवलोकन करून पाहिलं त्याने. त्यांच्या लग्नापूर्वीच त्यानं ज्या काही गोष्टींची कल्पना तिला देऊन ठेवली होती, त्या

ध्यानात ठेवूनच तिने फक्त त्याच्या निर्णयाला अनुमती दिली होती का की त्याच्या इतकीच जगाच्या व्यवहाराचं तत्त्वचिंतन करण्याच्या कामात तीही खोलवर गुंतलेली आहे म्हणून तिनं त्याला त्याने ठरवलेल्या मार्गाने जाऊ द्यायचं ठरवलं? पण कारण काहीही असलं, तरीही एका गोष्टीची मात्र त्याला खात्री होती की, यशोधरा चारचौघींपेक्षा अगदी वेगळी आहे. वेगळी आणि स्वतःचं असं खास व्यक्तिमत्त्व असणारी यशोधरा अनन्यसाधारण होती, यात त्याला तिळमात्र शंका नव्हती.

इतक्या साऱ्या विचारांच्या सखोल मंथनानंतर एका बाबतीत त्याला दिलासा मिळाला होता. तो म्हणजे सर्व पाश तोडून बाहेर पडण्याचा त्याचा मार्ग आता मोकळा झाला होता. त्याला अशा एका माणसाने निवडलेल्या पथावर स्वतःला घेऊन जायचं होतं, ज्याला भौतिक सुखांची तिळमात्र अभिलाषा उरलेली नव्हती आणि समाजाशी असलेले ऋणानुबंधही जो पार मागे सोडून आला होता. त्या मार्गावर पोहोचल्यानंतरच त्याला आजवर साऱ्यांनाच अज्ञात असलेल्या मानवी दुःखामागचं आणि यातनांमागचं रहस्य कळणार होतं. या जगाशी त्याला जोडून ठेवणारी त्याची तेवढी एकच इच्छा त्याला पूर्ण करायची होती आणि हे साध्य होतं आहे की नाही, हे तपासून पाहण्यासाठीची जागा असणार होती, ती म्हणजे त्याचा देह! त्याची बुद्धिमत्ता हीच त्याची गुरू असणार होती. त्याची मार्गदर्शक असणार होती! स्वतःचं ध्येय साध्य करण्यासाठी त्याला इतर कशाचीही आणि इतर कुणाचीही मदत होऊ शकणार नव्हती.

यशोधराजवळ त्याने एक दिवस हा विषय काढला. ती म्हणाली, ''ज्या लोकांना मुक्ती हवी असते, ते फक्त स्वतःच्याच मुक्तीचा विचार करतात. समस्त मानवी जातीच्या मुक्तीचा विचार करणारे आपण एकमेव मानव आहात, त्यामुळे आपल्या या प्रवासात आपणच आपले गुरू असाल आणि आपणच आपले शिष्यही!''

मानवी सुखदुःखांचं मूळ शोधून काढण्याच्या आपल्या कार्याशी, आपल्या मनोदयाशी यशोधरानं स्वतःला किती तळमळीने जोडून घेतलंय, याची तीव्रतेनं जाणीव झाली सिद्धार्थला.

क्षणभर त्याला वाटलं, आपण जे काम मनाशी योजलं आहे, त्याचा फायदा फक्त आपल्यालाच झाला तर? पण मग लगेचच मनातल्या शंकाकुशंका त्याने झटकून टाकल्या. अशा विचारांना काहीही अर्थ नाहीय,

असं स्वतःच्याच मनावर बिंबवलं. मनाशी हेही ठरवून टाकलं त्याने की, आपल्या या कामाची फलश्रुती काय असेल, याची काहीही कल्पना आपल्याला या क्षणी नसली, तरीही आपण हे काम पूर्णत्वाला नेणार आहोत.

त्या दिवशी सिद्धार्थ विचारांमध्ये खोलवर बुडून पहाटेपर्यंत वाटिकेतच बसला होता. दिवस उजाडल्याबरोबर तो आत गेला आणि स्वतःचं स्नान उरकून, व्यवस्थित तयार होऊन तो यशोधराला भेटायला गेला. यशोधरा बाळाला पाजत होती. मातृप्रेमाचं प्रतीक असलेलं ते विलक्षण सुंदर दृश्य बघण्याची तिने त्याला परवानगी दिली म्हणून सिद्धार्थने तिचे मनःपूर्वक आभार मानले.

यशोधराने हसून त्याच्याकडे बघितलं.

''फक्त कृतज्ञताच व्यक्त करणं पुरेसं नाही हं! आपण माझ्या एका आज्ञेचं पालन करणार आहात,'' ती म्हणाली.

''अर्थातच करणार आहे...; पण ती आज्ञा कोणती, ते शोधून काढण्याचं काम तू माझ्यावर सोपवणार असशील, तर ते मात्र मला जमणार नाही,'' सिद्धार्थही हसून म्हणाला आणि याबाबतीतली त्याची असमर्थता त्याने तिच्याजवळ व्यक्त केली.

''ती मी आत्ताच सांगते आपल्याला,'' तिने म्हटलं.

राहुल गाढ झोपून गेला होता. स्वतःच्या मांडीवरून तिनं त्याला बाजूला ठेवलं आणि ती मंचकावर बसली. सिद्धार्थही तिच्या समोर बसला.

''ही आज्ञा मी तुम्हाला का देते आहे, ते कृपया आपण मला विचारू नये. आपल्याला मी काय सांगतेय, ते समजलं, तर बरंच आहे! पण नाही समजलं, तरी आपण त्यावर फारसं खोलात शिरून विचार करत बसू नये की, मी आपल्याहा हे का करायला सांगितलंय! आपल्या भोवतीचे सर्व पाश तोडून आपण आजपासून बरोबर पाचव्या दिवशी इथून बाहेर पडणार आहात. मागचं सारंच मागे सोडून ज्या वेळी आपण एका वेगळ्या जगात प्रवेश कराल, त्या वेळी यशोधरा आपल्या स्मृतीतून पूर्णपणे पुसली जायला हवी. माझं नाव, माझ्याबद्दलचे विचार आणि इथून जाण्यासाठी मी आपल्याला दिलेली अनुमती, या कशाचाही, कुठेही आपण कधी उल्लेखही करू नये. हे सारं कायम आपल्या दोघांपुरतंच ठेवणार आहोत आपण.''

सिद्धार्थने मानेनेच तिच्या म्हणण्याला रुकार दिला.

या साऱ्यामागे तिचा काय हेतू आहे, हे सिद्धार्थला समजलंय, हे लक्षात आलं यशोधराच्या.

"आपल्या समाजात स्त्रियांना कितपत महत्त्व दिलं जातं, हे आपल्याला माहीतच आहे. घरसंसाराचे सारे पाश तोडून ज्ञानाच्या शोधार्थ घराबाहेर पडणं, कुठल्याही स्त्रीला शक्य नसतं; पण आपल्याला ज्या वेळी मानवजातीच्या मुक्तीचा मार्ग सापडेल, त्या वेळी तो मार्ग आपण स्त्रियांसाठीही खुला करावा, तरच स्त्रियांना स्वतःला मोकळं करून घेण्याचा मार्ग सापडेल."

"मी जो मार्ग शोधेन, तो स्त्रियांसकट सगळ्यांनाच उपयुक्त ठरेल, हे मला एवढ्यातच कसं कळेल?"

"खराखुरा मार्ग आपल्याला सापडेल, त्या वेळीच तो सगळ्यांना उपयुक्त ठरणार आहे किंवा नाही, हे आपल्या लक्षात येईल. त्यानंतर आपण याबाबतीत स्त्रीजातीचा विचार करावा.

"आपल्या जाण्याला आता पाच दिवसच उरले आहेत. हे पाच दिवस आपण तिघंही एकमेकांच्या सहवासात राहू. पाचव्या दिवशी आपण जेव्हा आपल्या प्रयाणासाठी प्रस्थान ठेवाल, त्या वेळी आपल्याला पुन्हा एकदा माझी अनुमती घेण्याची गरज नाही. आपल्याला आपलं पाऊल या विराट विश्वात टाकावंसं वाटेल, त्या वेळी हा प्रासाद सोडून जाण्यासाठी आपण मोकळे असाल."

राहुलच्या कपाळावर आलेले त्याचे मऊ केस सिद्धार्थने अगदी हळुवारपणे मागे केले, त्याच्या कपाळावर क्षणभर ओठ टेकवले आणि तो हलकेच तिथून बाहेर पडला.

———

सिद्धार्थ प्रासाद सोडून निघाला, त्या वेळी शुद्धोधन महाराज आणि गौतमीदेवी, दोघांचाही शोक अनावर झालेला होता.

त्यांचं हे गहिरं दुःख कुणाच्याही आणि कुठल्याही शब्दांनी कधीही शांतवलं जाणार नव्हतं.

तो निघाला त्या वेळी राहुलला कुशीत घेऊन यशोधरा गाढ झोपलेली होती.

कायमचं प्रासादाबाहेर पडण्यापूर्वी सिद्धार्थ तिला आणि राहुलला डोळे भरून बघून गेला होता, हे यशोधराला कधीही कळणार नव्हतं.

गेल्या चार महिन्यांपासून बौद्ध भिक्षूंचा एक गट त्या खेड्याच्या सरहद्दीवर असलेल्या जंगलात वास्तव्यासाठी आलेला होता. त्यांची स्वतःची कामं ते शांतपणे करत असत. थोड्या दिवसांनी चार महिला भिक्षू त्या गटामध्ये सामील होणार असल्याची कुणकुण जेव्हा गावकऱ्यांना लागली, तेव्हा त्यांच्या राहण्याची सर्व व्यवस्था त्यांनी तिथे केली.

ते जंगल अतिशय सुंदर होतं. उंच, हिरवेगार वृक्ष आणि सर्व प्रकारच्या फुलांच्या झाडांमुळे त्या वनाला एक वेगळीच शोभा आली होती. भिक्षूंच्या वसाहतीजवळूनच डोंगरातून खाली आलेला एक झरा झुळझुळत होता. झऱ्याचं ताजं आणि स्वच्छ पाणी पिऊन सर्व भिक्षूंचं मन प्रसन्न होत असे आणि त्यांना अधिकच मनःशांती प्राप्त होत असे. रोज दुपारी गावात फिरून हे भिक्षू भिक्षा मागून आणत. स्वतःसाठी जे काही अन्न गावकऱ्यांनी शिजवलं असेल त्यातलंच काही अन्न गावकरी त्यांना आनंदाने देत असत. भिक्षूंचा बहुतेक वेळ ध्यानधारणा आणि आध्यात्मिक बाबतीतली परस्परांशी त्यांची होणारी वैचारिक देवाणघेवाण, यातच व्यतीत होत होता. संध्याकाळी ते लोकांना बौद्ध धर्माची शिकवण देत असत.

भिक्षूंच्या वसाहतीत राहायला आल्यावर थोडे दिवस यशोधराने ते गाव आणि तिथले गावकरी यांची नीट पाहणी केली. ते गाव तसं चांगलंच समृद्ध आहे, हे लक्षात आलं होतं तिच्या. तिथली जमीन सुपीक होती आणि गावात पुरेसं पाणी वर्षभर असायचं. लोकांचं जीवन शांत आणि सुखी होतं, हे सहज लक्षात येत असे. वरवर पाहता सारं काही समाधानकारक असल्याचं भासत होतं; पण तरीही तिथल्या लोकांच्या आयुष्याच्या बाबतीत काही तरी खटकणारं, काही तरी भयप्रद तिथे असल्याचं जाणवत असे. चारच दिवसांत तिथली नेमकी वस्तुस्थिती यशूच्या लक्षात आली. ती वस्तुस्थिती तिथल्या लोकांच्या नैतिक आणि आध्यात्मिक मूल्यांशी निगडित होती.

गावातली सगळी धनिक माणसं गर्विष्ठ, अहंकारी आणि स्वतःच्या पांडित्याचं स्तोम माजवणारी होती. त्यांच्या वागण्यात आणि बोलण्यात असलेला उद्धटपणा तिथल्या वातावरणात सहजपणे जाणवेल इतका उघड होता.

भिक्षू मंडळींना भिक्षा घालण्याइतकं औदार्य त्यांच्याजवळ होतं. मात्र ही भिक्षा ते घालत असत, ते फक्त परस्परांशी स्पर्धा करण्यासाठी! भिक्षूंविषयी वाटणारं प्रेम किंवा आदर म्हणून ते ही भिक्षा घालत नसत, तर त्यामागे त्यांच्या संपत्तीचं प्रदर्शन करण्याचा हेतू असायचा. अत्यंत गर्वाने ही धनिक मंडळी स्वतःच्या मिळकतीविषयी बोलत आणि दुसऱ्यांचा त्यांच्या मनातला हेवा अगदी सहजपणे व्यक्त होईल, अशा पद्धतीने ते दुसऱ्यांच्या वस्तूंवर, वास्तूंवर आणि त्यांच्या इतर मौल्यवान गोष्टींवर टीकेचा भडिमार करत. स्वतःच्या मुलांना लाडावून ठेवण्यातच ते धन्यता मानत आणि मग तिच मुलं पुढे त्यांना तुच्छ मानायला लागली, त्यांची पर्वा करेनाशी झाली की, पश्चाताप करत बसत. स्वतःच्या अगदी जवळच्या माणसांच्या आणि नातलगांच्यासुद्धा संपत्तीचा त्यांना मत्सर वाटत असे आणि शेजारपाजारच्या लोकांच्या वस्तूंचा ते तिरस्कार करत. एकूणच त्यांची नैतिकता आणि आध्यात्मिकता या दोन्ही गोष्टी अगदी वरवरच्या होत्या. त्यांची दांभिकता लपवण्यापुरताच या मूल्यांचा वापर ते करत असत. घरातले नोकरचाकर, वेठबिगारीवर काम करणारे मजूर यांना दिल्या जाणाऱ्या वागणुकीच्या बाबतीत मात्र ते सारे एकाच माळेचे मणी होते. समाजातली हलक्या प्रतीची आणि गलिच्छ समजली जाणारी कामं करण्यासाठीच जणू काही त्यांचा जन्म झाला आहे, इतकी माणुसकीशून्य वागणूक या धनिक आणि उच्चभ्रू मंडळींकडून त्यांना दिली जात होती.

प्रेम, माया, करुणा या सगळ्यांपासूनच वंचित ठेवल्या गेलेल्या या लोकांसाठी यशोधराचा ऊर मायेनं भरून येत असे.

''आपण इथे चार महिन्यांसाठी वास्तव्य करू शकतो का?'' यशोधरानं तिच्या कुशला नावाच्या दुसऱ्या एका बौद्ध भिक्षू सखीला विचारलं. ''आणि तुला काय वाटतं? आपण तेवढ्या काळात या लोकांच्या वागण्याबोलण्यात, त्यांच्या विचारांमध्ये परिवर्तन घडवून आणू शकतो?''

''नक्कीच! नक्कीच त्यांच्यात सुधारणा करू शकतो आपण,'' कुशला म्हणाली. तिच्या बोलण्यात एक प्रकारचा आत्मविश्वास जाणवला यशोधराला.

आणि कुशला म्हणाली, ते खरंही होतं. यशोधराच्या हितोपदेशाचा लोकांवर किती आणि कसा प्रभाव पडतो, त्याचा अनुभव तिने यापूर्वी घेतला होता. लोकांनी त्यांच्या नीतिभ्रष्ट वागण्याचा त्याग करून बुद्धाने आखून दिलेल्या नीतिमान मार्गावरून चालण्याचा घेतलेला निर्णय तिने पाहिला होता.

यशोधराचा सौम्य स्वरात केलेला उपदेश नेहमीच लोकांच्या अंतःकरणाला स्पर्श करून जात असे. व्याधीग्रस्त लोक योग्य त्या उपायांनी आणि तिने मनापासून केलेल्या सेवेने व्याधीमुक्त होऊन, मृत्यूच्या जबड्यातून बाहेर येऊन, पुन्हा एकदा नव्यानं अर्थपूर्ण जीवन जगायला सुरुवात करत असत.

यशोधरा आणि कुशला दिवसभर वेगवेगळ्या गावांना भेट देत असत. तिथल्या असाहाय्य आणि व्याधीग्रस्त लोकांना जरूर ती मदत त्या देत आणि त्यांच्यावर उपचारही करत. संध्याकाळी तिच्याकडे येणाऱ्या लोकांना बुद्धाने तयार केलेल्या आठ तत्त्वांवर आधारित आचरणासंबंधीची शिकवण यशोधरा देत असे. तिचं ओघवत्या शैलीतलं बोलणं आणि सदाचरणाने जीवन जगण्याच्या बुद्धाने नेमून दिलेल्या मार्गांची ती सौम्य स्वरात देत असलेली माहिती यांनी लोक अतिशय प्रभावित होत आणि समाधानाने परत जात.

जंगलाजवळच्या त्या गावातही हेच सगळं घडत असे; पण कुशला आणि यशोधरा त्या गावात आल्यानंतर दहाच दिवसांनी त्या गावात एका भयानक आणि दुसऱ्याला चटकन लागण होणाऱ्या रोगाची साथ पसरली. ज्या रस्त्यांवर गावातल्या धनिकांचं वास्तव्य होतं, तिथेच सर्व प्रथम या रोगाचा प्रादुर्भव झाला होता. अवघ्या काही दिवसांमध्येच चार जण मृत्युमुखी पडले. लोकांवर मोठ्या प्रमाणावर भयाचं सावट पडलं. भीतीने त्यांच्या जीवाचा थरकाप झाला. यातून बौद्ध भिक्षूच आपल्याला सावरू शकतील, या भावनेने लोकांनी त्यांच्याकडे धाव घेतली.

कोणत्या उपयांनी हे सारं आटोक्यात येईल, हेच त्या भिक्षूंच्या लक्षात येत नव्हतं. रोगाच्या भयप्रद स्वरूपामुळे तेही भयभीत झालेच होते. त्यांच्यातल्या बऱ्याच जणांना वाटलं होतं की, गावातल्या लोकांच्या मदतीसाठी जाणं म्हणजे स्वतःवर जीवघेणं संकट ओढवून घेण्यासारखंच आहे; पण त्यांचा हा दृष्टिकोन यशोधराला अजिबात पटत नव्हता.

''गेले चार महिने आपण इथे राहतो आहोत. याच लोकांनी आपल्याला अन्न आणि निवारा दिलाय. त्यांच्याशी आपली काहीच नैतिक बांधिलकी

नाहीय का? ज्या वेळी त्यांना आपली सर्वाधिक गरज आहे, त्याच वेळी आपण त्यांना वाऱ्यावर सोडायचं?''

यशोधराने तिच्या बरोबरच्या भिक्षूंना त्यांच्या कर्तव्याची जाणीव करून देण्याचा प्रयत्न केला.

''पण व्याधीग्रस्तांची सेवा करताना आपण आपलं आयुष्य तर धोक्यात घालू शकत नाही ना? आपला मृत्यू ज्या ठिकाणी डोळे मोठे करून आपल्याकडे बघत असतो, त्या ठिकाणापासून लांब राहणंच इष्ट ठरतं!'' त्यांच्यातला एक भिक्षू म्हणाला.

''तुमचं म्हणणं अगदी खरं आहे. आपलं जगणं, आपण जिवंत राहणं, या गोष्टी महत्त्वाच्या आहेतच; पण त्याहून महत्त्वाचं आहे, ते लोकांचे जीव वाचवणं.''

''तुम्ही म्हणता ते पटतं मला,'' दुसरा एक भिक्षू म्हणाला. ''पण इथे परिस्थिती अशी आहे की, आपण त्यांचे प्राण वाचवू शकणार आहोत की नाही, हेच आपल्याला माहीत नाहीय. अशा वेळी आपण आपली आयुष्य पणाला लावणं, हा वेडेपणाच ठरत नाही का?''

''आपण सगळ्यांनी आपल्या जवळ जे जे होतं, त्या सगळ्याचा आधीच त्याग केलेला आहे. त्यामागे आपला काय हेतू होता? जगातली दुःख नाहीशी करण्याचा प्रयत्न करणं, हाच ना? आता पणाला लावण्याजोगं आपल्याजवळ काय उरलंय! फक्त आपली आयुष्य! मग आपले प्राण वाचवण्यासाठी 'मानवजातीची सेवा' या बुद्धाच्या शिकवणुकीतल्या सर्वांत उदात्त अशा विचाराकडेच आपण दुर्लक्ष करू शकत नाही. बुद्धाच्या शिकवणुकीप्रमाणे मानवतेची सेवा हा सर्वांत श्रेष्ठ धर्म आहे आणि हा धर्म आचरणात न आणणं म्हणजे बुद्धावर अविश्वास दाखवणं, असं मी मानते.''

यशोधराचं निर्धारपूर्वक पण तरीही संयमित स्वरातलं बोलणं ऐकून बाकीच्या भिक्षूंना स्वतःचीच लाज वाटली. माना खाली घालून ते तिच्यासमोर एक शब्दही न बोलता उभे राहिले.

''ज्या कुणाला मृत्यूचं भय वाटतं आहे, त्यांनी या आपल्या वस्तीतून आपापल्या मार्गाने निघून जावं. तेही विनाविलंब! मात्र ज्या कुणाला गावातल्या असाहाय्य लोकांची सेवा करून शांती आणि मुक्ती मिळवायची आहे, त्यांनी जरूर इथे थांबावं. ज्यांना हे काम करायचं नाहीय, त्यांच्यावर त्याची जबरदस्ती करण्याची माझी इच्छा नाहीय.''

स्वतःच्या स्वरात कुठेही भावुकता किंवा अस्वस्थता येऊ न देता यशोधरानं त्या सगळ्यांना सांगितलं.

आपापसात या विषयाची चर्चा करत भिक्षू तिथून बाजूला झाले. त्यांच्यापैकी बरेच जण दुसऱ्या दिवशी सकाळी ती वस्ती सोडून निघून गेले.

जे भिक्षू तिथे राहिले होते, त्यांना हाताशी घेऊन यशोधरा आणि कुशला यांनी त्या गावातल्या आजारी माणसांना हवी ती मदत द्यायला सुरुवात केली. जी औषधं त्या साथीच्या रोगासाठी गरजेची होती आणि त्यांना उपलब्धही होती, ती त्या दोघी त्या रुग्णांना देत होत्या. ठरावीक वेळ मध्ये जाऊ देत त्यांना खाणंपिणंही त्या भरवत होत्या. त्यांनी त्यांच्या शरीराची स्वच्छता तर केलीच; पण त्यांची खराब झालेली वस्त्रंही त्यांनी धुतली.

स्वतःला या रोगाची लागण होऊ न देण्याची खबरदारी घेत ते भिक्षू सर्व प्रकारची मदत तिथल्या लोकांना करत होते. त्यांच्या मनात स्वतःला हा आजार होईल ही भीती अजिबातच नव्हती, तर तेही आजारी पडले, तर या लोकांवर कोण उपचार करेल, ही काळजी होती. ते करत असलेलं काम सोपं नव्हतं. अनेकदा तर ते किळसवाणंही असायचं. कारण, बऱ्याचवेळा रुग्णाची घाण साफ करणंही त्यांना भाग पडत असे. कुणाची स्वतःची मुलंही करणार नाहीत, इतकी या भिक्षूंनी त्या गावातल्या लोकांची सेवा केली त्या काळात.

यशोधरा आणि तिच्या बरोबरचे इतर भिक्षू यांच्या अविरत सेवेने आणि दुर्दम्य अशा इच्छाशक्तीमुळे दीड महिन्याने तिथल्या त्या भयानक रोगाच्या साथीने काढता पाय घेतला.

गावातली सर्व परिस्थिती पूर्ववत झाली. त्या वेळी तिथल्या लोकांनी यशोधराची भेट घेतली आणि तिला देवत्व बहाल करून तिची पूजा करण्याचं ठरवलं; पण यशोधराने नम्रपणे या गोष्टीला नकार दिला आणि असं काही करण्याची गरज नसल्याचं त्यांना सांगितलं. तिने त्यांच्यातल्या काही ज्येष्ठ मंडळींना विनंती केली की, तिने केलेल्या सेवेची परतफेड जर त्यांना मनापासून करायचीच असेल तर त्यांनी गावातल्या दुर्दैवी समाजाला योग्य तऱ्हेनं वागवावं आणि त्यांची सध्या जी हलाखीची परिस्थिती आहे, ती सुधारण्याचा प्रयत्न करावा.

तिच्या शब्दाला मान देऊन तिथल्या वेठबिगारीवर काम करणाऱ्या मजुरांची सर्व कर्जं माफ करण्यात आली. गुलामांची त्यांच्या दास्यातून मुक्तता केली गेली. गावातल्या सर्व संपत्तीचं सगळ्यांमध्ये समप्रमाणात वाटप झालं. जातिभेद आणि वर्गभेद यांचं उच्चाटन केलं गेलं आणि त्यामुळे गावातले सगळेच लोक समपातळीवर आले. उच्च कूळ आणि हीन कूळ असा फरकच त्यांच्यात उरला नाही.

गावातल्या सगळ्या लोकांनी बुद्ध धर्माचा स्वीकार केला. त्यांच्यातली ज्येष्ठ मंडळी तर सर्वसंगपरित्याग करून भिक्षूही झाली. संघाचे सभासद होऊन त्यांनी हा निर्णय घेतला होता.

चैत्र म्हणजेच वर्षाच्या पहिल्या महिन्याच्या अखेरी अखेरीस यशोधरा गंभीररीत्या आजारी झाली. आपला हा आजार साधासुधा नाहीय, याची तिला पूर्ण कल्पना होती. तिच्या बरोबरीच्या सर्व लोकांना तिने सांगितलं की, संपूर्ण एकांतवासात बसून चार दिवस अखंड ध्यानधारणा करण्याची तिची इच्छा आहे. तिच्या इच्छेचा सगळ्यांकडूनच आदर केला गेला आणि चार दिवस यशोधराने स्वतःला स्वतःच्याच कक्षात बंदिस्त करून घेतलं. फक्त कुशलालाच त्या कक्षात प्रवेश करण्याची परवानगी होती. अर्थात फक्त रोजचं जेवण यशोधराला देण्यापुरतीच!

आजारामुळे होत असलेल्या यातना जमतील तितक्या सहन करण्याचा यशोधराचा प्रयत्न चालू होता. दिवसातला तिचा जास्तीत जास्त वेळ ध्यानधारणेतच जायचा. उरलेल्या वेळात तिच्या गतायुष्यातल्या आठवणी काढण्यात ती रमून जात असे.

त्या आठवणी फार मौल्यवान होत्या तिच्यासाठी. तात्पुरता का होईना; पण त्या वेळात तिला तिच्या यातनांचा विसर पडत असे. खूप दूर असलेल्या, कितीतरी मागे पडलेल्या भूतकाळाच्या हव्याहव्याशा वाटणाऱ्या आठवणी त्या क्षणी ती भोगत असलेल्या यातना काहीशा झाकोळून टाकत असत; पण त्याच वेळी हृदयात एक नवं दुःख, एक हळवीशी भावना जन्म घेत असे. आठवणींचा आणि यातनांचा असा लपंडाव असाहाय्यपणे बघत राहायची ती.

पाचव्या दिवशी कुशला तिच्यासाठी दूध घेऊन तिच्या कक्षात गेली. यशोधराकडे पाहिलं तिने आणि तिच्या काळजाचा ठोकाच चुकला.

यशोधरानेही तिच्याकडे पाहिलं. ओठांवर क्षीण, फिकटसं हसू होतं तिच्या. हातानेच कुशलाला खूण करून तिने तिला उठून बसण्यासाठी मदत करण्याची विनंती केली. खूप कष्टांनी उठून ती ध्यानधारणा करण्यासाठी जमिनीवर बसली.

''कुशा...,'' तिने म्हटलं.

पण पुढे बोलणं कठीण होत होतं तिला. तिचा आवाज खोल गेला होता. अंगातलं होतं नव्हतं ते सारं त्राण गोळा करून कुशलाशी बोलण्याचा तिने प्रयत्न केला, त्या वेळी ओठ थरथरत होते तिचे.

''अठ्ठ्याहत्तर वर्षांची आहे मी आता कुशा! मृत्यूच्या हाकेला ओ देण्यासाठी अगदी योग्य वय आहे हे... जराही दुःख नको करूस माझ्या जाण्याचं. ज्यांना कळवणं गरजेचं आहे, त्यांना कळवून टाक आता.''

बोलता बोलता हळुवारपणे यशोधराने डोळे आणि बोलताना विलग झालेले तिचे ओठही मिटून घेतले.

पुन्हा कधीही न उघडण्यासाठी!

काय घडलंय, ते इतरांना सांगण्याचंही कुशलाला भान उरलं नाही. एखाद्या पुतळ्यासारखी स्तब्ध उभी होती ती. सिद्धार्थ निघून गेला, त्यानंतर यशोधराला तिने सावलीसारखी सोबत केली होती. त्या दोघींच्या सहवासाचा तो धागा आज अचानकच असा तटकन तुटला. कुशलाला हे सत्य पेलवतच नव्हतं. यशोधराबरोबर घालवलेले कित्येक महत्त्वाचे क्षण, तिच्या सहवासातल्या साऱ्या आठवणी गोळा झाल्या कुशलाच्या मनात.

यशोधराला कायमचं सोडून सिद्धार्थ प्रासादाबाहेर पडला, ती रात्र लख्खपणे आठवली तिला. सारं घरदार हादरलं होतं त्या रात्री; पण यशोधरानं तिच्या दालनाबाहेर पाऊलही टाकलं नाही. कुशलाला वाटलं होतं की, कदाचित तो गेलाय हे यशोधराला कळलंच नसेल. ही बातमी तिच्या कानावर घालण्यासाठी वाऱ्याच्या वेगाने तिने यशोधराच्या दालनाकडे धाव घेतली होती; पण बाळाला कुशीत घेऊन शांतपणे झोपलेल्या यशोधाराकडे तिचं लक्ष गेलं, त्या वेळी धक्काच बसला होता तिला. प्रासादात काय गोंधळ सुरू आहे, त्याची यशोधराला कल्पना तरी आहे की नाही, अशी

शंकाही येऊन गेली तिच्या मनात; पण यशोधरा उठेपर्यंत वाट बघायची आणि त्यानंतरच सिद्धार्थ सगळ्यांना सोडून निघून गेल्याचं तिला सांगायचं, असं ठरवलं तिने.

पहाटे पहाटेच यशोधराला जाग आली. बाळाला शू झाली होती आणि त्याचे कपडे, बिछाना सगळंच ओलं झालं असल्यामुळे ते रडत होतं. यशोधराने उठून त्याचे कपडे बदलले, ओल्या बिछान्यावर दुसरा पलंगपोसही घातला आणि पुन्हा बाळाशेजारी आडवं होत तिने त्याला पाजण्यासाठी जवळ घेतलं.

त्यानंतर मात्र कुशलाला धीर धरवला नाही.

''युवराज्ञी... काही तरी भयानक घडलेलं आहे प्रासादात!'' तिनं यशोधराला सांगितलं. दुःखातिशयाने तिचा आवाज कापत होता.

यशोधराने शांतपणे तिच्याकडे बघितलं.

''सिद्धार्थ गौतम प्रासाद सोडून निघून गेले आहेत, हेच सांगायचंय ना तुला?''

कुशला थक्क झाली होती. युवराज सिद्धार्थ यशोधराला आणि कुटुंबातल्या साऱ्यांना सोडून निघून गेले आहेत, हे माहीत असूनही यशोधरा शांतपणे झोपली होती, हे सत्य पचवणं जडच गेलं होतं तिला.

''होय युवराज्ञी,'' तिनं म्हटलं. ''माझे धनी शुद्धोधन महाराज आणि माझ्या राणीसाहेब महाप्रजापती गौतमीदेवी या दोघांनाही दुःखाच्या अतिरेकानं वेड लागायची पाळी आली आहे. रडून रडून त्यांची अवस्था गंभीर झाली आहे. कुणाचेही सांत्वनाचे शब्द त्यांना शांत करू शकत नाहीत. अगदी त्यांचे चिरंजीव आनंद यांचेसुद्धा!''

''त्यांच्या हृदयावरच्या जखमा फार खोल आहेत कुशला. माणसांचे सांत्वनाचे शब्द त्या कधीही भरून काढू शकणार नाहीत. त्यांच्या जखमांची तीव्रता भरून काढण्याची शक्ती फक्त काळातच आहे,'' यशोधराने म्हटलं.

''युवराज्ञी, आपण त्यांच्याजवळ जाऊन त्यांचं सांत्वन करण्याचा प्रयत्न का करत नाही? मी आपल्याला विनंती करते... आपण त्यांच्याकडे जावं. मी बाळाजवळ थांबते आपण परत येईपर्यंत.''

''माझ्याकडे बघून त्यांचं दुःख आणखीच उफाळून येईल, त्यामुळे मी तिथे जाऊन काहीच फायदा होणार नाहीय. मला असं वाटतं कुशला

की, तूच त्या दोघांजवळ जा आणि तिथेच थांब. त्यांची नीट काळजी घे. अधूनमधून माझ्याकडे येऊन ते कसे आहेत ते मला कळवत राहा.''

कुशलाने मान हलवूनच होकार भरला आणि तिच्या आज्ञांचं पालन करण्यासाठी ती तिथून निघून गेली. गौतमीदेवींच्या महालाकडे ती जात असताना दुरूनच तिला त्यांच्या मोठ्याने रडण्याचा आवाज आला. तिथे जाऊन ती उंबरठ्याजवळच उभी राहिली. नैराश्यात बुडालेल्या तिच्या राणीसाहेबांची निराशा आणि त्यांचा असह्य विलाप मूकपणे न्याहाळत! बऱ्याच वेळानं गौतमीदेवींना तिचं तिथलं अस्तित्व जाणवलं अन् ते जाणवलं, त्या क्षणी त्यांचा चेहरा संतापाने लाल झाला. त्यांचा क्रोध त्यांच्या डोळ्यांत मावत नव्हता.

''तुझ्या युवराज्ञी झोपल्या आहेत ना शांतपणे?'' त्या रागाने कुशलावर ओरडल्या. ''तिला स्वतःचा पुत्र मिळालाय ना... त्यामुळे माझ्या पुत्राला तिने वाऱ्यावर सोडून दिलंय आता! इतकी उलट्या काळजाची बाई जगात कुठे पाहिली आहेस तू आजवर? माझा पुत्र मला सोडून गेल्यामुळे मला झालेला शोक आनंदाने बघण्यासाठी तिने तिचे डोळे लावून तुला माझ्याकडे धाडलंय का? माझी कन्या म्हणवते ना ती? मग एका शोकाकुल मातेच्या दुःखावर फुंकर घालण्यासाठी क्षणभरसुद्धा वेळ नाहीय का तिच्याजवळ? आमच्यावर पुत्रवियोगाचा आघात करण्यासाठीच ती जन्माला आलीय का?''

चिडून, ओरडून, बोलून बोलून गौतमीदेवी थकल्या. त्यांचा गळा भरून आला. स्वतःच्या मंचकावर जाऊन बसल्या त्या. अनावर हुंदक्यांनी त्यांना अक्षरशः गुदमरल्यासारखं झालं.

त्यांचं सांत्वन करण्याइतकी कुशलाची त्यांच्याशी जवळीकही नव्हती आणि तेवढं धाडसही नव्हतं तिच्यात. स्वतःच्या डोळ्यांतलं पाणी पुसून घेतलं तिने आणि यशोधराकडे परत जाण्यासाठी ती मागे वळली. यशोधराच्या दालनात ती पोहोचली, तोपर्यंत सूर्य बराच वर आला होता. राहुलला आंघोळ घातली होती यशोधराने आणि त्याला कपडे घालत होती ती. काहीही न बोलता कुशला तिला मदत करत राहिली थोडा वेळ; पण फार वेळ गप्प राहताच आलं नाही तिला. गौतमीदेवींच्या महालात जे घडलं होतं, त्यांच्या तोंडून तिने जे जे ऐकलं होतं, ते सगळं तिने यशोधराच्या कानावर घातलं.

''महाराणी गौतमीदेवी तुमच्यावर चिडल्या आहेत. जे काही घडलंय, त्या सगळ्याला तुम्हीच जबाबदार आहात असं वाटतंय त्यांना,'' तिनं म्हटलं.

''हे बघ कुशला, सारा दोष मला दिल्याने त्यांचा दुःखभार हलका होणार असेल, तर म्हणू दे त्यांना तसं,'' यशोधरा म्हणाली. ''आपल्यावर प्रेम करणाऱ्या माणसांचे संतापाचे बोलसुद्धा आपण त्यांनी आपल्याला दिलेल्या आशीर्वादासारखे मानावेत. त्या माझ्यावर किती प्रेम करतात, ते मलाही माहीत आहे आणि तू स्वतःही पाहिलं आहेस ते आणि युवराज सिद्धार्थ त्यांना सोडून गेले असल्याने त्या किती खचून गेल्या आहेत, तेही बघतेच आहेस तू. आणखी काही दिवसांनी मी त्यांच्याकडे जाईन आणि राहुलला त्यांच्या मांडीवर ठेवेन. त्यांनी हळुवारपणे, मायेनं नवजात सिद्धार्थांना जवळ घेतलं होतं, तसं जर राहुलला त्यांनी प्रेमाने हृदयाशी धरलं, तर त्यांनी मला माफ केलंय, असं समजता येईल आपल्याला आणि मग काळ जसजसा मागे पडेल, तसं त्यांचं दुःख कमी होत जाईल.''

कुशलाला त्या वेळी यशोधराचं बोलणं ऐकून खूपच आश्चर्य वाटलं होतं. पती कायमचे सोडून गेले आहेत आणि तरीही यशोधरा इतकी शांत कशी राहू शकते, हे तिच्या आकलनापलीकडचं होतं.

सारा धीर गोळा करून ती यशोधराला म्हणाली, ''तुमच्या पतीच्या कायमच्या निघून जाण्यानंतरही तुम्ही रडत नाही, यासाठी नाराज आहेत त्या.''

तिच्या खांद्यावर हलकेच थोपटलं यशोधराने. कुशलाने क्षणभर तिच्याकडे बघितलं आणि मान खाली घातली. यशोधराच्या डोळ्यांत जी करुणा, जी दया दिसली, ती सहनच झाली नाही तिला.

''कुशला, फार विचार करत बसू नकोस यावर! आजपासून माझ्याबरोबर तूही ध्यानधारणेला बसत जा. तुझ्या मनावरचा ताण त्यामुळे हलका होईल आणि मन शांतही होईल तुझं. मला हे जमणार नाही वगैरे कारणं सांगू नकोस मला. ध्यानधारणा करायचीच असा जो कुणी मनाशी निर्धार करतो, त्याच्यासाठी ध्यानधारणा जराही कठीण नसते. आता जरा वेळ बाळाला सांभाळ तू. मला बरीच कामं करायची आहेत माझी स्वतःची,'' यशोधराने तिला सांगितलं.

बोलता बोलता यशोधराने राहुलला कुशलाजवळ दिलं आणि ती तिथून बाहेर पडली.

———

सिद्धार्थ निघून गेल्यानंतर पहिले काही महिने यशोधराला किती कठीण गोष्टींशी सामना करावा लागला होता, किती काळजीचे प्रसंग तिने सहजगत्या निभावून नेले होते ते कुशलाला आत्ता आठवत होतं. ज्या धैर्याने आणि मनःशांती जराही ढळू न देता ती वागली होती, तेही कुशलाच्या अजून लक्षात होतं. तिची सहनशक्ती, तिचं मनोधैर्य कुशलाला नेहमीच कौतुकास्पद वाटायचं. त्या दिवशी यशोधरा राहुलला घेऊन गौतमीदेवींकडे गेली होती, त्या वेळी कुशलाच्या काळजात अक्षरशः धडधडत होतं. यशोधराच्या संदर्भात गौतमीदेवी सतत मारत असलेल्या कडवट टोमण्यांबद्दल कुशलाला इतर दासींकडून नेहमीच कळत असे; पण त्याविषयी एका शब्दानेही तिने कधी यशोधराजवळ याची वाच्यता केली नव्हती. तिला माहीत होतं की, असल्या गोष्टींना यशोधरा कधीच महत्त्व देत नसे किंवा त्या मनावरही घेत नसे.

यशोधरानं राहुलला आंघोळ घालून त्याला नवे कपडे घातले त्या दिवशी आणि कुशलाला म्हटलं, "चल, राहुलला आपण मांजवळ देऊ या."

"तुम्हाला काय वाटतं युवराज्ञी, राणीसाहेब राहुलला जवळ घेतील?" साशंक स्वरात तिने यशोधराला विचारलं होतं.

"बघू या आपण... चल तू माझ्याबरोबर," यशोधरानं तिला म्हटलं. तिच्या स्वरात आत्मविश्वास काठोकाठ भरला होता.

तिच्या मागोमाग गौतमीदेवींच्या महालाकडे जाण्याशिवाय गत्यंतरच नव्हतं कुशलाला. त्यांच्या महालातली प्रत्येक गोष्ट यशोधरा बारकाईने न्याहाळत होती. त्यांच्या दालनात सर्वत्र पसारा पडलेला होता आणि गौतमीदेवीही नेहमीसारख्या नीटनेटक्या, व्यवस्थित दिसत नव्हत्या. त्या नीट खातपित नव्हत्या, पुरेशी झोपही त्यांना मिळत नव्हती, हे त्यांच्याकडे पाहिल्याबरोबर सहज लक्षात येत होतं. सततच्या रडण्याने त्यांचे अश्रू आटले होते आणि डोळेही लालभडक झाले होते. वेळच्या वेळी पसारा आवरून टाकला नाही, तर कचऱ्याचा ढीग साचत जावा, तसं दुःख साचून

राहिलं होतं त्यांच्या हृदयात. कुणीतरी ते अलगद हातांनी, मायेनं दूर करायलाच हवं होतं.

तिथल्याच एका भिंतीवर टांगलेल्या सिद्धार्थच्या चित्रातल्या त्याच्या तेजस्वी मुद्रेकडे शून्य नजरेनं बघत दालनाच्या एका कोपऱ्यात बसलेल्या होत्या गौतमीदेवी.

त्यांचं दुःख दूर करण्यासाठीच त्यांच्याजवळ जात असल्यासारख्या हळुवार; पण आश्वासक पावलांनी यशोधरा त्यांच्या जवळ गेली आणि राहुलला तिने अलगद त्यांच्या मांडीवर ठेवलं.

सिद्धार्थच्या चित्रातल्या त्याच्या चेहऱ्यावरून नजर काढून त्यांनी त्यांच्या मांडीवरच्या बाळाकडे बघितलं. आधी थोडा वेळ त्यांची चर्या निर्विकारच होती.

पण राहुलची त्यांच्या मांडीवर चुळबुळ सुरू झाली. त्याच्या चिमुकल्या, नाजूक पावलांच्या हालचालींनी गौतमीदेवींच्या मृतप्राय झालेल्या भावनांमध्ये तो जणू काही चैतन्य आणायचाच प्रयत्न करत होता. आपली इवलीशी मूठ आपल्याच तोंडात घालण्याचा त्याचा प्रयत्न अयशस्वी ठरल्यावर त्यालाच हसू आलं आणि दात नसलेल्या त्याच्या तोंडाचं बोळकं उघडं पडलं.

मग मात्र त्यांच्याच्यानं राहावेना. मांडीवरच्या राहुलला उचलून घेऊन त्यांनी त्याला छातीशी घट्ट धरलं. यशोधराला एकदम भरूनच आलं.

गौतमीदेवींच्या डोळ्यांना धारा लागल्या आणि राहुलचं विरळसं जावळ त्या पाण्यात चिंब भिजलं. यशोधरानं तिथल्या दोन दासींना गौतमीदेवींचं दालन स्वच्छ करायला सांगितलं आणि बाहेरचं अंगणही! स्वतःच्या देखरेखीखाली तिनं गौतमीदेवींचं दालन आणि बाहेरचा परिसर स्वच्छ आणि प्रसन्न करून टाकला. कुशलाला वाटिकेत पाठवून तिनं झाडांची खाली पडलेली फुलं गोळा करून आणायला सांगितलं.

साफसफाईचं यशोधरेचं काम सुरू झाल्याबरोबर गौतमीदेवी राहुलला घेऊन दालनाच्या बाहेर गेल्या. त्याला धुळीचा त्रास होऊ नये म्हणून! तासाभरानंतर त्या दालनात परतल्या. भूक लागल्यामुळे राहुलनं रडायला सुरुवात केली होती.

''घे त्याला जवळ,'' त्या यशोधरेला म्हणाल्या. ''भूक लागलीय त्याला.''

राहुलला त्यांनी यशोधराजवळ दिलं.

यशोधरानं त्याला पाजायला घेतलं. भुकेल्या झालेल्या राहुलचं ते घाईघाईनं दूध पिणं यशोधराच्या शेजारीच बसून त्या कौतुकाने न्याहाळत राहिल्या. पोट भरल्यावर राहुल गाढ झोपला.

यशोधराने राहुलला त्यांच्याजवळ दिलं आणि त्यांचे आशीर्वाद घेण्यासाठी खाली वाकून त्यांना नमस्कार करत तिनं त्यांच्या पावलांना स्पर्श केला.

"तुम्ही सिद्धार्थांना अगदी चांगलं ओळखता. तुमचे पुत्रच आहेत ते," तिनं त्यांना म्हटलं. गौतमीदेवींशी बोलायचं राहूनच गेलं होतं गेले काही दिवस.

"त्यांच्यासाठी तुम्ही दुःख करू नये, असं मला वाटतं. मी कुणाकडून तरी ऐकलं आहे की, आईचं दुःख किंवा आपला पुत्र जे करतोय, त्याबद्दलची नाराजी, या दोन्ही गोष्टींचा मुलाच्या कामावर विपरीत परिणाम होतो. जे करण्याची त्याची मनापासूनची इच्छा आहे, त्या कामात तो यशस्वी होऊ शकत नाही. आपण त्यांना आशीर्वाद दिलेत तर त्यांनी ठरवलेलं ध्येय गाठण्यात त्यांना नक्कीच यश मिळेल. माझ्या पुत्रालाही तुमच्या मायेची गरज आहे. त्याला वाढवण्यासाठी मला तुमचं मार्गदर्शन, तुमचा अनुभव हवा आहे. तुमच्या पुत्राचा तुमच्यावर नितांत विश्वास आहे म्हणूनच त्याच्या स्वतःच्या पुत्राला इथे सोडून जाताना त्यांचं पाऊल अडखळलं नाही. निश्चिंत मनाने ते इथून बाहेर पडू शकले. महामायादेवींच्या मृत्यूनंतर तुम्ही त्यांना ज्या प्रकारे लहानाचं मोठं केलंत, अगदी तसंच तुम्ही त्यांच्या मुलालाही वाढवाल, याची खात्री होती त्यांना. त्यांच्या या अपेक्षा, त्यांच्या इच्छा तुम्ही पूर्ण करणार नाही, असा विचार ते कधी स्वप्नातही करू शकणार नाहीत. या क्षणी तुमच्या कुशीतल्या त्यांच्या लेकाकडे तुम्ही पाहावं आणि भूतकाळ विसरून जावा, अशी विनंती करते मी तुम्हाला," ती म्हणाली.

राहुलला एका हाताने सावरून धरत दुसऱ्या हाताने गौतमीदेवींनी यशोधराला आपल्याजवळ घेतलं. दोघींच्याही डोळ्यांमध्ये अश्रूंनी गर्दी केली होती. ते दुःखामुळे आलेले अश्रू तर नव्हतेच; पण आनंदाश्रूही नव्हते ते! सुख आणि दुःख या दोन्हींपेक्षा उत्कट, श्रेष्ठ असलेल्या त्या दोघींच्याही भावनांचं प्रतीक होतं ते.

ज्या धीराने आणि शांतपणे प्रासादातली शांती, आनंद यशोधराने परत आणला, त्याचं कुशलाला खूपच कौतुक वाटलं. गेले कित्येक दिवस प्रासाद या सगळ्याला पारखा झाला होता, तेव्हापासून यशोधरावर तिने पूर्ण विश्वास टाकला आणि यशोधरा सांगेल ते ते ती करत राहिली.

ध्यानधारणा कशी करायची असते, ते यशोधराने कुशलाला शिकवलं आणि तिनेही ते मनापासून शिकून घेतलं.

———

राहुल मोठा होत होता आणि त्याच्या आजूबाजूच्या लोकांचे चेहरे आणि आवाज तो आता ओळखायला लागला होता. त्याचे कसलाही अर्थ नसलेले आवाज कमी होत गेले आणि तो चांगला बोलायलाही लागला. सगळ्यांना हाका मारायला त्याला आवडत असे. त्याच्या बाललीलांनी तो इतरांना खूप आनंदही देत असे. हळूहळू उभं राहायला शिकला तो आणि मग कशाला तरी धरून धरून चालायलाही लागला. अधूनमधून अडखळून पडतही असे तो. नुकतेच दातही यायला लागले असल्याने लोकांना ते दिसावेत म्हणून उगाचंच हसायलाही आवडायचं त्याला.

गौतमीदेवी बऱ्याचदा त्याच्या गोड हालचाली, त्याचं खेळणं, बागडणं न्याहाळत बसत.

यशोधरा आता पुष्कळच निश्चिंत झाली होती.

राहुलचं अंगावर पिणं बंद झाल्यापासून यशोधराने तिचं स्वतःचं खाणं-पिणं खूपच कमी करून टाकलं. जास्तीत जास्त वेळ तिने ध्यानधारणेत घालवायचं ठरवलं. तिच्या भोवतीच्या लोकांना सहज लक्षात येत असे की, तिने जाणून बुजूनच कमी बोलायचं ठरवलंय.

यशोधराच्या वागण्यातले काही वेगळे, काहीसे गूढ बदल कुशलाच्या लक्षात यायला लागले होते. तिचा चेहरा अधिक तेजस्वी झाला होता. तिचे डोळे प्रेम आणि करुणा यांनी ओतप्रत भरलेले दिसत. कुणाला तरी तिची नजर शोधत असावी, असे भावही अधूनमधून तिच्या चेहऱ्यावर दिसून येत. अशा वेळी तिच्याकडे बघितलं की, कुशलाला वाटायचं ती युवराज सिद्धार्थांची तर वाट बघत नसेल? तिला बघायला, भेटायला त्यांनी एकदा तरी कपिलवस्तूला यावं, अशी तर अपेक्षा नसेल तिची?

काळ कुणासाठीच थांबत नसतो. ऋतूंमागून ऋतू येत होते आणि जातही होते. शुद्धोधन महाराज आणि गौतमीदेवी, दोघांची वय होत चालली होती. राहुल बघता बघता सात वर्षांचा झाला आणि त्याच्या शिक्षणाची वेळ समोर येऊन उभी राहिली.

पण या कुठल्याच गोष्टींचं यशोधराला काही महत्त्व वाटेनासं झालं होतं. तिचा सारा वेळ ध्यानधारणेतच जायला लागला होता अलीकडे.

अनेकदा ती शून्यात नजर लावून बसलेली दिसायची. आजूबाजूचं कसलंच भान नसायचं तिला. कशाची तरी अखंड, अथक वाट बघत असल्यासारखी अस्वस्थ असायची ती. कपिलवस्तूच्या हिरव्यागार शेतांच्या पलीकडे, कपिलवस्तूच्या दक्षिणेकडे पसरलेल्या डोंगरांच्याही पार पलीकडे पोहोचलेली असायची तिची नजर! तिच्या कल्पनेतल्या लांबवरच्या अनोळखी प्रदेशांवर दृष्टी खिळलेली असायची तिची. जणू काही तिच्या हृदयाच्या थेट गाभाऱ्यापर्यंत पोहोचणाऱ्या मधुर आठवणी तिला तिथे दिसत होत्या.

अशा अवस्थेतल्या यशोधराला बघणाऱ्यांच्या सहज लक्षात येत असे की, हा प्रासाद, इथल्या या साऱ्या वस्तू आणि इथली माणसं, यांच्यापैकी कशातही तिला आता स्वारस्य उरलं नाहीय. कोणतीही गोष्ट तिच्या मनाला स्पर्श करू शकत नव्हती. कशानंही तिच्या मनावर कसलाच परिणाम होत नव्हता. गोष्टी वैयक्तिक असोत किंवा इतरांशी संबंधित असोत, त्यांचा कसलाच प्रभाव तिच्या सुन्न मनावर पडू शकत नव्हता.

गौतमीदेवींनी तिच्याशी बोलण्याचा, तिला चार समजुतीच्या गोष्टी सांगून बघण्याचा प्रयत्न केला होता. मात्र यशोधराकडून याबाबतीत कुठलाच प्रतिसाद न मिळाल्यामुळे तिने स्वीकारलेल्या जीवनपद्धतीत कुठल्याही प्रकारे हस्तक्षेप न करण्याचा निर्णय त्यांनी घेऊन टाकला. यशोधराने ज्या जीवनसरणीचा अंगीकार केला होता, त्याच वाटेवरून तिला जाऊ देणं त्यांनी श्रेयस्कर मानलं.

काळ संथ गतीने कसाबसा पुढे सरकत होता आणि अचानक एक दिवस यशोधरा आणि कपिलवस्तूच्या सगळ्यांच लोकांवर ध्यानीमनी नसताना एक बातमी विजेच्या लोळासारखी येऊन तिथे कोसळली.

सिद्धार्थ गौतमला साक्षात्कार झाला होता. आता तो सिद्धार्थ गौतम न राहता गौतम बुद्ध म्हणून ओळखला जात होता आणि गौतम बुद्धपेक्षाही

ज्याला बोधीवृक्षाच्या खाली बसलेला असताना साक्षात्कार झाला, असा तो फक्त बुद्ध होता.

जी बातमी ऐकण्यासाठी यशोधराचे कान आतुरतेने वाट बघत होते, ती बातमी अखेर तिच्या कानी पडली होती. तिला तिच्या जन्माचं सार्थक झाल्यासारखं वाटलं. जो ध्यास तिने वर्षानुवर्षं मनाशी जपला होता, तो ध्यास आणि तिचा जीव, दोन्ही शांतवल्यासारखं वाटलं तिला.

तिच्याकडे कौतुकाने बघणाऱ्या कुशलाला यशोधरेच्या चेहऱ्यावर एक प्रकारची दैवी शांती, तिला प्राप्त झालेलं ज्ञान आणि त्याचं आकलन यांचा सुंदर मिलाफ दिसत होता.

कुणाचातरी वरदहस्त आपल्या मस्तकावर असल्यासारखं वाटलं कुशलाला.

त्या दिवशी यशोधराने कुशलाला स्वतःजवळ बसवून घेतलं. या सृष्टीचं अंतिम सत्य काय आहे, ते जाणून घेण्याची, ते ज्ञान प्राप्त करून घेण्याची सिद्धार्थच्या मनाला किती आणि कशी तळमळ लागून राहिलेली होती, ते तिला समजेल अशा शब्दांमध्ये तिला सांगितलं. सर्व प्रकारच्या व्याधींपासून, यातनांपासून मनुष्यजातीला मुक्ती मिळावी, यासाठीची त्याची धडपड, त्याबद्दलचा त्याचा ध्यास, याविषयीसुद्धा तिने सविस्तरपणे सांगितलं कुशलाला. तिने तिला हेही समजवून सांगितलं की, सिद्धार्थसारख्या अनन्यसाधारण, उदात्त ध्येय मनाशी बाळगणाऱ्या, मनुष्यजातीच्या मुक्तीसाठी स्वतःच्या वैयक्तिक आयुष्याचा त्याग करण्याची तयारी असलेल्या व्यक्तीला दुसरी कुठलीही व्यक्ती, त्याचं स्वतःचं कुटुंब किंवा त्याचं अवघं राज्यसुद्धा स्वतःच्या पाशात अडकवून ठेवू शकत नाही.

यशोधराने ज्या सहजपणे सिद्धार्थला स्वतःपासून विलग केलं होतं, ते बघून कुशला पुन्हा एकदा थक्क झाली होती.

ज्ञानाची आणि अंतिम सत्याची नवी नवी शिखरं सर करत जाणाऱ्या बुद्धाच्या बाबतीतल्या सर्व बातम्या कपिलवस्तूला येऊन पोहोचत होत्या. स्वतःच्या प्रजेला दारिद्र्य, क्षुधा, व्याधी आणि नैसर्गिक आपत्ती यांच्यापासून मुक्ती देण्याच्या इच्छेने मोठ मोठ्या राजेरजवाड्यांनी स्वतःची धारदार शस्त्रं कशी खाली ठेवली आणि अहिंसा आणि शांती यांची ढाल जनतेच्या सुरक्षेसाठी ते कशा प्रकारे वापरायला लागले होते, याच्या

कहाण्या कपिलवस्तूच्या लोकांना ऐकायला मिळत होत्या. बुद्धाची उदात्त विचारसरणी, त्याचं अगाध ज्ञान, त्याची तीक्ष्ण बुद्धी बघून गाढे विद्वान आणि इतर धर्मांचे कट्टर अनुयायीसुद्धा त्याच्या पुढे नतमस्तक होतात, हेही त्यांच्या कानावर पडत होतं.

संपूर्ण विश्वच एक कुटुंब व्हावं, या उदात्त विचारातून धनिक आणि निर्धन लोकही आपापसातले जातिभेद बाजूला ठेवून, वंशभेदही न मानता बुद्धाच्या संघातून कसे एकत्र येतात, त्याच्याही बातम्या कपिलवस्तूपर्यंत पोहोचत होत्या.

बुद्धाच्या आगमनाकडे कपिलवस्तूचे आता डोळे लागले होते. लोक त्याला बघायला, त्याचे हितोपदेशाचे चार शब्द ऐकायला आतूर झाले होते. त्याने आखून दिलेल्या अंतिम सत्याच्या वाटेवर पावलं टाकायला ते उत्सुक होते. यशोधरा मात्र बुद्धाच्या बाबतीत कानावर पडणाऱ्या बातम्या ऐकूनही निर्विकार, निर्विकल्प आणि अलिप्त राहत असे. कुणाशी फारसं बोलायचीही तिची इच्छा नसायची. त्यापेक्षा ध्यानधारणेला बसणं तिला अधिक महत्त्वाचं वाटत असे.

शेवटी ज्या बातमीची कपिलवस्तूचे नागरिक आतुरतेने वाट बघत होते, ती त्यांच्यापर्यंत पोहोचली. बुद्धांचं कपिलवस्तूला आगमन होणार होतं.

सगळेच आनंदात होते. बुद्धाला बघण्यासाठी अधीर झाले होते. शुद्धोधन महाराज आणि गौतमीदेवींचा ऊर आनंदाने भरून गेला.

यशोधरा मात्र शांतच होती. शांत, एकाकी आणि तरीही समाधानी!

कुशलाला मात्र स्वतःची उत्सुकता दडपून ठेवणं शक्य झालं नाही. याक्षणी यशोधराच्या मनात नेमकं काय चालू आहे, ते जाणून घ्यायचं होतं तिला आणि तिनं तसं यशोधराला विचारलंही!

यशोधराने शांत, अलिप्त स्वरात तिला उत्तर दिलं,

''बुद्ध ही कुणी एक व्यक्ती नाहीय. बुद्ध हा जगण्याचा उचित, सन्मान्य आणि उदात्त असा मार्ग आहे. मीही आता याच मार्गावर पाऊल टाकलंय, माझंसुद्धा एक व्यक्ती म्हणून आता अस्तित्वच उरलं नाहीय. या उदात्त जगण्याच्या मार्गाचाच मीही आता एक भाग झाले आहे म्हणून गौतम बुद्धांकडे जाऊन त्यांना भेटण्याची मला काहीच गरज वाटत नाही.

उद्या त्यांचं इथे आगमन होईल, त्या वेळी ज्या व्यक्तीला राहुल त्याचे पिता समजतो, त्यांना भेटण्याची संधी त्याला मिळेल. शुद्धोधन महाराज आणि गौतमीदेवी ज्याला त्यांचा पुत्र मानतात, त्या त्यांच्या पुत्राला भेटण्याची संधी त्यांनाही मिळेल; पण माझ्या दृष्टीने विचार केला, तर रूढार्थाने समजलं जातं, तसं कुठलंही नातं त्यांच्यात आणि माझ्यात आता उरलेलं नाहीय. कित्येक वर्षांपूर्वीच मी मला स्वतःला नात्यागोत्यांच्या सर्व पाशांमधून मुक्त करून घेतलं आहे.''

एकंदर सर्व परिस्थितीचं कुशलाला हळूहळू आकलन होत होतं.

सिद्धार्थ हे गौतम बुद्ध आहेत आणि यशोधरा आहे यशो बुद्ध! बुद्ध आले आणि परतही गेले.

राहुल त्याच्या जन्मदात्याला भेटला आणि त्यांच्या पाठोपाठ त्यांच्याच मार्गाने तोही निघून गेला. त्यांचा वारसा जपण्यासाठी! आनंद त्याच्या सावत्र बंधूला भेटला आणि त्याच्याच मार्गाने जाऊन त्याने संघात प्रवेश घेतला. काही वर्षांनी शुद्धोधन महाराजांना देवाज्ञा झाली. ते शांतपणे इहलोक सोडून गेले.

गौतमीदेवी मात्र एकट्या पडल्या. ज्याच्या जवळ बसून त्यांचं दुःख त्यांना हलकं करता येईल, असं जीवाभावाचं एकही माणूस त्यांच्या आवतीभोवती आता उरलं नव्हतं. प्रासादात यशोधरा होती तशी! पण फक्त तिचं अस्तित्व जाणवण्यापुरतीच! तिच्या तिथे असण्याने गौतमीदेवींचा दुःखभार कुठल्याही प्रकारे तीळमात्र हलका होणार नव्हता. कारण, ज्या काही घडामोडी तिच्या आवतीभोवती सुरू होत्या, त्यांची ती फक्त एक निर्विकार, निर्लेप, निःसंग प्रेक्षक होती. तिथे घडण्याऱ्या कुठल्याच घटना तिच्या हृदयापर्यंत पोहोचत नव्हत्या.

गौतमीदेवींच्या दुःखाला मात्र पारावार नव्हता. एकेकदा त्याचं आयुष्य त्यांना अर्थहीन भासत असे.

सुरुवातीच्या काळात त्यांना वाटायचं, सिद्धार्थची मां होऊन त्याला वाढवणं, हेच आपलं कर्तव्य आहे, तोच अर्थ आहे आपल्या आयुष्याचा; पण तो तर कधीच त्यांना सोडून निघून गेला होता.

त्यानंतर त्यांनी स्वतःच्याच मनाची समजूत घातली की, राहुलचं संगोपन हाच हेतू असावा आपल्याला देवानं दिलेल्या या आयुष्याचा! पण सिद्धार्थला भेटल्यानंतर फक्त राहुलच नाही, तर त्यांच्या पोटचा पुत्र आनंदही

निघून गेला होता सिद्धार्थच्याच मार्गाने! बुद्धाचा जबरदस्त प्रभाव पडला होता त्याच्यावर!

तऱ्हेतऱ्हेने गौतमीदेवी स्वतःच्या आयुष्याचा अर्थ शोधत होत्या. दोन्ही पुत्र, नातू ही त्यांची सगळ्यात जवळची माणसं सोडून गेल्यानंतर त्यांनी स्वतःलाच सांगून बघितलं की, कदाचित आपल्या सहचराला या स्थितीत जपणं, त्याची काळजी घेणं, यासाठीच आपलं हे जीवन आता उरलं असावं. कारण, अलीकडे शुद्धोधन महाराज थकले होते. त्यांचं वयही झालं होतं; पण शेवटी त्यांना एकटीला टाकून त्यांनीही त्यांची इहलोकीची यात्रा संपवली होती.

'का माझ्या आयुष्याची अशी दयनीय अवस्था झाली असेल? काहीच का अर्थ उरू नये माझ्या जगण्याला?'' त्यांनी स्वतःलाच एक दिवस विचारून पाहिलं होतं. ''कोण जबाबदार आहे आजच्या माझ्या एकाकी आणि अर्थहीन आयुष्याला? सिद्धार्थ? की यशोधरा?'

माणसाच्या आयुष्याचा हेतू नेमका काय असतो, हे आपल्या गौतमी मांना समजवून सांगण्याची संधी यशोधरा शोधतच होती. एक दिवस ती त्यांच्या महालात गेली आणि त्यांच्याजवळ बसून तिनं म्हटलं, ''तुमच्या यातना कळतात मला.'' बोलताना तिचा स्वर शांत होता आणि अधिरता, राग येणं, उत्तेजित होणं, यातली एकही गोष्ट तिच्या वागण्याबोलण्यातून जाणवत नव्हती. ''तुमच्यासमोर पंचपक्वानांचं ताट ठेवलेलं असतानाही तुम्ही भुकेले राहता, त्या वेळी तो तुमचा स्वतःचा वेडेपणा ठरतो मां. बुद्धाने माणसाला दैन्य आणि यातना यांच्यापासून मुक्ती देण्याचं महान आणि उदात्त कार्य हाती घेतलं आहे; पण दुर्दैवाची गोष्ट ही आहे की, एकही स्त्री शांती आणि ही मुक्ती मिळवण्यासाठी त्यांच्याकडे गेलेली नाही. यातनांपासून सुटका आणि अविरत आणि शाश्वत शांती मिळवण्याची एकाही स्त्रीला ओढ का वाटू नये?

''बुद्ध त्याच्या संघात स्त्रियांना प्रवेश देईल की नाही, याची कल्पना नाही मला मां! पण तुम्हाला प्रयत्न करून बघायला काय हरकत आहे? तुम्ही संघात प्रवेश घेतलात, बुद्धाची शिकवण अंगीकारायची ठरवलीत, तर कदाचित आज तुमच्या मनाला टोचणारी शल्यं हळूहळू बोथट होतील आणि कालांतराने ती नाहीशीही होतील. स्वतःच्या अस्तित्वाविषयी, स्वतःच्या जगण्याच्या हेतूविषयी मनाला छळणारे प्रश्न आज तुम्हाला

अस्वस्थ करताहेत. मनाचा हा छळ, ही अस्वस्थता यांचा उगम कशात आहे, तुम्हाला सांगू मां? आपण ज्यांच्याशी नाती जोडतो, ती माणसं आपल्या अपेक्षा पूर्ण करत नाहीत, या भावनेनं ग्रासलेल्या आपल्या मनात अस्वस्थता उगम पावते. आजपर्यंत बुद्धाकडे तुम्ही फक्त तुमचा पुत्र म्हणून बघत आलात; पण ही भावना इथून पुढे तुम्हाला कोणताही मानसिक आनंद देऊ शकणार नाही म्हणूनच ती तुम्ही मनातून काढून टाकायला हवी. ही तुमची भावना सिद्धार्थच्याही हिताची नाही. त्याच्याकडे तो तुमचा गुरू आहे, या भावनेने बघण्याची शिकवण तुम्ही तुमच्या मनाला द्यायला हवी आता. कारण, अज्ञानाच्या अंधारातून तोच तुम्हाला प्रकाशवाटेवर नेऊन सोडू शकतो. एकदा हे तुमच्या मनाला पटलं की, तुमच्या दृष्टिकोनात आमूलाग्र बदल होईल. नात्यागोत्यांचे जे बंध तुम्हाला जखडून ठेवतात, तुमची अवस्था दयनीय करतात, त्यांच्यातून स्वतःला सोडवून घेण्याचा प्रयत्न करा मां. त्यानंतर तुम्हाला तुमच्या आयुष्याशी बांधून ठेवणारा फक्त एकच बंध शिल्लक राहील. मानवजातीची सेवा! आणि हा बंध कधीही तुम्हाला केविलवाणं किंवा असाहाय्य होऊ देणार नाही!''

इतका वेळ यशोधराचं बोलणं ऐकत असलेल्या गौतमीदेवी टक लावून तिच्याकडे बघत होत्या. तिचं बोलणं संपलं, तेव्हा त्यांनी फक्त मान हलवूनच तिचं म्हणणं पटल्याची भावना तिच्यापर्यंत पोहोचवली आणि एक दीर्घ श्वास सोडला. आता त्यांचं मन शांत झालंय, हे सांगणारा निःश्वास!

बुद्धधर्म अंगीकारण्याची ओढ त्यांच्याही मनाला लागली, त्या वेळी त्याही प्रासादाकडे पाठ फिरवून बाहेर पडल्या.

बुद्धाने संघात प्रवेश घेण्याची अनुमती गौतमीदेवींना दिल्याची बातमी कानावर आली, त्या वेळी यशोधरानं कुशलाला म्हटलं, ''स्त्रियासुद्धा शेवटी माणूसच असतात कुशला. उदात्त आणि परमोच्च पातळीवरचं ज्ञान प्राप्त करून घेणं आणि मुक्ती मिळवण्यासाठी प्रयत्न करणं, या गोष्टींवर त्यांचाही हक्क असतोच. कारण, तेवढी पात्रता त्यांच्याही जवळ असतेच! मला खात्री आहे की, या दोन्ही गोष्टींचे मार्ग बुद्ध स्त्रियांसाठीही निश्चितच खुले करून देईल.''

हे बोलत असताना यशोधराच्या चेहऱ्यावरचे भाव कुशला न्याहाळत होती. स्त्रियांना बुद्धाकडून मिळू शकणाऱ्या या गोष्टी किती आनंद, किती समाधान तिला देत होत्या, ते तिच्या शब्दाशब्दांमधून कुशलाला जाणवत राहिलं.

''आज, अगदी या घटकेपासूनच, स्त्रियांना जखडून ठेवतील, असे कोणतेही कौटुंबिक पाश जोपासण्याची सक्ती त्यांच्यावर केली जाणार नाही आणि समजा त्यांनी स्वतःवर अशी बंधनं घालून घेतली असली, तरीही त्यांना ज्या वेळी त्या बंधनांचे हे साखळदंड तोडून घराबाहेर पडावंसं वाटेल, त्या क्षणी ते तोडण्याचं स्वातंत्र्य त्यांना इथून पुढे असेल. चल कुशला, आपणही आपल्याला खुणावणाऱ्या बाहेरच्या मोकळ्या, विशाल जगतात आता पाऊल टाकू या. वेगवेगळ्या प्रकारच्या यातनांमुळे भोगाव्या लागणाऱ्या दुःखांपासून स्वतःला मुक्त कसं करून घेता येईल, याची शिकवण आपण लोकांना देऊ या. मानवाची सेवा करताना मिळणाऱ्या आनंदाची, समाधानाची अनुभूती आपल्याला मिळेल त्यातून! माणसांच्या गर्दीचा एक भाग होता होताच त्यातून आपलं स्वतःचं असं एक वेगळं व्यक्तिमत्त्व शोधण्याचा प्रयत्न करू या आपण! या गर्दीतच मूक आणि एकाकी राहून लोकांशी विचारांचं, भावनांचं आदानप्रदान सातत्याने करण्याचा प्रयत्न करून पाहू. या गर्दीचाच एक भाग होऊनही मौन आणि एकाकीपणा यांचं मूल्य आपण समजून घेऊ या.''

यशोधराविषयीचा मनात दाटून आलेला आदर व्यक्त करण्यासाठी कुशलाने तिला दोन्ही हात जोडून वंदन केलं. अज्ञानाच्या जंजाळातून तिची सुटका करत ज्ञानाकडे जाण्याचा मार्ग तिला दाखवणाऱ्या यशो बुद्धाविषयी अपार कृतज्ञता तिच्या हृदयात ओतप्रोत भरली होती.

प्रासादापासून जवळच असलेल्या बुद्धधर्मीयांच्या एका संघात त्या दोघीही सामील झाल्या आणि बुद्धधर्माला स्वतःचं आयुष्य वाहून घेण्याची त्या दोघींनी शपथ घेतली.

यशोधराच्या सहवासातल्या या अनमोल आठवणींची ज्या ज्या वेळी तिला पुन्हा उजळणी करून बघावीशी वाटत असे, त्या वेळी त्या घाईघाईने, अधीरतेने येऊन तिच्या मनात गर्दी करत असत. इतक्या रसरशीत, इतक्या उत्फुल असत त्या की, ते क्षण आपण पुन्हा एकदा जगतो आहोत, असंच तिला वाटत असे.

यशोधराने त्यानंतरच्या काळात स्वतःला ध्यानधारणेशी किंवा बुद्ध धर्माच्या प्रचाराशी अजिबातच बांधून ठेवलं नव्हतं.

व्याधीग्रस्तांच्या सेवेतच तिला अधिक समाधान सापडत होतं.

कोणतं औषध कोणत्या व्याधींवर उपयुक्त ठरतं, ते यशोधराने शिकून घेतलं. अनेकदा औषधांपेक्षाही रुग्णावर उपचार करणाऱ्या व्यक्तीकडून मिळालेली सहानुभूती आणि माया, ममता रुग्णाला व्याधीमुक्त होण्यास मदत करते, हे लक्षात आलं होतं तिच्या. रुग्णांच्या सेवेच्या कामाला तिने अक्षरशः वाहून घेतलं होतं आणि रुग्ण बरा होईपर्यंत तिच्या जीवाला चैन पडत नसे. तिच्या आयुष्याचं ध्येय आता फक्त आणि फक्त व्याधीग्रस्तांना व्याधीमुक्त करणं, एवढंच उरलं आहे, ही गोष्ट तिच्या आजूबाजूच्या लोकांच्या लक्षात आली होती.

————

एक स्त्री भिक्षू म्हणून रुग्णसेवेची जी जी कामं यशोधरा हाती घेत असे, ती पूर्ण करण्यासाठी कुशला तिच्याबरोबर सर्वत्र जाऊन तिला मदत करत होती म्हणूनच यशोधराला स्वतःचं जीवनच संपवावंसं वाटलं, ही वस्तुस्थिती स्वीकारणं तिच्यासाठी अतिशय अवघड होतं. यशो बुद्धाच्या सहवासातल्या तिच्या असंख्य आठवणी आणि आठवणींबरोबर ओघानेच येणारे विचार पुराच्या लोंढ्यासारखे तिच्या मनावर येऊन आदळत होते. यशोधराच्या कक्षाच्या बाहेरून येणाऱ्या इतर भिक्षूंच्या हाका ऐकून ती भानावर आली.

यशोधरापासून यशो बुद्ध होण्यापर्यंतच्या तिच्या मानसिक आणि भावनिक प्रवासाची कुशला ही एकमेव साक्षीदार होती, त्यामुळे यशोधराशी संबंधित सर्व व्यक्तींपर्यंत ही बातमी पोहोचवणं, ही आपली जबाबदारी आहे, याची जाणीव होती तिला.

याच जबाबदारीचं भान ठेवून कुशला यशोधराजवळून उठली आणि खोलीच्या बाहेर येऊन तिनं इतर भिक्षूंना ती बातमी सांगितली.

''यशो बुद्धांना पाप-पुण्याच्या फेऱ्यातून मुक्ती मिळाली असून त्या त्यांच्या अंतिम प्रवासाला निघाल्या आहेत.''

अनुवादक परिचय

संध्या रानडे यांचे १९६५ सालापासून नियमित लेखन सुरू आहे. त्यांनी 'माहेर', 'कालनिर्णय', 'रोहिणी', 'कथा श्री' अशा अनेक दिवाळी अंकांमधून नियमित कथालेखन केलं आहे. त्यांचे अनेक कथासंग्रह आणि कादंबऱ्या प्रकाशित झाल्या आहेत. त्यांच्या अनेक कथांवर आधारित श्रुतिका आकाशवाणीवरून वरून प्रसारित झाल्या. तसेच त्यांच्या काही कथांचे इंग्लिश, हिंदी, गुजराती, कानडी भाषांमधून अनुवाद केले गेले आहेत. काही कथांना पुरस्कार मिळाले असून, त्यातल्या 'आश्रित' या नाटकाला All India Best Production हा पुरस्कार मिळाला. त्यांनी अनेक इंग्लिश पुस्तकांचा मराठीत अनुवाद केला असून, 'महर्षी धोंडो केशव कर्वे' हे पुस्तक शालेय विद्यार्थ्यांसाठी लिहिलं आहे.